ஐக்கிய முன்னணி தந்திரம்

ஜார்ஜ் டிமிட்ரோவ்

தமிழில்
ஏ. சீனிவாசன்

நியூ செஞ்சுரி புக் ஹவுஸ் (பி) லிட்.,
41-பி, சிட்கோ இண்டஸ்டிரியல் எஸ்டேட்,
அம்பத்தூர், சென்னை - 600 050.
☏: 044 - 26251968, 26258410, 48601884

Language: Tamil
Aikkiya Munnani Thandhiram
Author: **George Dimitrov**
Translator: **A. Srinivasan**
First Edition: February, 1976
Revised Second Edition: April, 2022
Copyright: Publisher
No. of pages: 192
Publisher:
New Century Book House Pvt. Ltd.,
41-B, SIDCO Industrial Estate,
Ambattur, Chennai - 600 050.
Tamilnadu State, India.
Email: info@ncbh.in
Online: www.ncbhpublisher.in

ISBN: 978-81-2344-252-5

Code No. A4605

₹ **215/-**

Branches

Ambattur (H.O.) 044 - 26359906 **Spenzer Plaza (Chennai)** 044-28490027
Trichy 0431-2700885 **Pudukkottai** 04322- 227773 **Thanjavur** 04362-231371
Tirunelveli 0462-4210990, 2323990 **Madurai** 0452-2344106, 4374106
Dindigul 0451-2432172 **Coimbatore** 0422-2380554 **Erode** 0424-2256667
Salem 0427-2450817 **Hosur** 04344-245726 **Krishnagiri** 04343-234387
Ooty 0423-2441743 **Vellore** 0416-2234495 **Villupuram** 04146-227800
Pondicherry 0413-2280101 **Nagercoil** 04652-234990

ஐக்கிய முன்னணி தந்திரம்
ஆசிரியர்: ஜார்ஜ் டிமிட்ரோவ்
தமிழில்: ஏ. சீனிவாசன்
முதல் பதிப்பு: பிப்ரவரி, 1976
திருத்திய இரண்டாம் பதிப்பு: ஏப்ரல், 2022

அச்சிட்டோர்: **பாவை பிரிண்டர்ஸ் (பி) லிட்.,**
16 (142), ஜானி ஜான் கான் சாலை, இராயப்பேட்டை, சென்னை - 14
☎: 044-28482441

All rights reserved. No part of this book may be reprinted or reproduced or utilised in any form or by any electronic, mechanical, or other means, now known or hereafter invented, including photocopying and recording, or in any information storage or retrieval system, without permission in writing from the publishers.

பதிப்புரை

ஜார்ஜ் டிமிட்ரோவ் எழுதிய 'ஐக்கிய முன்னணி தந்திரம்' எனும் இந்நூல் டில்லி, பீப்பிள்ஸ் பப்ளிஷிங் ஹவுஸினரால் ஆங்கிலத்தில் வெளியிடப் பெற்ற Dimitrov on United Front என்ற புத்தகத்தின் தமிழாக்கமாகும்.

1935 ஆம் ஆண்டு ஆகஸ்டு 2-ம் தேதி கம்யூனிஸ்டு அகிலத்தின் ஏழாவது உலக காங்கிரஸில் தோழர் ஜார்ஜ் டிமிட்ரோவ் ஆற்றிய வரலாற்றுப் புகழ்வாய்ந்த அறிக்கையும், அதே காங்கிரஸில் அவர் முடிவுரையாக 1935-ம் ஆண்டு ஆகஸ்டு 13-ம் தேதி ஆற்றிய சிறப்புரையும், அவரால் சமர்ப்பிக்கப்பட்ட அறிக்கையின்மீது கம்யூனிஸ்டு அகிலத்தின் ஏழாவது காங்கிரஸ் நிறைவேற்றிய தீர்மானமும் இந்நூலில் இடம் பெற்றுள்ளன.

பாஸிஸம் அதன் வர்க்கக் குணக்கேடுகளின் விளைவாக உழைக்கும் மக்கள் மீது கோரமாக தாக்குதல் நடத்தியும், கட்டுக்கடங்காத இனவெறியும் ஆதிக்கவெறியும் கொண்ட யுத்தங்களை நடத்தியும், வெறிபிடித்த பிற்போக்குத்தனமும் எதிர்ப்புரட்சி சக்தியுமாக அது விளங்குகிறது. ஏகாதிபத்திய எதிர்ப்பு ஜனநாயக சக்திகளை ஒன்று திரட்டுவதன் மூலம் பாஸிஸத்தை முறியடித்து எவ்வாறு வெற்றிவாகை சூட முடியும் என்பதனையும், தொழிலாளி வர்க்கத்தின் முன்னணிப் படையான கம்யூனிஸ்டுக் கட்சிகள் ஐக்கிய முன்னணி தந்திரத்தை எவ்வாறு பயன்படுத்த வேண்டும் என்பதனையும் இந்நூல் விளக்குகிறது.

தத்துவார்த்த தெளிவைத் தரும் ஜார்ஜ் டிமிட்ரோவின் இந்நூலை தற்போது நியூ செஞ்சுரி பதிப்பகம் திருத்தப்பட்ட இரண்டாம் பதிப்பாக வெளியிடுகிறது.

- பதிப்பகத்தார்

பொருளடக்கம்

1. பாஸிஸ்ட் தாக்குதலும், பாஸிஸத்திற்கெதிராக தொழிலாளி வர்க்கத்தின் போராட்டத்தில் கம்யூனிஸ்ட் அகிலத்தின் கடமைகளும் — 7
2. பாஸிஸத்திற்கெதிராக தொழிலாளி வர்க்கத்தின் ஒற்றுமை — 118
3. பாஸிஸமும் தொழிலாளி வர்க்க ஒற்றுமையும் — 166

1. பாஸிஸ்ட் தாக்குதலும், பாஸிஸத்திற்கெதிராக தொழிலாளி வர்க்கத்தின் போராட்டத்தில் கம்யூனிஸ்ட் அகிலத்தின் கடமைகளும்

கம்யூனிஸ்டு அகிலத்தின் ஏழாவது உலக காங்கிரஸின் முன் சமர்ப்பிக்கப்பட்ட அறிக்கை. 1935-ம் ஆண்டு ஆகஸ்டு 2-ம் தேதி சமர்ப்பிக்கப்பட்டது

1. பாஸிஸமும் தொழிலாளி வர்க்கமும்

தோழர்களே, கம்யூனிஸ்டு அகிலம் தனது ஆறாவது காங்கிரஸ் காலத்திலேயே ஒரு புதிய பாஸிஸ்ட் தாக்குதலை எந்த நேரத்திலும் தொடங்குவதற்குத் தயாராக இருக்கிறது என்று உலகப் பாட்டாளி வர்க்கத்திற்கு ஓர் எச்சரிக்கை விடுத்து, அதை எதிர்த்துப் போராடுவதற்கு அறைகூவல் விடுத்தது. ஏழாவது காங்கிரஸானது "ஏறத்தாழ வளர்ச்சி அடைந்த வடிவத்தில் பாஸிஸப் போக்குகளும் ஒரு பாஸிஸ இயக்கத்தின் விஷக்கிருமிகளும் அநேகமாக எல்லா இடங்களிலும் காணப்படுகின்றன" என்று சுட்டிக் காட்டிற்று.

இன்று ஆக ஆழமான பொருளாதார நெருக்கடி வெடித்திருப்பதை ஒட்டி, முதலாளித்துவத்தின் பொது நெருக்கடி மிகவும் கூர்மையாக அழுத்திக் கொண்டும், உழைக்கும் மக்கள் மேலும் மேலும் புரட்சிகரத் தன்மை கொண்டும் இருப்பதை ஒட்டி பாஸிஸம் மிக விரிவான அளவில் தாக்குதலில் இறங்கியுள்ளது. ஆளும் பூர்ஷுவா வர்க்கம், உழைக்கும் மக்களின் மீது மிகவும் படுமோசமான தாக்குதல் நடவடிக்கைகளை எடுக்கவும், ஏகாதிபத்திய யுத்தக் கொள்ளையைத் தயாரிக்கவும், சோவியத் யூனியனைத் தாக்கவும், சீனாவைப் பிரிவினை செய்து அடிமைப்படுத்தவும், இத்தகைய எல்லா வகை முயற்சிகள் மூலம் புரட்சியைத் தடுக்கவும், பாஸிஸத்தை உருவாக்கி அதன் மூலம் தங்கள் பிரச்னைகளைத் தீர்த்துக் கொள்ள எத்தனித்துக் கொண்டிருக்கிறார்கள்.

ஏகாதிபத்திய வட்டாரங்கள் நெருக்கடியின் சுமை முழுவதையும் உழைப்பாளர்களின் முதுகிலேயே சுமத்தி வைக்க தீவிர முயற்சி செய்து கொண்டிருக்கிறார்கள். அதனால்தான் அவர்களுக்கு பாஸிஸம் அவசியப்படுகிறது.

★ சற்று சுருக்கி கூறப்பட்டுள்ளது.

அவர்கள் பலவீனமான நாடுகளை அடிமைப்படுத்துவதன் மூலம், காலனி ஒடுக்குமுறையைத் தீவிரப்படுத்துவதன் மூலம், ஒரு யுத்தத்தின் மூலம் உலகத்தை மீண்டும் புதிதாகப் பங்கு போட்டுக் கொள்வதன் மூலம் தங்கள் மார்க்கட் பிரச்னையைத் தீர்த்துக் கொள்ள முயற்சி செய்து கொண்டிருக்கிறார்கள். அதனால்தான் அவர்களுக்கு பாஸிஸம் அவசியப்படுகிறது.

அவர்கள், புரட்சிகரமான தொழிலாளர்கள் விவசாயிகள் இயக்கத்தை அடித்து வீழ்த்துவதன் மூலம், உலகப் பாட்டாளி வர்க்கத்தின் பாதுகாவலனான சோவியத் யூனியனுக்கு எதிராக ஒரு ராணுவத் தாக்குதல் நடவடிக்கையை எடுப்பதன் மூலம்--புரட்சி சக்திகளின் வளர்ச்சியை முன் கூட்டியே தடுப்பதற்கு முயற்சி செய்கிறார்கள். அதனால்தான் அவர்களுக்கு பாஸிஸம் அவசியப்படுகிறது.

பல நாடுகளில் குறிப்பாக ஜெர்மனியில் இந்த ஏகாதிபத்திய வட்டாரங்கள், மக்கள் தீர்மானமான வகையில் புரட்சியின் பக்கம் திரும்புவதற்கு முன்பாகவே பாட்டாளி வர்க்கத்தை முறியடித்து ஒரு பாஸிஸ சர்வாதிகாரத்தை ஸ்தாபிப்பதில் வெற்றி கண்டனர்.

பாஸிஸத்தின் வெற்றியின் குணாம்சம் என்ன? இந்த வெற்றி ஒரு பக்கம் பாட்டாளி வர்க்கத்தின் பலவீனங்களை எடுத்துக் காட்டுகிறது. பூர்ஷுவா வர்க்கத்துடன் வர்க்க சமரஸம் செய்து அதனுடன் கூட்டாளியாக நிற்கும் சமூகஜனநாயகத்தின் சீர்குலைவுக் கொள்கையின் காரணமாய் ஸ்தாபன ரீதியில் வலுவிழந்து பாட்டாளி வர்க்கம் சிந்திச் சிதறி சின்னாபின்னமாகிக் கிடப்பதைக் காட்டுகிறது. மறுபக்கத்தில் பூர்ஷுவா வர்க்கம் தன்னுடைய பலவீனத்தை வெளிப்படுத்துகிறது. தொழிலாளி வர்க்கத்தின் ஒன்றுபட்ட போராட்டம் உருவாவதைக் கண்டு பயப்படுகிறது. புரட்சியைக் கண்டு பயப்படுகிறது. பூர்ஷுவா வர்க்கம் தனது சர்வாதிகாரத்தைத் தங்கள் பழைய முறைகளில் பூர்ஷுவா ஜனநாயகம், பார்லிமெண்ட் முறைகள் மூலம் நிலை நிறுத்திக்கொள்ள முடியவில்லை என்பதையே காட்டுகிறது.

பாஸிஸத்தின் வர்க்கக்குணம்

தோழர்களே, கம்யூனிஸ்ட் அகிலத்தின் நிர்வாகக் குழுவின் பதிமூன்றாவது விரிவடைந்த கூட்டம் மிகவும் சரியாகக் கூறுவதைப் போல, பாஸிஸம் அதிகாரத்தில் இருப்பது என்பது, நிதி மூலதனத்தின் ஆகப் படுமோசமான பிற்போக்கான, ஆக அதிகமான ஆதிக்க இனவெறி கொண்ட, ஆகப் படுமோசமான ஏகாதிபத்திய நபர்களின் பகிரங்கமான பயங்கரத் தன்மை கொண்ட சர்வாதிகாரமாகும்.

மிகவும் படு மோசமான பிற்போக்கான பாஸிஸ வகைதான் ஜெர்மன் வகை பாஸிஸமாகும். அது தன்னை தேசிய சோஷலிசம் என்று சிறிதும் வெட்கமில்லாமல் ஆணவத்துடன் கூறிக் கொள்கிறது. அதற்கும் சோஷலிசத்திற்கும் எந்தவித சம்பந்தமுமில்லை. ஹிட்லர் பாஸிஸம் பூர்ஷுவா தேசீயவாதம் மட்டுமல்ல, அது கீழ்த்தரமான இனவெறி மிக்கதாகும். அது ஓர் அரசியல் கொள்ளைக் கூட்டத்தின் அரசாங்க அமைப்பு முறையாகும். அது தொழிலாளி வர்க்கத்தின் மீதும் புரட்சிகரமான தன்மை கொண்ட விவசாயிகள், குட்டி பூர்ஷுவாக்கள், படிப்பாளிகள் ஆகியோர் மீது ஆத்திரமூட்டி நர வேட்டையாடி சித்திரவதை செய்யும் ஆட்சி முறையாகும். அது மத்திய காலத்து காட்டுமிராண்டித்தனமும் கீழ்த்தரமான இன வெறியும் கொண்டது. அது இதர நாடுகள் மீதும் தேசங்கள் மீதும் கட்டுக்கடங்காத ஆக்கிரமிப்புத் தன்மை கொண்டதாகும்.

ஜெர்மன் பாஸிஸம் சர்வதேச எதிர்ப் புரட்சியின் கூர்முனையாகச் செயல்படுகிறது. அது ஏகாதிபத்திய யுத்தத்தின் பிரதான எறியீட்டியாக விளங்குகிறது. உலக முழுவதிலுமுள்ள உழைக்கும் மக்களின் சொந்த நாடான சோவியத் யூனியனுக்கு எதிராக வெறிப் போரைக் கிளப்பி விடுவதில் முன் நிற்பதாகும்.

ஓட்டோ பவர் என்பவர் குறிப்பிடுவதைப் போல பாஸிஸம் என்பது “இரு வர்க்கங்களுக்கும் அதாவது பாட்டாளி வர்க்கம், பூர்ஷுவா வர்க்கம் ஆகிய இரு வர்க்கங்களுக்கு அப்பால் தனித்து நிற்கும்” அரசாங்க அதிகாரத்தின் வடிவமல்ல. பிரிட்டிஷ் சோஷலிஸ்ட் பிரெயில்ஸ் போர்டு பிரகடனப் படுத்துவதைப் போல பாஸிஸம் என்பது, “குட்டி பூர்ஷுவா வர்க்கம் எழுச்சி பெற்று கலகம் செய்து அரசாங்க அதிகாரத்தைக் கைப்பற்றிக் கொண்டிருக்கிறது” என்பதல்ல, இல்லை. பாஸிஸம் என்பது வர்க்கங்களுக்கப்பால் உள்ள அரசல்ல, குட்டி பூர்ஷுவா வர்க்கத்தின் அரசாங்கமுமல்ல. அல்லது நிதி மூலதனத்தின் மீது மேல் நிற்கும் கழிசடைப் பாட்டாளி பகுதியின் சர்க்காருமல்ல. பாஸிஸம் நிதி மூலதனம் தன்னின் அதிகாரமாகும். அது, தொழிலாளி வர்க்கம் புரட்சிகரத் தன்மை கொண்ட விவசாயிகள், படிப்பாளிகள் பகுதிக்கும் எதிரான பயங்கரமான வன்முறை மிக்க பழி தீர்க்கும் ஸ்தாபனமாகும். வெளிநாட்டுக் கொள்கையில் பாஸிஸம் மிகவும் கொடூரமான வடிவத்திலான இனவெறி கொண்டதும் இதர நாடுகள் மீது மிகவும் கீழ்த்தரமான வெறுப்பைத் தூண்டிவிட்டு தூபம் போடுவதுமான சக்தியாகும்.

இதை, பாஸிஸத்தின் உண்மையான குணாம்சத்தைப் பற்றிக் குறிப்பாக வலியுறுத்திக் கூற வேண்டும். ஏனென்றால் பல நாடுகளில் பாஸிஸம் சமுதாய வாய்ச்சவடாலுக்குப் பின்பாக மறைந்து கொண்டு, நெருக்கடியின் காரணமாய் வெளியே விரட்டப்பட்டு நிற்கும் குட்டி பூர்ஷுவா ஜனப்பகுதியை தனது செல்வாக்கின் கீழ் எப்படியோ கொண்டு வந்து வைத்துக் கொள்கிறது. சில சமயம் பாட்டாளி வர்க்கத்தின் மிகவும் பின் தங்கியப் பகுதிகளையும் கூட தனது செல்வாக்கின் கீழ் கொண்டுவந்து விடுகிறது. இந்த ஜனப்பகுதிகள் பாஸிஸத்தின் உண்மையான வர்க்க குணாம்சத்தையும் அதன் உண்மையான இயல்பையும் புரிந்துகொண்டார்களானால் அவர்கள் பாஸிஸத்திற்கு நிச்சயம் எந்த ஆதரவும் தரமாட்டார்கள்.

பாஸிஸத்தின் வளர்ச்சியும், பாஸிஸ சர்வாதிகாரமும் பல்வேறு நாடுகளில் பல்வேறுபட்ட வடிவங்களில் வந்திருக்கின்றன. அந்தந்த நாட்டு வரலாறு, சமுதாயம், பொருளாதாரம் ஆகிய நிலைமைகளுக்குத் தக்கபடி தேசீய தனித் தன்மைகளுக்கும் குறிப்பிட்ட நாட்டின் சர்வதேச ஸ்தாபனத்தைப் பொறுத்தும் பாஸிஸம் உருவமெடுக்கிறது. சில நாடுகளில் பிரதானமாக பாஸிஸத்திற்கு ஒரு விரிவான மக்கள் தளம் இல்லாமலும் பாஸிஸ பூர்ஷுவா வர்க்கத்தின் முகாமுக்குள்ளேயே பல்வேறு கோஷ்டிகள் சண்டை போட்டுக் கொண்டும், அச்சண்டைகள் கூர்மையடைந்தும் உள்ள நாடுகளில் பாஸிஸம் உடனடியாக பாராளுமன்றத்தை நீக்குவதில்லை. இதர பூர்ஷுவாக் கட்சிகளையும், சமூக ஜனநாயகக் கட்சிகளையும் அனுமதித்து ஓரளவு சட்ட பூர்வமான தன்மையை நிலைநிறுத்திக் கொள்கிறது. இதர தேசங்களில், புரட்சி விரைவில் ஏற்படும் சூழ்நிலையைக் கண்டு ஆளும் பூர்ஷுவா வர்க்கம் பயப்படும் இடங்களில், பாஸிஸம் தங்கு தடையின்றி தனது அரசியல் ஏகபோக ஆதிக்கத்தை ஸ்தாபிக்கிறது. அதை உடனே செய்கிறது அல்லது போட்டியாக உள்ள அத்தனை கட்சிகளையும் குழுக்களையும் அடக்கி ஒடுக்குகிறது. அதன் மீது பயங்கரமான தாக்குதல்களை தீவிரப் படுத்துகிறது. பாஸிஸம், தனது நிலை, குறிப்பாக மிகவும் கடுமையாக ஆகும்போது, தனது வர்க்கத் தன்மையைக் கொஞ்சமும் மாற்றாமல், தனது அடித்தளத்தை விஸ்தரிக்கவும், எல்லா முயற்சியையும் எடுத்துக் கொள்ளவும், பயங்கர சர்வாதிகார நடவடிக்கைகளோடு இணைத்து கரடுமுரடான மோசடியான பெயரளவிலான பாராளுமன்ற முறைகளைக் கையாளுவதை நிறுத்திக் கொள்வதில்லை.

பாஸிஸம் அதிகாரத்திற்கு வருவது என்பது சாதாரணமான முறையில் ஒரு பூர்ஷுவா சர்க்கார் போய் அடுத்த ஒரு பூர்ஷுவா

சர்க்கார் வருவதைப் போலல்ல. பூர்ஷுவா வர்க்கத்தின் வர்க்க ஆதிக்கத்தின் ஓர் அரசாங்க வடிவத்திலிருந்து அதாவது பூர்ஷுவா ஜனநாயகத்திலிருந்து அடுத்த வடிவம் பகிரங்கமான பயங்கர வடிவத்திலான சர்வாதிகார முறையாக மாறி இடம் பெறுவதாகும். இந்த வேறுபாட்டை நாம் தெளிவாகக் காண வேண்டும். இல்லாவிட்டால் நாம் தவறிழைத்து விடுவோம். அந்தத் தவறு, பாஸிஸ்டுகள் அரசியல் அதிகாரத்தைக் கைப்பற்றும் ஆபத்தை எதிர்த்துள்ள போராட்டத்தில் நகரத்திலும் கிராமப்புறங்களிலும் உள்ள விரிவான மக்கள் பகுதிகளை ஒன்று திரட்டுவதிலிருந்தும், பூர்ஷுவா வர்க்கத்திற்கிடையிலேயே உள்ள முரண்பாடுகளை முழுமையாகப் பயன்படுத்திக்கொள்வதிலிருந்தும் புரட்சிகரமான பாட்டாளி வர்க்கத்தைத் தடுத்து விடும். ஆனால் பாஸிஸ சர்வாதிகாரம் ஸ்தாபிக்கப்படுவதில், இன்று பூர்ஷுவா ஜனநாயக நாடுகளில் மேலும் மேலும் அதிகமான அளவில் முன் நடவடிக்கை எடுத்து பூர்ஷுவா வர்க்கம் பிற்போக்கான காரியங்களை-உழைக்கும் மக்களுடைய ஜனநாயக உரிமைகளை அழிப்பது, பாராளுமன்றத்தின் உரிமைகளை பொய்யாக்குவதும், வெட்டிக்குறைப்பதும், புரட்சிகரமான இயக்கத்தின் மீது அடக்குமுறையை அதிகப்படுத்துவது முதலிய நடவடிக்கைகள் பலவற்றை எடுப்பதைப் பற்றிய முக்கியத்துவத்தைக் குறைத்து மதிப்பிடுவது எந்த விதத்திலும் கடுமைக் குறைவான அபாயக் குறைவான தவறு அல்ல.

தோழர்களே, பாஸிஸம் அதிகாரத்திற்கு வருவது என்பது நிதி மூலதனத்தின் குழுக்களோ அதன் வேறு கூட்டமோ ஒரு குறிப்பிட்ட தேதியில் பாஸிஸ சர்வாதிகாரத்தை நிறுவத் தீர்மானித்த போதிலும் அதன் வடிவம் அவ்வளவு சுலபமானதும் சிக்கல் இல்லாததும் என்று கருத முடியாது. உண்மையில், பாஸிஸம் சாதாரணமாக பழைய பூர்ஷுவாக் கட்சிகளுக்கெதிராக பரஸ்பரம் கடுமையான, சில சமயங்களில் மிகவும் கடுமையான போராட்டத்தின் நடுவில் அதிகாரத்திற்கு வருகிறது. சில சமயங்களில் பழைய பூர்ஷுவாக் கட்சிகளின் ஒரு குறிப்பிட்ட பகுதியை எதிர்த்தும், பாஸிஸ்ட்டு முகாமுக்குள்ளேயே பரஸ்பரம் ஒன்றுக்கொன்று எதிர்த்தும் போராடி அதிகாரத்தைக் கைப்பற்றிக் கொள்கிறது. இந்தப் போராட்டம் சில சமயங்களில் ஆயுத மோதல்களுக்கும் இட்டுச் செல்கிறது. ஜெர்மனி, ஆஸ்திரியா, மற்றும் இதர நாடுகளின் உதாரணத்தில் அத்தகைய ஆயுத மோதல்களைப் பார்த்தோம். இவைகள் எல்லாவற்றிலும் மற்றொரு உண்மையையும் மறுக்க முடியாது. பாஸிஸ சர்வாதிகாரம்

ஸ்தாபிக்கப்படுவதற்கு முன்பாக, பூர்ஷுவா சர்க்கார்கள் சாதாரணமாக பலவேறு ஆரம்ப கட்டங்களைக் கடந்து செல்கிறது. அதைத் தொடர்ந்து பலவிதமான பிற்போக்கு நடவடிக்கைகளை நிறுவுகிறது. அந்தப் பிற்போக்குக் காரியங்கள் பாஸிஸம் அதிகாரத்திற்கு வருவதற்கு நேரடியாக உதவி, வசதி செய்து கொடுக்கிறது. பூர்ஷுவா வர்க்கத்தினுடைய பிற்போக்கு நடவடிக்கைகளையும் பாஸிஸத்தின் வளர்ச்சியையும் அவைகளின் தயாரிப்புக் கட்டங்களிலேயே யார் யார் எதிர்த்துப் போராடவில்லையோ அவர்கள், பாஸிஸத்தின் வெற்றியைத் தடுக்கும் நிலையில் இருக்கவில்லை. அதற்கு நேர்மாறாக அதன் வெற்றிக்குத்தான் வழிவகை செய்து கொடுக்கிறார்கள் என்று பொருளாகும்.

சமூக - ஜனநாயகக் கட்சித் தலைவர்கள், பாஸிஸத்தின் உண்மையான வர்க்கத் தன்மையை மக்களிடமிருந்து மூடிமறைத்து மேல் பூச்சுப்பூசி, பூர்ஷுவா வர்க்கத்தினுடைய நாளுக்கு நாள் அதிகரித்துக் கொண்டிருக்கும் பிற்போக்கு நடவடிக்கைகளுக்கு எதிராகப் போராடும்படி மக்களை அழைப்பதில்லை. இவர்கள் மிகப் பெரிய வரலாற்றுப் பொறுப்பை சுமந்தாக வேண்டும். காரணம், பாஸிஸ்ட் தாக்குதல்களின் தீர்மானமான சமயத்தில் ஜெர்மனியிலும் வேறு பல இதர பாஸிஸ்ட் நாடுகளிலும் உழைக்கும் மக்களின் ஒரு பெரிய பகுதி, ரத்த வெறி பிடித்த நிதி மூலதன பூதமான பாஸிஸத்தை, தங்களுடைய தீராத ஆகக் கொடுமையான எதிரியான பாஸிஸத்தை அடையாளம் காணத் தவறிவிட்டார்கள். இந்த மக்கள், அந்த பாஸிஸத்தை எதிர்த்துப் போராடத் தயாராக இல்லாமலும் இருந்தார்கள்.

பாஸிஸத்திற்கு மக்களிடமிருந்த செல்வாக்குக்கு என்ன ஆதாரம்? பாஸிஸம் மக்களைக் கவர முடிந்ததற்குக் காரணம், அது மக்களுடைய ஆக அவசர அவசியமான தேவைகளையும் கோரிக்கைகளையும் பற்றி ஆவேசமாக, வாய்ச் சவடால் அடித்துப் பேசி வேண்டுகோள் விடுக்கிறது பாஸிஸம் மக்களுடைய உள்ளங்களிலே ஊறிப்போயிருக்கிற வெறுப்புகளையும் தப்பெண்ணங்களையும் கிளறித் தூண்டிக் கிளப்பி விடுவது மட்டுமல்ல, மக்களுடைய நல்லுணர்வையும், நியாய உணர்வையும், சில சமயங்களில் புரட்சிகரமான பாரம்பரியங்களையும் கூட பயன்படுத்திக் கொள்கிறது. பெரும் பூர்ஷுவா வர்க்கத்தினுடைய கைக்கூலிகளான சோஷலிஸத்தின் ஜன்ம விரோதிகளான ஜெர்மன் பாஸிஸ்டுகள் மக்களுக்கு மத்தியில் தங்களை 'சோஷலிஸ்டுகள்' என்றும், தாங்கள் அதிகாரத்தைக் கைப்பற்றியதை ஒரு பெரிய 'புரட்சி' என்றும் ஏன் தங்களைக் கூறிக் கொள்கிறார்கள்? காரணம் ஜெர்மனியின் பரந்த உழைக்கும் மக்களின் உள்ளங்களில் உயிர்த்

துடிப்புடன் இடம் பெற்றுள்ள புரட்சியின்பால் அவர்களுக்குள்ள நம்பிக்கை, சோஷலிசத்தின்பால் அவர்களுக்குள்ள ஆர்வம் ஆகியவற்றைப் பயன்படுத்திக் கொள்ளப் பார்க்கிறார்கள்.

பாஸிஸம் தீவிரமான கடைகோடி ஏகாதிபத்திய வாதிகளின் நலவுரிமைகளுக்காகச் செயல்படுகிறது. ஆனால் அது ஒரு புறக்கணிக்கப்பட்ட கேவலமாக நடத்தப்பட்ட ஒரு தேசத்தின் கவுரவத்தைக் காப்பாற்ற முன் நிற்பதைப்போல் தன்னைக் காட்டிக் கொள்கிறது. அழிசெயலால் அவமதிக்கப்பட்ட தேசீய உணர்வுகளுக்கு வேண்டுகோள் விடுக்கிறது. ஜெர்மன் பாஸிஸம் அவ்வாறுதான் செய்தது. உதாரணமாக அது "வெர்செயில்ஸ் ஒப்பந்தத்தை எதிர்த்து" என்னும் கோஷத்தை வைத்துத்தான் ஜெர்மன் மக்களின் பேராதரவைப் பெற்றது.

பாஸிஸத்தின் குறிக்கோள் மக்களை எந்தவிதமான தங்குதடையுமின்றி ஆகக் கடுமையாகச் சுரண்டுவதாகும். ஆனால் அது பேசுவதெல்லாம் தேர்ச்சி மிக்க முதலாளித்துவ எதிர்ப்பு வாய் வீச்சாகும். கொள்ளைத்தனமான பூர்ஷ்வா வர்க்கம், பாங்குகள், முதலாளித்துவ கூட்டுக் கம்பெனி டிரஸ்ட்டுகள், நிதி மூலதனத் திமிங்கலங்கள் ஆகியவைகள் மீது உழைக்கும் மக்களுக்குள்ள மட்டற்ற வெறுப்பைப் பயன்படுத்திக் கொண்டு, அரசியல் பக்குவம் குறைவாக உள்ள மக்களுக்கு ஆசை வார்த்தை காட்டி கோஷங்களை முன் வைக்கும். ஜெர்மனியில் "தனி நபர்களின் நலன்களைக் காட்டிலும் பொது நலன்கள் உயர்ந்தவை முக்கியமானவை" என்னும் ஏமாற்று கோஷத்தை முன் வைத்தது. இத்தாலியில் "நமது அரசு முதலாளித்துவ அரசல்ல, ஆனால் ஒன்றிணைக்கப்பட்ட கூட்டரசாகும்" என்று கூறினர். ஜப்பானில் "சுரண்டல் அற்ற ஜப்பான்" என்றும் அமெரிக்க ஐக்கிய நாடுகளில் "செல்வத்தைப் பங்கு போட்டுக் கொள்வது" என்றும் இவ்வாறாக வாய்ப்பந்தல் அளக்கின்றனர்.

பாஸிஸம் மக்களை படு மோசமான பெரும் ஊழல் மிக்க பேராசை, லஞ்ச வெறி பிடித்த நபர்களின் வாய்த் தீனியாகத் தள்ளி விடுகிறது. ஆனால் மக்களுக்கு முன்பாக "ஒரு நேர்மையான, ஊழல் அற்ற சர்க்கார்" என்னும் கோரிக்கையுடன் வருகிறது. பூர்ஷ்வா-ஜனநாயக சர்க்கார்கள் மீது மக்களுக்குள்ள பிரமை தெளிவாக நீங்கியுள்ளதை ஊகம் செய்து மனக்கோட்டை கட்டிக் கொண்டு பாஸிஸம் வஞ்சகத் தனமாக ஊழலை எதிர்த்துப் பேசுகிறது. *(உதாரணமாக ஜெர்மனியில் பார்மாட் மற்றும் ஸ்க்லாரெக் விவகாரம், பிரான்ஸில் ஸ்டாவிஸ்கி விவகாரம், இன்னும் இதுபோல் எண்ணற்றவை.)*

மக்கள் ஏமாற்றமடைந்து பழைய பூர்ஷுவாக் கட்சிகளுக்கு கை கழுவி அதைவிட்டு வெளியே வரும்போது, பாஸிஸம் பூர்ஷுவா வர்க்கத்தின் ஆகப் பிற்போக்கான வட்டாரங்களின் நலவுரிமைகளுக்காக அம்மக்களை இடைமறிக்கிறது. ஆனால் அது, பூர்ஷுவா சர்க்கார்களை மிகக் கடுமையாக ஆவேசமாகத் தாக்குவதன் மூலம் பழைய, பூர்ஷுவாக் கட்சிகள்பால் மிகவும் கடுமையாக எந்தவித சமரஸமின்றியும் நடந்து கொள்வதன்மூலம் மக்களின் ஒரு நல்ல எண்ணத்தை உருவாக்கிவிடுகிறது

சிடுசிடுப்பான வெறுப்புணர்ச்சியிலும் வஞ்சகத்தில் பல வேறு வகையான பூர்ஷுவா கருத்தலைகளையும் மிஞ்சி நின்று பாஸிஸம் அந்தந்த நாட்டின் தேசிய சிறப்பியல்புகளுக்குத் தக்கபடியும் இன்னும் ஒரே நாட்டில் பலவேறு சமூகப் பிரிவுகளின் தனித் தன்மைகளுக்குத் தக்கப்படி தம் வாய்ச் சவடால்களை அமைத்துக் கொள்கின்றது. குட்டி பூர்ஷுவா ஜனப் பகுதியினர், இன்னும் தொழிலாளர்களின் ஒரு பகுதியினர் கூட கேவலமாக இல்லாமை, வறுமை, வேலையில்லாத் திண்டாட்டம், வாழ்க்கைப் பாதுகாப்பின்மை ஆகிய கொடுமைகளால் அவதிப்பட்டு விரக்தியடைந்து பாஸிஸத்தின் சமுதாய இனவெறி பிடித்த வாய்ச்சவடாலுக்கு இரையாகி விடுகின்றனர்.

புரட்சிகரமான பாட்டாளி வர்க்க இயக்கத்திற்கு எதிராக, அமைதியின்றி பெரிய இயக்கக் கிளர்ச்சியில் ஈடுபட்டுள்ள மக்களியக்கத்திற்கு எதிராகக் கடுமையான தாக்குதலைத் தொடுக்கும் கட்சியாகவே பாஸிஸம் அதிகாரத்திற்கு வருகிறது. இருப்பினும் அது அதிகாரத்திற்கு வரும்போது பூர்ஷுவா வர்க்கத்திற்கு எதிராக, “தேசம் முழுவதின்” சார்பில் தேசத்தின் ‘மீட்சிக்காக’ ஒரு “புரட்சிகரமான” இயக்கம் என்று கூறிக் கொண்டுதான் ஆட்சிக்கு வருகிறது. முஸோலினி ரோம் நகரத்தின் மீது “அணி வகுத்துச் சென்றது”, பில்சுடிஸ்கி வார்சா நகரத்தில் “அணிவகுத்தது”, ஜெர்மனியில் ஹிட்லர் “தேசீய சோஷலிசப் புரட்சி”யை நடத்தியது முதலியவை எடுத்துக் காட்டுகளாகும்.

ஆனால் பாஸிஸம் எத்தகைய ஒரு முகமூடியை அணிந்திருந்தாலும், எந்த வடிவத்தில் அது தன்னை காட்டிக்கொண்டாலும், எந்த வழிகளில் அது அதிகாரத்திற்கு வந்தாலும்-

பாஸிஸம் என்பது முதலாளித்துவம் உழைக்கும் மக்கள் மீது மிகவும் கொடூரமாக கோரமாக நடத்தும் தாக்குதலாகும்;

பாஸிஸம் என்பது கடிவாளம் இல்லாத இனவெறியும், ஆதிக்க வெறி பிடித்த யுத்தமுமாகும்;

பாஸிஸம் என்பது வெறிபிடித்த பிற்போக்குத்தனமும் எதிர்ப் புரட்சியுமாகும்;

பாஸிஸம் என்பது தொழிலாளி வர்க்கத்தின் சகல உழைக்கும் மக்களின் கொடிய விரோதியாகும்,

வெற்றி பெற்ற பாஸிஸம் மக்களுக்குக் கொண்டு வருவது என்ன?

பாஸிஸம், தொழிலாளர்களுக்கு 'நியாயச் சம்பளம்' கொடுக்கப் போவதாக வாக்குறுதியளித்தது. ஆனால் உண்மையில் அது மிகவும் குறைவான, ஒரு ஓட்டாண்டி வாழ்க்கைத் தரத்தைத்தான் தொழிலாளிக்குக் கொண்டு வந்தது. அது வேலையில்லாதோருக்கு வேலை கொடுக்கப் போவதாக வாக்குறுதி கொடுத்தது. ஆனால் உண்மையில் அது கொண்டு வந்தது இன்னும் கொடுமையான வேதனை மிக்க பட்டினி நிலையையும் கட்டாயமான அடிமை உழைப்பையும் தான். உண்மையில் தொழிலாளர்களையும் வேலையில்லாமல் திண்டாடுவோரையும் முதலாளித்துவ சமுதாயத்தின் கொத்தடிமைகளாக்கியது. அவர்களுடைய உரிமைகளையெல்லாம் பறித்துக் கொண்டது. அவர்களுடைய தொழிற்சங்கங்களை அழிக்கிறது. வேலை நிறுத்த உரிமையையும் தொழிலாளி வர்க்க பத்திரிகையையும் பறிமுதல் செய்கிறது. பாஸிஸ்டு ஸ்தாபனங்களில் கட்டாயப்படுத்திச் சேர்க்கிறது. அவர்களுடைய சமுதாய ஈட்டுறுதி நிதியைக் கொள்ளையடிக்கிறது. மில்களையும் தொழிற்சாலைகளையும் ராணுவக் கூடாரங்களைப் போல் மாற்றுகிறது. அங்கு தங்கு தடையற்ற முதலாளித்துவ சர்வாதிகார ஆட்சிதான் நிலவுகிறது.

பாஸிஸம், உழைக்கும் இளைஞர்களுக்கு ஓர் ஒளிமிக்க எதிர் காலத்திற்கான ராஜபாட்டை வகுத்துக் கொடுக்கப் போவதாக வாக்குறுதி கொடுத்தது. ஆனால் உண்மையில் அது கொண்டு வந்தது என்ன, மொத்தம் மொத்தமாக இளம் தொழிலாளர்கள் டிஸ்மிஸ் செய்யப்பட்டதும், லேபர் முகாம்கள் உருவாக்கப்பட்டதும், யுத்தத்திற்காக ராணுவத்திற்கு ஆள் சேர்த்ததும்தான்.

பாஸிஸம், அலுவலக ஊழியர்களுக்கும், சிறு அதிகாரிகளுக்கும், படிப்பாளிகளுக்கும், அறிவுத்துறை ஊழியர்களுக்கும் வாழ்க்கைப் பாதுகாப்பிற்கு உத்திரவாதம் கொடுக்க பெரிய முதலாளித்துவக் கம்பெனி டிரஸ்டுகளை ஒழிப்பதாகவும், பாங்க் மூலதனத்தின் கொள்ளை லாபத்தைத் துடைத்தெறிவதாகவும் வாக்குறுதி கொடுத்தது. ஆனால் உண்மையில் மேலும் அதிகமான நம்பிக்கையற்ற நிலையையும்

நாளைக்கு என்ன நடக்குமோ என்னும் உறுதியற்ற நிலையைத்தான் கொண்டு வந்தது. தனது நேரடி ஆட்களின் கூட்டத்தைக் கொண்ட ஒரு புதிய ஆதிக்க அதிகார வர்க்கத்திற்கு அவர்களை உட்படுத்தியது. டிரஸ்டுகளின் சகிக்க முடியாத சர்வாதிகாரத்தை நிறுவியுள்ளது. ஊழலை வளர்த்துள்ளது. அளவிட முடியாத அளவிற்கு சீரழிவைக் கொண்டு வந்துள்ளது.

பாஸிஸம், கெட்டழிந்து வறுமையில் உழலும் விவசாயிகளுக்கு, வட்டிக் கொடுமையிலிருந்து அவர்களை விடுவிப்பதாகவும், வாரம் குத்தகை முறைகளை ஒழிப்பதாகவும், நிலமில்லாத, கெட்டழிந்துள்ள விவசாயிகளுக்குச் சாதகமான முறையில் நஷ்டஈடுகூட இல்லாமல் நிலப் பிரபுத்துவத்தை ஒழித்துக் கட்டப்போவதாகவும்கூட வாக்குறுதி கொடுத்தது. ஆனால் உண்மையில் அது, உழைக்கும் விவசாயிகளை பெருமுதலாளித்துவ கூட்டுக் கம்பெனி டிரஸ்டுகளுக்கும் பாஸிஸ அரசாங்க எந்திரத்திற்கும் என்றுமில்லாத அளவில் அடிமை சேவகம் செய்யும் நிலையில் வைத்து, பெரிய நிலப்பிரபுக்களும், பாங்குகளும், லேவாதேவிக்காரர்களும் எல்லையில்லாத அளவில் பெரும் பகுதி விவசாயிகளைக் கொடுமையாகச் சுரண்டுவதற்கு ஏற்பாடு செய்கிறது.

"ஜெர்மனி ஒரு விவசாய நாடாகவே இருக்கும். இல்லாவிட்டால் அது ஒரு நாடாக இருக்கவே இருக்காது" என்று ஹிட்லர் ஆரவாரத்துடன் பிரகடனம் செய்தான். ஆனால் ஹிட்லரின் ஆட்சியில் விவசாயிகளுக்கு என்ன கிடைத்தது? ஒரு கடன் நிவாரணம் கிடைத்ததா? ஏற்கனவே இருந்த உத்தரவும்கூட ரத்து செய்யப்பட்டு விட்டது. அல்லது விவசாயிகளின் சொத்துக்களுக்கு வாரிசு உரிமையாவது கொடுக்கப்பட்டதா? அத்தகைய உரிமையில்லாமல் கோடிக் கணக்கான விவசாயிகளின் பிள்ளைகள் கிராமங்களிலிருந்து கசக்கி பிழியப்பட்டு ஓட்டாண்டிகளாக்கப்பட்டார்கள். விவசாயத் தொழிலாளர்கள் பண்ணையடிமைகளாக மாற்றப்பட்டார்கள். சுதந்திரமாக நடமாடுவதற்குள்ள சாதாரண உரிமைகூட அவர்களுக்கு மறுக்கப்பட்டது. உழைக்கும் விவசாயிகள் தங்களுடைய சொந்த நிலங்களில் உற்பத்தி செய்த பொருள்களை சந்தையில் கொண்டுபோய் விற்பனை செய்வதற்குள்ள வாய்ப்புகூட இல்லாமல் மறுக்கப்பட்டார்கள்.

போலந்தில் எப்படி?

ஸ்ஜாஸ் என்னும் போலந்து நாட்டுப் பத்திரிகை கீழ்க்கண்டவாறு எழுதுகிறது: "போலந்து விவசாயிகள் இன்னும் மத்திய காலத்தில் பயன்படுத்தப்பட்டு வந்த விவசாய முறைகளையும் சாதனங்களையும் தான் இன்னும் கையாண்டு வருகிறார்கள். அவன் தனது அடுப்பில் தீ

மூட்டி அதை அடுத்த வீட்டுக்காரனுக்கும் கொடுக்கிறான். அவன் தீப்பெட்டியைப் பிரித்து பலதாக்கி வைத்துக் கொள்கிறான். தான் தனது துணிகளை முக்கி எடுத்து மீதப்பட்ட அழுக்கு நிறைந்த சோப்புத் தண்ணீரை மற்றவர்களும் பகிர்ந்து பயன்படுத்த கொடுத்துதவுகிறான். மீன் முள்களை கொதிக்க வைத்து உப்புத் தண்ணீர் எடுத்துக் கொள்கிறான். இது ஒன்றும் கட்டுக் கதையல்ல. நாட்டுப் புறங்களிலுள்ள உண்மை நிலை இதுதான். இந்த உண்மைகளிலிருந்து நிலைமையை யாரும் தெளிவாகப் புரிந்து கொள்ள முடியும்.''

இதை எழுதியது ஒரு கம்யூனிஸ்ட் அல்ல தோழர்களே! இதை எழுதியது போலந்திலுள்ள ஒரு பிற்போக்குப் பத்திரிகை, ஆனால் இவ்வளவோடு நின்று விடவில்லை. இன்னும் எவ்வளவோ விவரங்கள் இருக்கின்றன.

தினந்தோறும் பாஸிஸ்ட் ஜெர்மனியின் கொடுஞ்சிறை முகாம்களிலும், ஜெர்மன் ரகசிய போலீஸான கெஸ்டபோக்களில் சித்திரவதை நிலவறைகளிலும், போலந்திலுள்ள கொடும்வதைக் கூடங்களிலும், பல்கேரியா, பின்லாந்து நாடுகளின் ரகஸியப் போலீஸின் தனி அறைகளிலும் பெல்கிரேடிலுள்ள ''கிளாவ்னியாச்சா''க்களிலும், ருமேனியாவிலுள்ள 'சிகுரான்ஸா'க்களிலும் இத்தாலிய தீவுகளிலும் தொழிலாளி வர்க்கத்தின், புரட்சிகரமான விவசாயிகளின் தலைசிறந்த புதல்வர்களில் சிலர், மனித குலத்தின் மகோன்னதனமான எதிர் காலத்திற்காகப் போராடும் கர்ம வீரர்கள் மிகவும் கொடுமையாகவும் கேவலமாகவும் சித்திரவதைகளுக்குள்ளாக்கப்படுகிறார்கள். இக்கொடுமைகள் ஜாரின் ரகசிய போலீஸின் அருவருக்கத்தக்க செயல்களைக் காட்டிலும் கொடுமையானவை. கொடுமைக்கார ஜெர்மானிய பாஸிஸ்டுகள், பெண்களுக்கு முன்னால் அவர்களுடைய கணவன்மார்களை நிறுத்தி அடித்து ரத்தம் சொட்டச் சொட்ட வதை செய்தார்கள். தாய்மார்களுக்கு அவர்களுடைய பிள்ளைகளைக் கொன்று பொசுக்கிய சாம்பலைப் பார்சல் செய்து அனுப்பி வைத்தார்கள். கருத்தடை அறுவைகளை ஓர் அரசியல் தண்டனையாக நிறைவேற்றினார்கள். சித்திரவதைக் கூடங்களில் பிடிபட்ட பாஸிஸ்ட் எதிர்ப்பாளர்களுக்கு விஷ ஊசி போட்டுக் கொன்றார்கள். சிலரைக் கை, கால்களை முறித்தும், கண்களை தோண்டி எடுத்தும், கட்டிப்போட்டு குளிர்ந்த தன்ணீரை மேலே இறைத்தும், பாஸிஸ்ட் சுவஸ்திக் சின்னத்தைப் போல் உடம்பில் சூடு போட்டும் பலவகைக் கொடுமையான சித்திரவதைகளைச் செய்தார்கள்.

புரட்சி வீரர்களுக்கு உதவி செய்வதற்காக நிறுவப்பட்டுள்ள சர்வதேச ஸ்தாபனமான சர்வதேச சிவப்பு உதவி ஸ்தாபனம் ஜெர்மனி, போலந்து, இத்தாலி, ஆஸ்டிரியா, பல்கேரியா, யுகோஸ்லேவியா முதலிய நாடுகளில் பாஸிஸ்டுகள் நடத்திய பயங்கர அடக்குமுறையினால் கொல்லப்பட்டவர்கள், காயமடைந்தவர்கள், அங்கஹீனமானவர்கள், சித்திரவதை செய்து சாகடிக்கப்பட்டவர்கள் ஆகியவர்களின் எண்ணிக்கையைப் பற்றித் தொகுத்துள்ள புள்ளி விவரக்குறிப்பு என்முன்பாக உள்ளது. ஜெர்மனியில் மட்டும் தேசீய சோஷலிஸ்டுகள் (நாஜிகள்) ஆட்சிக்கு வந்த பின்னர், தொழிலாளர்கள் விவசாயிகள், அலுவலக ஊழியர்கள், அறிவுத்துறை ஊழியர்கள் படிப்பாளிகள்--கம்யூனிஸ்டுகள், சோஷலிஸ்டுகள், எதிர்க்கட்சியாக இருந்த கிருஸ்தவ ஜனநாயக ஸ்தாபனங்களின் உறுப்பினர்கள் ஆகியோர்களில் பாஸிஸ்ட் எதிர்ப்பாளர்கள் 4200 பேர் படுகொலை செய்யப்பட்டார்கள், 17,800 பேர் கைது செய்யப்பட்டார்கள், 2, 18, 600 பேர் பலவகை சித்திரவதைகளுக் குள்ளாக்கப்பட்டு படுகாயமுற்றார்கள். ஆஸ்டிரியாவில் சென்ற ஆண்டில் பிப்ரவரியில் நடந்த போர்களுக்குப் பின்னர் அங்குள்ள 'கிரிஸ்டியன்' பாஸிஸ்ட் சர்க்கார், 1900 புரட்சிகரத் தொழிலாளர்களைப் படுகொலை செய்துள்ளது. 10,000 பேர்களைப் படுகாயப்படுத்தியும் அங்கக் குறைப்பு செய்துள்ளது. 40,000 பேர்களைக் கைது செய்துள்ளது. இந்த விவரங்கள், தோழர்களே, மிகவும் சுருக்கமானவை தான், முழுமையானவைகளல்ல.

பல பாஸிஸ்ட் நாடுகளில் உழைக்கும் மக்கள் படும் துன்ப துயரங்களைப் பற்றிய வேதனையை நினைக்கும்போது நமக்கு ஏற்படும் ஆத்திரத்தையும் கோபாவேசத்தையும் பற்றி விவரித்துக் கூற வார்த்தைகள் போதாது. மேலே குறிப்பிட்டுள்ள புள்ளி விவரங்கள் பல முதலாளித்துவ நாடுகளின் தொழிலாளி வர்க்கம் தனது அன்றாட வாழ்க்கையில் படும் பச்சைக் கொடுமைகள், சித்திரவதை, சுரண்டல் காரணமாய் அடையும் வேதனைகளின் உண்மையான அளவில் நூற்றில் ஒரு பங்கைக்கூடப் பிரதிபலிக்கவில்லை. பாஸிஸம் உழைக்கும் மக்கள் மீது நடத்தியுள்ள காட்டுமிராண்டித் தனமான கொடுமைகளைச் சித்திரிக்க வேண்டுமானால் பல பெரிய ஏடுகளிலும் அடங்காது.

பாஸிஸ்ட் படுகொலையாளிகளுக்கெதிராக நமக்கு ஏற்பட்டுள்ள வெறுப்பு, ஆத்திர உணர்ச்சிப் பெருக்குடன் மறக்க முடியாத நமது அருமைத் தியாகச் செம்மல்கள் ஜெர்மனியில் ஜான்ஷுர், பியட் ஷுல்ஸ், லுட் ஜென்ஸ், ஆஸ்திரியாவில் கோலாமான் வாலிஷ், மூனிச் ரியத்தர். ஹங்கேரியில் சாலய், பர்ஸ்ட். பல்கேரியாவில் கோபார்ஜீவ்,

லூடிபு ரோஸ்கி, வைக்கோவ் ஆகிய தோழர்களின் நினைவாக, பாஸிஸத்திற்கெதிரான போராட்டத்தில் தங்கள் இன்னுயிரை அர்ப்பணித்த ஆயிரம் ஆயிரம் கம்யூனிஸ்டுகள், சோஷல் டெமாக்ரட்டுகள், கட்சி சார்பற்ற தொழிலாளர்கள், விவசாயிகள், முற்போக்கு எண்ணம் கொண்ட படிப்பாளிகள் ஆகிய எண்ணற்ற தியாகிகளின் நினைவாக கம்யூனிஸ்ட் அகிலத்தின் செம்பதாகையைத் தாழ்த்துவோம்.

இந்த மேடையிலிருந்து ஜெர்மன் பாட்டாளி வர்க்கத்தின் தலைவரும் இந்தக் காங்கிரஸின் கௌரவத் தலைவருமான தோழர் தால்மான் அவர்களுக்கு நமது வாழ்த்துக்களைத் தெரிவித்துக் கொள்கிறோம் (எல்லோரும் எழுந்து நின்று பலத்த கரகோஷம் செய்கின்றனர்). தோழர்கள் ரகோசி, கிராம்ஷி, ஆன் ககாலியன், யாங்கோ பனோவ் ஆகியோருக்கும் நமது வாழ்த்துக்கள் (எல்லோரும் எழுந்து நின்று கரகோஷம் செய்கின்றனர்). எதிர்ப்புரட்சியாளர்களால் சிறை வைக்கப்பட்டுள்ள ஸ்பானிஷ் சோஷலிஸ்டுகளின் தலைவரான காபெல்லரோ அவர்களுக்கும், பதினெட்டு ஆண்டுக்காலமாய் சிறையில் வாடிக்கொண்டிருக்கும் டாம் மூனி அவர்களுக்கும், முதலாளித்துவம் பாஸிஸம் ஆகியவற்றின் சிறைக் கூடங்களில் அடைபட்டு அவதியுறும் ஆயிரக்கணக்கான தோழர்களுக்கும் நமது வாழ்த்துக்களைத் தெரிவித்துக் கொள்கிறோம் (நீண்ட கரகோஷம்). அந்த அருமைத் தோழர்களுக்கு நாம் சொல்லிக் கொள்கிறோம்: "போராட்டத்தில் நிற்கும் அருமைச் சோதரர்களே! நமது தோளோடு தோள் நிற்கும் உடன் பிறந்தோரே, உங்களை நாங்கள் மறக்கவில்லை. உங்களுடன் நாங்கள் சேர்ந்து நிற்கிறோம். எங்கள் வாழ்க்கையின் ஒவ்வொரு மணி நேரத்தையும் எங்கள் உடம்பின் ஒவ்வொரு துளி ரத்தத்தையும் அவமானகரமான பாஸிஸ்ட் ஆட்சியிலிருந்து உங்களை விடுதலை செய்வதற்கும் சகல உழைக்கும் மக்களையும் விடுதலை செய்விக்கவும் சமர்ப்பிப்பதற்குத் தயாராக இருக்கிறோம்" (எல்லோரும் எழுந்து நீண்ட கரகோஷம்).

தோழர்களே! லெனின் அவர்கள் நம்மை எச்சரித்திருக்கிறார். பூர்ஷுவா வர்க்கம் காட்டுமிராண்டித்தனமான அச்சுறுத்தல் மூலம் உழைக்கும் மக்கள் மீது மேலாதிக்கம் செலுத்துவதில் வெற்றி பெறலாம். வளர்ந்து கொண்டிருக்கும் புரட்சிகர சக்திகளை சிறிது காலம் தடுத்து நிறுத்துவதில் வெற்றி பெறலாம். ஆனால் அது அவர்களை அழிவிலிருந்து காப்பாற்றி விடாது.

லெனின் கீழ்க்கண்டவாறு எழுதினார்: "வாழ்க்கை தனக்குத்தானே உறுதிப்படுத்தும். பூர்ஷுவா வர்க்கம் வெறி கொண்டு ஆர்ப்பரிக்கட்டும். அளவு கடந்த ஆத்திரம் கொண்டு வேலை செய்யட்டும். அக்கிரமத்தின் கடை கோடிக்குச் செல்லட்டும். முட்டாள்தனமான பல காரியங்களில் ஈடுபடட்டும். முன் கூட்டியே போல்ஷிவிக்குகள் மீது பழி தீர்த்துக் கொள்ளட்டும். நூற்றுக்கணக்கான ஆயிரக்கணக்கான பல லட்சக்கணக்கான நேற்றைய போல்ஷிவிக்குகளையும் நாளைய போல்ஷிவிக்குகளையும் (இந்தியா, ஹங்கேரி, ஜெர்மனி முதலிய நாடுகளில்) கொன்றழிப்பதற்கு முயற்சி செய்து பார்க்கட்டும். இவ்வாறு செய்வதன்மூலம், இதுவரை வரலாறு கல்லறை கட்டிய எல்லா வர்க்கங்களும் செய்த அதே காரியங்களைத்தான் பூர்ஷுவா வர்க்கமும் செய்கிறது. எப்படியிருப்பினும் எதிர்காலம் நமதுதான் என்பதைக் கம்யூனிஸ்டுகள் தெளிவாக உணரவேண்டும். எனவே பூர்ஷுவா வர்க்கத்தின் ஆத்திரம் கொண்ட வெறித் தாக்குதல்களை மிகவும் அமைதியாக இருந்து மிகவும் நிதானத்துடன் நின்று நிர்ணயித்து அத்துடன் சேர்த்து மகத்தான புரட்சிப் போராட்டத்தில் நமது தீவிரமான உணர்ச்சிப் பெருக்கத்தையும் சேர்த்து இணைக்க வேண்டும், இணைக்க முடியும்."*

அய்யே, நாமும், உலகம் முழுவதிலுமுள்ள பாட்டாளி வர்க்கமும், லெனினும், ஸ்டாலினும் சுட்டிக் காட்டியுள்ள பாதையை உறுதியாகக் கடைப்பிடிப்போமானால், எந்த நிலைமையிருந்தாலும் பூர்ஷுவா வர்க்கம் நிச்சயம் அழிந்தே தீரும்.

பாஸிஸத்தின் வெற்றி தவிர்க்க முடியாததா?

பாஸிஸம் வெற்றி பெற முடிந்தது ஏன்? எவ்வாறு?

பாஸிஸம் தொழிலாளி வர்க்கத்தின் உழைக்கும் மக்களின் ஆகக்கொடுமையான விரோதியாகும். பாஸிஸம் பத்தில் ஒன்பது பங்கு ஜெர்மானிய மக்களின் பகைவனாகும். பத்தில் ஒன்பது பங்கு ஆஸ்திரிய மக்களின் பத்தில் ஒன்பது பங்கு இதர பாஸிஸ்ட் நாடுகளிலுள்ள மக்களின் பகைவனாகும். எப்படி, எந்த வழியில் இத்தகைய கொடுமைமிக்க விரோதி வெற்றி பெற முடியும்?

பாஸிஸம் அதிகாரத்திற்கு வருவதற்கு சாத்தியப் படுவதற்குப் **பிரதான காரணம்,** சமூக-ஜனநாயக (சோஷியல்-டெமாக்ரட்ஸ்)க்

---

* லெனின் எழுதிய "இடதுசாரி" கம்யூனிசம், ஒரு சிறுபிள்ளைக் கோளாறு. தொகுப்பு நூல்கள், மாஸ்கோ பதிப்பு, வால்யூம் II, பக்கம் 833.

கட்சிகளின் தலைவர்கள் பூர்ஷுவா வர்க்கத்துடன் வர்க்க சமரஸம் செய்து உடந்தையோடு இருக்கும் கொள்கையை அனுசரிப்பதால் தொழிலாளி வர்க்கம் பிளவுபட்டு, அரசியல் ரீதியிலும் ஸ்தாபனத் துறையிலும் , பலமிழந்து வலுவிழந்து, பூர்ஷுவா வர்க்கத்தின் கடும் தாக்குதலுக்கு முன்பாக நிராயுதபாணியாகி செயலிழந்து நிற்கிறது. மறுபக்கம் சோஷியல் டெமாக்ரட்டுகள் எவ்வாறு இருப்பினும் அவர்களையும் சமாளித்து, மக்களைத் தட்டி எழுப்பி பாஸிஸத்திற்கு எதிரான ஒரு முடிவான போராட்டத்தை வெற்றிகரமாகத் தலைமை தாங்கும் அளவுக்கு சக்தி படைத்ததாக பலமுள்ளதாகக் கம்யூனிஸ்ட் கட்சிகள் இல்லை.

இப்போது சோஷியல் டெமாக்ரடிக் கட்சிகளைச் சேர்ந்த கோடிக்கணக்கான சாதாரண தொழிலாளர்கள் அவர்களுடைய கம்யூனிஸ்ட் சகோதரர்களுடன் சேர்ந்து நின்று பாஸிஸ்ட் காட்டுமிராண்டிகளின் பயங்கரக் கொடுமைகளை அனுபவித்துக் கொண்டிருப்பதை அது பிரதிபலிக்கிறது. 1918-ம் ஆண்டில் ஜெர்மனியிலும், ஆஸ்திரியாவிலும் புரட்சி வெடித்த பொழுது, ஆஸ்திரிய ஜெர்மன் பாட்டாளி வர்க்கம், ஆஸ்திரியாவில் ஒட்டோ பவர், பிரடரிக் அட்லர், காரல் ரென்னர், ஜெர்மனியில் ஏபர்ட், ஷீட் எம்மன் போன்ற சோஷியல் டெமாக்ரட் கட்சித் தலைவர்களுக்குப் பின் செல்லாமல் ரஷ்ய போல்ஷிவிக்குகள் சென்ற வழியை லெனினும் ஸ்டாலினும் வகுத்த வழியை பின் பற்றியிருப்பார்களேயானால் இன்று ஆஸ்திரியாவிலோ அல்லது ஜெர்மனியிலோ, இத்தாலியிலோ அல்லது ஹங்கேரியிலோ, போலந்திலோ அல்லது பால்கன் நாடுகளிலோ பாஸிஸம் வந்திருக்காது. ஐரோப்பிய நிலைமைகளின் எஜமானர்களாக பூர்ஷுவா வர்க்கமல்ல தொழிலாளி வர்க்கம் வெகு காலத்திற்கு முன்னரேயே இடம் பெற்றிருக்கும் (கரகோஷம்).

ஆஸ்திரிய சோஷியல் டெமாக்ரடிக் கட்சியை உதாரணத்திற்கு எடுத்துக் கொள்ளுங்கள். 1918-ம் ஆண்டு நடந்த புரட்சி அக்கட்சியை மிகவும் மேலான நிலைக்கு உயர்த்தியது. அது அரசியல் அதிகாரத்தைத் தனது கையில் கொண்டிருந்தது. ராணுவத்திலும், அரசாங்க எந்திரத்திலும் அதற்கு பலமான இடம் இருந்தது. இந்த வலுவான நிலையைச் சாதகமாகப் பயன்படுத்திக் கொண்டு பாஸிஸத்தை முளையிலே கிள்ளி எறிந்திருக்க முடியும். ஆனால் அது தொழிலாளி வர்க்கத்தின் தளங்களை ஒவ்வொன்றாக எந்த விதமான எதிர்ப்பும் இல்லாமல் எதிரியிடம் சரணடைந்து ஒப்படைத்தது. பூர்ஷுவா வர்க்கம் அதிகாரத்தைப் பலப்படுத்தவும், அரசியல் சாசனத்தை ரத்து

செய்யவும், அரசாங்க எந்திரத்திலிருந்து, ராணுவத்திலிருந்து, போலீஸ் படையிலிருந்து எண்ணற்ற சோஷியல் டெமாக்ரட்டுகளைக் களைந்து வெளியே எடுத்தெறியவும் அனுமதித்து இடம் அளித்தது. படைக்கலத் தளங்களை தொழிலாளர்களிடமிருந்து பிடுங்கி வெளியே எடுத்துக் கொள்ள அனுமதித்து விட்டது. அது பாஸிஸ்ட் கொள்ளைக்காரர்கள் சமூக-ஜனநாயக ஊழியர்களை வேறு தண்டனையின்றி படுகொலை செய்ய அனுமதித்தது. ஹுட்டன்பர்க் ஒப்பந்தத்தின் நிபந்தனைகளை ஒப்புக்கொண்டது. இந்த ஒப்பந்தம் பாஸிஸ்ட் நபர்கள் தொழிற் சாலைகளுக்குள் நுழைவதற்கு இடமளித்தது. அதே சமயத்தில் அந்த சமூக-ஜனநாயகத் தலைவர்கள் லின்ஸ் வேலைத் திட்டத்தை முன்வைத்து தொழிலாளர்களை ஏமாற்றினார்கள். அந்த வேலைத் திட்டத்தில் பூர்ஷுவா வர்க்கத்திற்கு எதிராக ஆயுத பலத்தைப் பிரயோகிப்பதற்கான சாத்தியப்பாட்டிற்குப் பதிலாக, ஒரு பாட்டாளி வர்க்க சர்வாதிகாரத்தை ஸ்தாபிப்பதற்குப் பதிலாக மாற்றுத் திட்டம் கூறப்பட்டது. ஒருவேளை ஆளும் வர்க்கம் தொழிலாளி வர்க்கத்திற்கு எதிராக ஆயுத பலத்தை உபயோகித்தால் அப்போது கட்சி ஒரு பொது வேலை நிறுத்தத்திற்கும் ஆயுதப் போராட்டத்திற்கும் அறைகூவல் விடுக்கும் என்றும் வாக்குறுதி அளித்தது. தொழிலாளி வர்க்கத்தின் மீது பாஸிஸ்ட் தாக்குதலுக்கான தயாரிப்புக் கொள்கை அத்தனையும் அரசியல் சட்ட வடிவங்களின் போர்வையில் தொழிலாளி வர்க்கத்தின் மீது தொடுக்கப்படும் தொடர்ச்சியான வன்முறைச் செயல்கள் அல்லாதது போல் கூறினார்கள். பிப்ரவரி போராட்டத்தின் போதும் அதற்கு சற்று முன்னரும் ஆஸ்திரிய சமூக-ஜனநாயகக் கட்சித் தலைவர்கள் வீரத்தோடு போராடிய ஷுட்ஸ்பண்ட்களைத் தனியே விட்டு, மக்களிடமிருந்து தனிமைப்படுத்தி ஆஸ்திரியப் பாட்டாளி வர்க்கத்தைத் தோல்விப் படுகுழியில் தள்ளியது.

ஜெர்மனியில் பாஸிஸத்தின் வெற்றி தவிர்க்க முடியாததா? இல்லை. ஜெர்மன் தொழிலாளி வர்க்கம் அதை தடுத்திருக்க முடியும்.

ஆனால் அவ்வாறு செய்வதற்கு தொழிலாளி வர்க்கம் ஒரு ஒன்றுபட்ட பாஸிஸ்ட் எதிர்ப்பு பாட்டாளி வர்க்கக் கூட்டணியை நிறுவ நிர்ப்பந்தித்திருக்க வேண்டும். சமூக ஜனநாயகக் கட்சித் தலைவர்களை கம்யூனிஸ்டுகளுக்கு எதிரான அவதூறுகள் செய்வதை நிறுத்தச் சொல்லி நிர்ப்பந்தித்திருக்க வேண்டும். பாஸிஸ்டுகளுக்கு எதிராக ஒன்றுபட்ட இயக்கத்தை நடத்த கம்யூனிஸ்டுகள் மீண்டும் மீண்டும் கொடுத்த பிரேரேபணைகளை ஒப்புக் கொள்ளும்படி சமூக-ஜனநாயகக் கட்சித் தலைவர்களை நிர்ப்பந்தித்திருக்க வேண்டும்.

பாஸிஸம் முன்னேறித் தாக்கிக் கொண்டிருந்தபோது, பூர்ஷுவா வர்க்கம் சாதாரண பூர்ஷுவா ஜனநாயக உரிமைகளைக் கூட ஒவ்வொன்றாக ஒழித்துக் கட்டிக் கொண்டிருந்த பொழுது தொழிலாளி வர்க்கம் சமூக ஜனநாயகக் கட்சியின் வெறும் சொல்லளவிலான தீர்மானங்களோடு மட்டும் திருப்தி அடைந்து இருந்திருக்கக் கூடாது. ஆனால் அதற்கு ஓர் உண்மையான வெகுஜனப் போராட்டத்தின் மூலம் சரியான பதிலடி கொடுத்திருக்க வேண்டும். அவ்வாறு செய்திருந்தால் ஜெர்மன் பூர்ஷுவா வர்க்கத்திற்கு தங்களுடைய பாஸிஸ்ட் திட்டங்களை நிறைவேற்ற முடியாமல் போயிருந்திருக்கும்.

சிவப்பு அணிப் போராட்ட லீக் ஸ்தாபனத்தை புரூன், செவரின் சர்க்கார் தடை செய்ததை அனுமதித்திருக்கக் கூடாது. பத்து லட்சம் உறுப்பினர்களைக் கொண்டுள்ள ரீச்பானர் (சமூக ஜனநாயகக் கட்சியின் பயிற்சி பெற்ற ஆயுதத் தொண்டர்படை) நிறுவனத்திற்கும் லீக் நிறு வனத்திற்கும் இடையில் போராட்ட இணைப்பை ஏற்படுத்தி இருக்க வேண்டும். புரூன், செவரின் சர்க்காரை, பாஸிஸ்ட் கூட்டத்தை எதிர்த்துத் தகர்த்தெறிவதற்காக அந்த இரு படைகளையும் முழு ஆயுத பாணியாக்கும்படி நிர்ப்பந்தித்திருக்க வேண்டும்.

பிரஷ்ய சர்க்காரின் தலைமையில் இருந்த சமூக-ஜனநாயகக் கட்சித் தலைவர்களை, பாஸிஸத்திற்கு எதிராக தற்காப்பு நடவடிக்கைகள் எடுக்கும்படியும், பாஸிஸ்ட் தலைவர்களைக் கைது செய்யும்படியும், அவர்களுடைய பத்திரிகையை அச்சகத்தை மூடும்படியும், அவர்களுடைய பொருளாயத செல்வாதாரங்களையும், பாஸிஸ்ட் ஸ்தாபனங்களுக்கு உதவி செய்யும் முதலாளிகளின் செல்வாதாரங்களையும் பறிமுதல் செய்யும்படியும், பாஸிஸ்ட் ஸ்தாபனங்களைக் கலைக்கும்படியும், அவர்களுக்கு ஆயுதங்கள் இல்லாமல் தடுக்கும்படியும் இன்னும் இம் மாதிரி நடவடிக்கைகள் எடுக்கும்படி நிர்ப்பந்தித்திருக்க வேண்டும்.

மேலும், சமுதாய உதவிக்கான எல்லா ஏற்பாடுகளையும் திரும்பவும் ஸ்தாபிக்கவும் அவைகளை விஸ்தரிக்கவும், விவசாயிகளுக்கு கடன் நிவாரணமும் நெருக்கடி நிவாரண அனுகூலங்கள் கிடைக்கவும் இதற்காக பாங்குகள், பெரிய கூட்டுக் கம்பெனி டிரஸ்டுகள் ஆகியவற்றிற்கு வரி விதிக்கவும் நடவடிக்கைகள் எடுத்திருக்க வேண்டும். அதன் மூலம் அதற்கு உழைக்கும் விவசாயிகளின் ஆதரவு கிடைத்திருக்கச் செய்திருக்க வேண்டும். இவைகளைச் செய்யாமலிருந்தது ஜெர்மனியின் சமூக-ஜனநாயகக் கட்சியின் தவறாகும். அதனால் தான் அங்கு பாஸிஸம் வெற்றி பெற முடிந்தது.

அடுத்தது ஸ்பெயின் தேசத்தில் பாட்டாளி வர்க்கச் சக்திகளின் பேரெழுச்சிக் கலகங்களும் விவசாயிகளின் கலகங்களும் மிகவும் சாதகமாகவே ஒன்றிணைந்து நின்று கொண்டிருக்கும் நாடு. அங்கு பூர்ஷுவா வர்க்கங்களும் பிரபுக்களும் வெற்றி பெற்றிருக்க வேண்டுமா? அதைத் தவிர்த்திருக்க முடியாதா?

ஸ்பானிஷ் சோஷலிஸ்டுகள் புரட்சியின் ஆரம்ப நாட்களிலிருந்தே சர்க்காரில் இருந்தார்கள். அவர்கள், கம்யூனிஸ்டுகள், அனார்க்கிஸ்டுகள் உள்ளிட்டு சகல அரசியல் கருத்துக்களையும் கொண்ட தொழிலாளி வர்க்க ஸ்தாபனங்களுக்கிடையில் போராட்ட இணைப்பை உண்டாக்கினார்களா? தொழிலாளி வர்க்கத்தை ஒரே தொழிற்சங்க ஸ்தாபனத்தில் ஒன்றிணைத்தார்களா? அவர்கள், நிலப்பிரபுக்கள், மாதா கோவில்கள், மடாலயங்கள் ஆகியோருக்குச் சொந்தமான நிலங்களையெல்லாம் விவசாயிகளுக்குச் சாதகமாகப் பறிமுதல் செய்ய வேண்டுமென்று கோரினார்களா? அதன் மூலம் விவசாயிகளையும் புரட்சியின் பக்கம் கொண்டு வந்தார்களா? காட்டலோனியர்களுக்கும், பாஸ்க்யூக்களுக்கும் தேசீய சுய நிர்ணய உரிமை வேண்டும் என்றும் மொராக்கோவின் சுதந்திரத்திற்கும் போராடுவதற்கு முயற்சித்தார்களா? ராணுவத்திலிருந்து மன்னராதரவு நபர்களையும் பாஸிஸ்டு நபர்களையும் களை எடுத்தார்களா? அதன் மூலம் ராணுவத்தை தொழிலாளர்கள், விவசாயிகள் பக்கம் திருப்புவதற்கான தயாரிப்பு செய்தார்களா? மக்கள் கடுமையாக வெறுப்படைந்துள்ள, ஒவ்வொரு மக்களியக்கத்தையும் ரத்தத்தில் மூழ்கடித்த சிவில் பாதுகாப்புப் படையைக் கலைத்தார்களா? கில்ரோ பிள்ஸின் பாஸிஸ்டுக் கட்சியையும் கத்தோலிக்க சர்ச்சின் கொடுமையையும் அடித்து நொறுக்கினார்களா? இல்லை. இந்தக் காரியங்கள்? எதையும் அவர்கள் செய்யவில்லை. பூர்ஷுவா-நிலப்பிரபுத்துவ பிற்போக்கு, பாஸிஸ்ட் சக்திகளின் தாக்குதல்களுக்கு எதிராக ஒன்றுபட்ட நடவடிக்கை எடுக்க வேண்டும் என்று திரும்பத் திரும்ப கம்யூனிஸ்டுகள் கொடுத்த பிரேரணைகளை அவர்கள் நிராகரித்தார்கள். அவர்கள் ஒரு தேர்தல் சட்டத்தை நிறைவேற்றினார்கள். அந்த சட்டம் பாராளுமன்றத்தில் பிற்போக்கு சக்திகள் பெரும்பான்மை பெறுவதற்கு வழி வகுத்தது. அந்த சட்டம் வெகுஜன இயக்கங்களைத் தடுத்து தண்டனை கொடுத்தது. அந்த சட்டத்தின் கீழ்தான் வீரம் மிக்க போராட்டத்தை நடத்திய அஸ்டூரியாஸ் சுரங்கத் தொழிலாளர்கள் மீது வழக்குகள் தொடரப்பட்டு நடந்து கொண்டிருக்கின்றன. நில உரிமைக்காகப் போராடிக் கொண்டிருக்கும் விவசாயிகளை சிவில் பாதுகாப்புப் படை சுட்டுத் தள்ளச் செய்தது. இன்னும் இத்தியாதி பல.

இந்த வழியில் தான் சமூக-ஜனநாயக வாதிகள் தொழிலாளி வர்க்க அணிகளைச் சின்னாபின்னப்படுத்தி, பிளவுபடுத்தி, ஜெர்மனி, ஆஸ்திரியா, ஸ்பெயின் முதலிய நாடுகளில் பாஸிஸம் அதிகாரத்திற்கு வருவதற்கு பாதையைச் செப்பனிட்டுக் கொடுத்தது.

தோழர்களே! பாஸிஸம் வெற்றி பெற்றதற்கு தொழிலாளி வர்க்கம் தனது இயல்பான நேச சக்திகளிடமிருந்து தனிமைப்பட்டு நின்றதும் ஒரு காரணமாகும். பாஸிஸம் வெற்றி பெற்றதன் காரணம், அது பெரும்பகுதி விவசாயிகளை வென்றெடுத்தது. சமூக-ஜனநாயக வாதிகள் தொழிலாளி வர்க்கத்தின் பெயரில் உண்மையில் ஒரு விவசாயி விரோதக் கொள்கையை அனுசரித்தது . விவசாயி பல சமூக-ஜனநாயக சர்க்கார்கள் அதிகாரத்தில் இருந்ததைக் கண்டான். அவை அவனுடைய கண்களில் தொழிலாளி வர்க்க அதிகாரத்தின் வடிவங்களாகவேபட்டது. ஆனால் அந்த சர்க்கார்கள் ஒன்றுகூட விவசாயிகளின் தேவைகளைப் பூர்த்தி செய்யவில்லை, அவர்களின் வறுமையைப் போக்கவில்லை. விவசாயிக்கு நிலம் கொடுக்கவில்லை. ஜெர்மனியில் சமூக - ஜனநாயக வாதிகள் நிலப் பிரபுக்களைத் தொடவேயில்லை. விவசாயத் தொழிலாளர்களின் வேலை நிறுத்தங்களை எதிர்த்துப் போரிட்டார்கள். அதன் விளைவாக, ஹிட்லர் அதிகாரத்திற்கு வருவதற்கு நீண்ட நாட்களுக்கு முன்பே ஜெர்மனியின் விவசாயத் தொழிலாளர்கள் சீர்திருத்த வாத தொழிற்சங்கங்களைக் கைதிட்டு பெரும்பாலானவர்கள் ஸ்டால்ஹெல்மிற்கும், தேசீய சோஷலிஸ்டுகள் பக்கமும் சென்று கொண்டிருந்தார்கள்.

பாஸிஸம் வெற்றி பெற்றதற்கு அடுத்த ஒரு காரணம் அது இளைஞர்களின் அணிகளில் ஊடுருவியதாகும். சமூக-ஜனநாயக வாதிகள் தொழிலாளி வர்க்க இளைஞர்களை வர்க்கப் போராட்டத்திலிருந்து திசை திருப்பியது. அதே சமயத்தில் புரட்சிகரமான பாட்டாளி வர்க்கம் இளைஞர்களுக்கிடையில் தேவையான கல்வி போதத்தை வளர்க்கவில்லை. இளம் தொழிலாளர்களின் குறிப்பிட்ட நலவுரிமைகளுக்காகவும் கோரிக்கைகளுக்காகவுமான போராட்டத்தில் போதுமான கவனம் செலுத்தவில்லை. பாஸிஸம் இளைஞர்களின் தீவிரச் செயல்களுக்கான கூர்மையான தேவையைக் கிரகித்துக் கொண்டு இளைஞர்களின் கணிசமான பகுதியைத் தங்கள் போராடும் அணிகளில் கவர்ந்து இழுத்துக் கொண்டது. இளம் ஆண், பெண்களுடைய புதிய தலைமுறை யுத்தத்தின் கொடுமைகளை நேரில் கண்டு அனுபவித்ததில்லை. பொருளாதார நெருக்கடி, வேலையில்லாத் திண்டாட்டம், பூர்ஷுவா ஜனநாயகத்தின் சீரழிவு ஆகியவற்றின் முழு

பாரத்தையும் உணர்ந்தார்கள். எதிர்காலத்திற்கு எந்த வாய்ப்பும் காண முடியாமல் ஏராளமான இளைஞர்கள் பாஸிஸ்டுகளின் வாய்ச் சவடாலுக்கு மயங்கி அவர்களுக்கு செவிகொடுத்தனர், பாஸிஸ்டு வாய்ப்பந்தல் அவர்களுக்கு பாஸிஸம் வெற்றி பெற்றால் ஒரு கவர்ச்சி மயமான எதிர்காலம் இருக்கும் என்று படம் தீட்டிக் காட்டியது.

இது சம்பந்தமாகக் குறிப்பிடும்போது கம்யூனிஸ்டுக் கட்சிகள் செய்த பல தவறுகளையும் குறிப்பிடுவதைத் தவிர்க்க முடியாது. அந்தத் தவறுகள் பாஸிஸத்திற்கு எதிரான நமது போராட்டத்திற்கு இடையூறாக இருந்தது.

நமது அணிகளில் சிலர் பாஸிஸ்டு அபாயத்தைப் பற்றி சகிக்க முடியாதபடி குறைத்து மதிப்பிட்டார்கள். இந்தப் போக்கை இன்று வரை நாம் எல்லா இடங்களிலும் சமாளிக்க முடியவில்லை. இந்த வகையான கருத்தை நாம் முன்பும் கண்டிருக்கிறோம். "இத்தாலியல்ல ஜெர்மனி" என்று நமது கட்சிகளில் கருத்து வந்தது. அதன் பொருள், பாஸிஸம் இத்தாலியில் வெற்றி பெற்றிருக்கலாம். ஆனால் ஜெர்மனியில் அதன் வெற்றி என்னும் பேச்சுக்கே இடமில்லை. காரணம், ஜெர்மனி தொழில் துறையிலும் கலாச்சாரத்துறையிலும் மிகவும் வளர்ச்சியடைந்த நாடு, தொழிலாளி வர்க்க இயக்கத்தில் 40 ஆண்டுக்கால அனுபவமும் பாரம்பரியமும் கொண்டநாடு. அந்நாட்டில் பாஸிஸம் என்பது சாத்தியமேயில்லை என்று கூறினர். மற்றொரு வகைக் கருத்து நம்மிடையே தோன்றுவது "பழமை மரபுச் சிறப்பு" மிக்க பூர்ஷுவா ஜனநாயகம் வேரூன்றியுள்ள நாடுகளில் பாஸிஸம் முளைப்பதற்கான வளம் உள்ள மண் கிடையாது என்னும் கருத்து நிலவுகிறது. அத்தகைய கருத்துக்கள் பாஸிஸ்டு அபாயத்தைப் பற்றிய நமது உஷார்த் தன்மையை பலவீனப்படுத்தி விடலாம், பலவீனப்படுத்தியும் உள்ளது. பாஸிஸத்திற்கு எதிரான போராட்டத்தில் பாட்டாளி வர்க்கத்தைத் திரட்டுவதில் இத்தகைய தவறான கருத்துக்களினால் பல சிரமங்கள் ஏற்பட்டுள்ளன.

பாஸிஸ்டு "திடீர் புரட்சிகள்", ஏற்பட்டபோது எதிர்பாராமல் செய்வதொன்றுமறியாதபடி கம்யூனிஸ்டுகள் இருந்ததற்கு எடுத்துக்காட்டுகள் காட்டமுடியும். பல்கேரியாவில் எண்ணிப் பாருங்கள். 1923-ம் ஆண்டு ஜூன் மாதம் 9-ம் தேதி "திடீர் ஆட்சி" ஏற்பட்டபோது நமது கட்சியின் தலைமை 'நடு நிலைமை' யாக இருப்பதாகக் கூறி உண்மையில் ஒரு சந்தர்ப்பவாத நிலைதான் எடுத்தது. 1926 மே மாதத்தில் போலந்தில் போலந்து புரட்சி சக்திகளின்

உந்து சக்திகளைப் பற்றி ஒரு தவறான கணிப்பு செய்து, பில்சுட்ஸ்கியின் திடீர் ஆட்சியின் பாஸிஸ்ட் தன்மை உணராமல் சம்பவங்களுக்குப் பின்னால் வால் பிடித்துச் சென்றனர். பின்லாந்தில் நமது கட்சி அங்கு மிகவும் மெதுவாகவும் படிப்படியாகவும்தான் பாஸிஸ முறை வரும் என்னும் தவறான கருத்தில், அங்கு பூர்ஷுவா வர்க்கத்தின் முக்கிய தலைமையான கூட்டம் பாஸிஸ திடீர் ஆட்சிக்குத் தயாரித்துக் கொண்டிருந்தபோது அதைச் சரியாக இனங்கண்டு கொள்ளாமல் பின்னர் கட்சியும் தொழிலாளி வர்க்கமும் எதிர்பாராத ஆச்சர்யத்தில் அகப்பட்டுக் கொண்டனர்.

ஜெர்மனியில் தேசீய - சோஷலிசம் ஏற்கனவே ஒரு ஆபத்து நிறைந்த வெகுஜன இயக்கமாக வளர்ந்து விட்ட போது, சில தோழர்கள், ஹீன்ஸ் நூமான் போன்றவர்கள் புரூனிங் சர்க்காரே ஏற்கனவே ஒரு பாஸிஸ்ட் சர்வாதிகார சர்க்கார் தான் என்று கருதினர். மேலும் கர்வத்தோடும் கீழ்க்கண்டவாறு பிரகடனம் செய்தனர்: "ஹிட்லருடைய 'மூன்றாவது சாம்ராஜ்யம்' எப்போதாவது வந்தால் அது ஆறு அடி ஆழத்திற்கு அடியில்தான் இருக்கும். அதன் மீது தொழிலாளர்களின் வெற்றிகரமான ஆட்சி நிறுவப்படும்" என்றனர்.

ஜெர்மனியில் நமது தோழர்கள் நீண்ட காலம் வெர்ஸெயில்ஸ் ஒப்பந்தத்தின் காரணமாய் ஜெர்மன் மக்களின் தேசீய உணர்வுகள் புண்பட்டிருந்தது பற்றியும் அவர்களின் கோபாவேசம் மறைந்திருந்தது பற்றியும் கணக்கில் எடுத்துக் கொள்ளத் தவறியது. விவசாயிகளிடமும் குட்டி பூர்ஷுவா வர்க்கத்திடமும் இருந்த ஊசலாட்டங்களைப் பற்றி மிகக் குறைவாகவே கணக்கிட்டார்கள். சமுதாய தேசீய முழு விடுதலைக்கான அவர்களுடைய வேலைத் திட்டத்தை மிகவும் தாமதமாகத்தான் உருவாக்கினார்கள். அதை அவர்கள் முன் வைத்த போது மக்களுடைய ஸ்தூலமான கோரிக்கைகளுக்கும் அவர்களுடைய வளர்ச்சி மட்டத்திற்கும் தக்கபடி மேற்கொள்ள முடியவில்லை. அந்த வேலைத் திட்டத்தை விரிவாக மக்களிடம் பிரச்சாரம் செய்யக்கூட அவர்களால் முடியவில்லை.

பல நாடுகளில் பாஸிஸத்திற்கு எதிரான ஒரு வெகுஜனப் போராட்டம் அவசியமான வளர்ச்சிக்கு வராமல் அதற்குப் பதிலாக அந்த இடத்தில் 'பொதுவாக' பாஸிஸத்தின் தன்மை பற்றி நீண்ட நெடிய ஒரே மாதிரியான மயிர் பிளக்கும் வாதங்களே நடந்தன. அத்துடன் கட்சியின் உண்மையான அரசியல் பிரச்சினைகளை முன் வைப்பதிலும் தீர்ப்பதிலும் ஒரு குறுகிய செக்டேரியன் அணுகும் முறை இருந்தது.

தோழர்களே, பாஸிஸத்தின் வெற்றியின் காரணங்களைப் பற்றி நாம் பேசும்போது, தொழிலாளி வர்க்கத்தின் தோல்விக்கு சமூக ஜனநாயகக் கட்சிகளின் வரலாற்றுப் பொறுப்பே காரணம் என்று சுட்டிக்காட்டும் போது, பாஸிஸத்திற்கு எதிரான போராட்டத்தில் நமது குறைபாடுகள் தவறுகளையும் சுட்டிக் காட்டும்போது நாம் ஏதோ பழைய கதைகளைத் தோண்டி எடுக்க விரும்புகிறோம் என்பதல்ல. நாம் வாழ்க்கை உண்மைகளிலிருந்து வேறுபட்ட தனித்த வரலாற்றாளர்கள் அல்ல. நாம் தொழிலாளி வர்க்கத்தின் செயலூக்கமிக்க போராட்ட வீரர்கள். கோடிக் கணக்கான தொழிலாளர்களின் உள்ளங்களிலே துடித்துக்கொண்டிருக்கும் கேள்விக்கு நாம் பதிலளிக்கக் கடமைப் பட்டிருக்கிறோம்: பாஸிஸத்தின் வெற்றியைத் தடுக்க முடியுமா? அப்படியானால் எவ்வாறு? நாம் அந்தக் கோடிக்கணக்கான தொழிலாளர்களின் கேள்விக்கு விடை கூறுகிறோம்: ஆம் தோழர்களே, பாஸிஸம் செல்லும் சாலையைத் தடுத்து அடைத்துவிட முடியும், அது சாத்தியமே. அது நம்மைப் பொறுத்தே தொழிலாளர்கள், விவசாயிகள், மற்றும் சகல உழைக்கும் மக்களையும் பொறுத்தே இருக்கிறது.

பாஸிஸத்தின் வெற்றியைத் தடுக்க முடியுமா என்பது கீழ்கண்ட விஷயங்களைப் பொறுத்திருக்கிறது. முதலாவதாக, தொழிலாளி வர்க்கமே மிகவும் வீரதீரமான செயல்பாடுகளைக் காட்ட வேண்டும். முதலாளித்துவமும் பாஸிஸமும் தொடுக்கும் தாக்குதல்களை எதிர்த்துப் போராடும் அளவுக்கு தொழிலாளி வர்க்க சக்திகள் ஒன்றுபட்ட ஒரே தீரமான படையாக இணைந்திருக்க வேண்டும். போராடும் ஒற்றுமையை ஸ்தாபித்துக் கொண்டு பாட்டாளி வர்க்கம், விவசாயிகளிடமும், நகரத்திலுள்ள குட்டி பூர்ஷுவாப் பிரிவுகளிடமும், இளைஞர்களிடமும், படிப்பாளிகளிடமும், பாஸிஸத்திற்குள்ள செல்வாக்கை முடமாக்கி செயலறச் செய்து அந்த வர்க்கங்களின் ஒரு பகுதியை நடுநிலைப்படுத்தி மற்றப் பகுதிகளை தன்பக்கம் வெல்ல முடிய வேண்டும்.

இரண்டாவதாக, ஒரு பலமான புரட்சிகரமான கட்சி இருக்க வேண்டும். அந்தக் கட்சி பாஸிஸத்திற்கு எதிராக உழைக்கும் மக்களுடைய போராட்டத்தை மிகச்சரியான வழியில் தலைமை தாங்கிச் செல்வதாக இருக்க வேண்டும். ஒரு கட்சி பாஸிஸத்திற்கு முன் தொழிலாளர்களை படிப்படியாக முறையாக பின்வாங்கும்படி கூறி பாஸிஸ்டு பூர்ஷுவா வர்க்கம் தனது நிலைகளை பலப்படுத்திக் கொள்வதற்கு அந்தக்கட்சி அனுமதிக்குமானால் அது தவிர்க்க

முடியாமல் தொழிலாளர்களைப் படுதோல்விக்குத்தான் இட்டுச் செல்லும்.

மூன்றாவதாக, தொழிலாளி வர்க்கம், விவசாயிகளின்பாலும், நகரங்களிலுள்ள குட்டி பூர்ஷுவா வெகுஜனப் பகுதிகளின்பாலும் ஒரு சரியான கொள்கையை அனுசரிப்பதைப் பொறுத்திருக்கிறது. இந்த மக்களை, அவர்கள் எவ்வாறு இருக்கிறார்களோ அவ்வாறே அவர்களை எடுத்துக் கொள்ள வேண்டுமே அல்லாமல் அவர்கள் எப்படியிருக்க வேண்டும் என்று நாம் விரும்புகிறோம் என்று அல்ல. போராட்டத்தின் வளர்ச்சிப் போக்கில் தான் அவர்களுடைய சந்தேகங்களும் ஊசலாட்டங்களும் போகும். அவர்களுடைய தவிர்க்க முடியாத ஊசலாட்டங்களின்பால் நாம் ஒரு பொறுமையான அணுகும் முறையைத்தான் கொள்ள வேண்டும். பாட்டாளி வர்க்கத்தின் அரசியல் உதவியின் மூலமாகத்தான் அவர்கள் ஒரு மேலான அளவிலான புரட்சிகரமான உணர்வு நிலைக்கும் செயல்பாட்டிற்கும் உயர்வதற்கு முடியும்.

நான்காவதாக, புரட்சிகரமான பாட்டாளி வர்க்கம் மிகவும் உஷாராக இருந்து சரியான நேரத்தில் சரியான நடவடிக்கை எடுப்பதைப் பொறுத்திருக்கிறது. எதிர்பாராதபடி பாஸிஸம் அதிகாரத்திற்கு வந்து நாம் செயலிழந்து நிற்கும் நிலை ஏற்பட்டுவிடக் கூடாது. முன்கை எடுத்து செயலாற்றுவதை பாஸிஸத்தின் கையில் விட்டு விடக் கூடாது. பாஸிஸம் தனது சக்திகளை ஒன்று திரட்டுவதற்கு முன்பாக அதற்கு சரியான மரணஅடி கொடுக்க வேண்டும். பாஸிஸம் தனது நிலையை உறுதிப் படுத்திக்கொள்ள அனுமதித்துவிடக் கூடாது. எந்த இடத்தில் எந்த நேரத்தில் பாஸிஸம் தோன்றினாலும் அதை முறியடிக்க வேண்டும். பாஸிஸம் புதிய நிலைகளை வெல்வதற்கு அனுமதித்துவிடக் கூடாது. இவற்றையெல்லாம் பிரெஞ்சுப் பாட்டாளி வர்க்கம் வெற்றிகரமாகச் செய்து கொண்டிருக்கிறது.

இவைதான் பாஸிஸம் வளருவதையும் அதிகாரத்திற்கு வருவதையும் தடுப்பதற்கு பிரதான நிபந்தனை நிலைகளாகும். பாஸிஸம்- ஒரு கொடிய ஆனால் நிலையற்ற ஆட்சி அதிகாரமாகும்.

பூர்ஷுவா வர்க்கத்தின் பாஸிஸ்ட் சர்வாதிகாரம் ஒரு கொடிய ஆட்சி அதிகாரமாகும். ஆனால் அது நிலையற்றது.

பாஸிஸ்ட் சர்வாதிகாரத்தின் நிலையற்ற நிலைமைக்கான முக்கிய காரணங்கள் என்ன?

பாஸிஸம் பூர்ஷ்வா முகாமிற்குள்ளேயே உள்ள பிணக்குகளையும் பகைமையையும் சமாளித்து சரிப்படுத்துவதாக பொறுப்பேற்ற போதிலும் உண்மையில் பாஸிஸம் அந்த பகைமைகளை மேலும் அதிகமாகத்தான் தீவிரமடையச் செய்தது. பாஸிஸம் இதர அரசியல் கட்சிகளை வன்முறையாக அழிப்பதன்மூலம் தனது அரசியல் ஏகபோக ஆதிக்கத்தை ஸ்தாபிக்க முயற்சிக்கிறது. ஆனால் முதலாளித்துவ அமைப்பு நிலையில் இருப்பதும் பலவேறு வர்க்கங்களும், கூரிய வர்க்க முரண்பாடுகள் நிலையில் இருப்பதும் தவிர்க்க முடியாதபடி பாஸிஸத்தின் அரசியல் ஏகபோக ஆதிக்க கீழறுந்து அழிவை நோக்கியும் திடீரென்று வெடித்து நாசமடைவதை நோக்கியும் கட்டாயம் செல்லத்தான் செய்யும். சோவியத் நாட்டில் அப்படி ஏற்பட முடியாது. அங்கு பாட்டாளி வர்க்கத்தின் சர்வாதிகாரமும் ஒரு கட்சி அரசியல் ஏகபோகமாகவே செயலுக்குக் கொண்டு வரப்பட்டுள்ளது. ஆனால் அங்கு இந்த அரசியல் ஏகபோகம் கோடிக்கணக்கான உழைக்கும் மக்களின் நலவுரிமைகளுடன் இசைந்து நின்று நாளுக்கு நாள் மேலும் மேலும் அதிகமாக வர்க்க பேதமற்ற சமுதாயத்தை நிர்மாணிப்பதை அடிப்படையாகக் கொண்டிருக்கிறது. ஒரு பாஸிஸ்ட் நாட்டில் பாஸிஸ்டுகளின் கட்சி அதனுடைய ஏகபோக ஆதிக்கத்தை நீண்ட நாள் நிலைத்து வைத்திருக்க முடியாது. காரணம் அது வர்க்கங்களையும், வர்க்க முரண்பாடுகளையும் ஒழிப்பதைத் தனது கடமையாக அது கொள்ளமுடியாது. அது பூர்ஷுவாக் கட்சிகள் சட்டபூர்வமாக இருப்பதற்கே ஒரு முடிவுகட்டி விடுகிறது. ஆனால் பல கட்சிகள் மறைவாகவே இருந்து செயல்படுகிறது. இன்னும் கம்யூனிஸ்ட் கட்சி தடை செய்யப்பட்ட நிலையிலும் தொடர்ந்து பணியாற்றி மேலும் பலமடைந்து முன்னேறுகிறது. மேலும் உறுதிப்பட்டு வார்த்தெடுக்கப்பட்டு பாஸிஸ்டு சர்வாதிகாரத்திற்கு எதிராக பாட்டாளி வர்க்கத்தின் போராட்டத்தை தலைமை தாங்கி நடத்துகிறது. எனவே வர்க்க முரண்பாடுகளின் அடிதடிகளில் பாஸிஸத்தின் அரசியல் ஏகபோக ஆதிக்கம் நிச்சயம் வெடித்து உடைந்தே தீரும்.

பாஸிஸ்டு சர்வாதிகாரத்தின் நிலையற்ற தன்மைக்கு மற்றொரு காரணம் அதனுடைய முதலாளித்துவ எதிர்ப்பு வாய்ச்சவடாலுக்கும் மிகவும் படுமோசமாக படுகொள்ளை அடிக்கும் ரீதியில் ஏகபோக முதலாளித்துவம் கொள்ளை லாபம் அடிப்பதற்கான அதனுடைய கொள்கைக்கும் இடையில் உள்ள நேர் எதிரான வேறுபாடு காரணமாய்

பாஸிஸத்தின் வர்க்கத் தன்மை அம்பலமாகி அதன் வெகு ஜன அடிப்படை குறுகிக் குறுகி ஆட்டம் கண்டு அழிவதை நோக்கிச் சென்று விடுகிறது.

மேலும் பாஸிஸத்தின் வெற்றி மக்களிடம் ஆழமான வெறுப்பையும் கோபாவேசத்தையும் கிளப்பி விடுகிறது. மக்களை புரட்சிகரமாக்குவதற்கு உதவி செய்கிறது. பாஸிஸத்திற்கு எதிரான பாட்டாளி வர்க்கத்தின் ஐக்கிய முன்னணிக்கு ஒரு வலுவான உத்வேகத்தை அளிக்கிறது.

பொருளாதார தேசீயம் (முழு அதிகாரம்) என்னும் ஒரு கொள்கையை நடத்துவதன்மூலம், தேசீய வருமானத்தின் பெரும் பகுதியை யுத்த தயாரிப்பு காரியங்களுக்காகக் கைப்பற்றி எடுத்துக் கொள்வதன்மூலம் பாஸிஸம் நாட்டின் பொருளாதார வாழ்வு முழுவதையுமே கீழறுத்து விடுகிறது. மற்றும் முதலாளித்துவ அரசுகளுக்கிடையில் பொருளாதார யுத்தத்தை அதிகப்படுத்தி விடுகிறது. பூர்ஷுவா வர்க்கத்திற்கிடையே தோன்றும் தகராறுகளை மிகவும் கூர்மையான சில சமயங்களில் ரத்தக்களறியான மோதல்களின் தன்மையை அடைவதற்கு பாஸிஸம் துணை புரிகிறது. இந்த மோதல்கள் பாஸிஸ்ட் அரசாங்க அதிகாரத்தைப் பற்றி மக்களுடைய பார்வையில் தரம் தாழ்த்தி விடுகிறது. தன்னைப் பின்பற்றுபவர்களையே படுகொலை செய்யும் ஒரு சர்க்கார், சென்ற ஆண்டு ஜூன் 30-ம் தேதி ஜெர்மனியில் அவ்வாறு நடந்தது பாஸிஸ்டு சர்க்காராகும். இந்த பாஸிஸ்டு சர்க்காரை எதிர்த்து பாஸிஸ்டு பூர்ஷுவா வர்க்கத்தின் மற்றொரு பகுதி ஆயுதப் போராட்டத்தை நடத்திக் கொண்டிருக்கிறது (தேசீய சோஷலிஸ்ட் திடீர்ப் புரட்சி ஆஸ்திரியாவில், மற்றும் போலந்து, பல்கேரியா, பின்லாந்து மற்றும் இதர நாடுகளில் தனிப்பட்ட பாஸிஸ்டு குழுக்கள் பாஸிஸ்டு சர்க்கார்களுக்கு எதிராக நடத்திய வன்முறைத் தாக்குதல்கள்). இத்தகைய குணம் படைத்த ஒரு சர்க்கார் விரிவான குட்டி பூர்ஷுவா மக்கள் பகுதிக்கு முன்பாக தனது ஆணை அதிகாரத்தை நீண்ட நாள் நிலை நிறுத்திக் கொண்டிருக்க முடியாது.

பூர்ஷுவா முகாமிற்குள்ளேயே உள்ள பகைமைகளையும் மோதல்களையும் தொழிலாளி வர்க்கம் சாதகமாகப் பயன்படுத்திக் கொள்ள வேண்டும். ஆனால் அதே சமயத்தில் பாஸிஸம் தானாகவே சக்தியிழந்து செயலிழந்துவிடும் என்னும் பிரமையைப் பற்றிக் கொண்டிருக்கக் கூடாது. பாஸிஸம் தானாகவே வீழ்ச்சியடையாது. தொழிலாளிவர்க்கத்தின் புரட்சிகரமான நடவடிக்கைதான், பூர்ஷுவா முகாமிற்குள் இயல்பாகவே தோன்றுகின்ற மோதல்களைப் பயன்படுத்திக்

கொண்டு பாஸிஸ்ட் சர்வாதிகாரத்தைக் கீழறுத்துத் தள்ளுவதற்கும் தூக்கி எறிவதற்கும் துணை புரிகிறது.

பூர்ஷுவா ஜனநாயகத்தின் மீத மிச்ச சின்னங்களை அழிப்பதன் மூலம், ஒரு சர்க்கார் அமைப்பை ஒரு பகிரங்கமான வன்முறை அமைப்பாக உயர்த்துவதன்மூலம் பாஸிஸம் ஜனநாயக பிரமைகளை தகர்த்துவிடுகிறது. உழைக்கும் மக்களின் முன்பாக சட்டத்தின் ஆணை அதிகாரத்தை மதிப்பிழக்கச் செய்து விடுகிறது. இந்த நிலை சில நாடுகளில் குறிப்பாக ஆஸ்திரியா, ஸ்பெயின் ஆகியவற்றில் ஏற்பட்டிருக்கிறது. இங்கு தொழிலாளர்கள் பாஸிஸத்தை எதிர்த்து ஆயுதம் எடுத்துப் போராடியுள்ளார்கள். ஆஸ்திரியாவில் ஸ்சூட்ஸ் பண்டுகளும், கம்யூனிஸ்டுகளும் நடத்திய வீரமிக்க போராட்டம், அவர்கள் தோற்றுவிட்ட போதிலும் எடுத்த எடுப்பிலேயே பாஸிஸ்டு சர்வாதிகாரத்தின் ஸ்திரத் தன்மையை அசைத்துக் குலுக்கிவிட்டிருக்கிறது. ஸ்பெயினில் பூர்ஷுவா வர்க்கம் உழைப்பாளர்கள் மீது பாஸிஸ்டு மூஞ்சியைத் தொட வைப்பதில் வெற்றி பெற முடியவில்லை. ஆஸ்திரியாவிலும் ஸ்பெயினிலும் நடைபெற்ற ஆயுதப் போராட்டங்களின் பலனாக மேலும் மேலும் அதிகமான விரிவான தொழிலாளி வர்க்கப் பகுதி ஒரு புரட்சிகரமான வர்க்கப் போராட்டத்தைக் கட்டாயம் நடத்த வேண்டியதன் அவசியத்தை உணரத் தொடங்கியிருக்கிறது.

படுமோசமான நேர்மையற்ற பண்பு கெட்டவர்களும், பூர்ஷுவா வர்க்கத்தின் அடிவருடிகளுமான, இரண்டாவது அகிலத்தின் காலம் கடந்து கிழடுதட்டிப்போன தத்துவ வாதிகளான காரல் கவுட்ஸ்கியைப் போன்றவர்கள் தான் ஆஸ்திரியாவிலும் ஸ்பெயினிலும் தொழிலாளர்கள் ஆயுதத்தை எடுத்துப் போரிட்டிருக்கக் கூடாது என்று பழி சுமத்துவதற்கு நெஞ்சுரம் படைத்தவர்கள். கவுட்ஸ்கிக்கள் போன்ற துரோகத்தனமானவர்களின் ஆலோசனைகளின் படி இந்த நாடுகளில் தொழிலாளி வர்க்கம் வழிநடத்தப்பட்டிருக்குமானால் ஆஸ்திரியாவிலும் ஸ்பெயினிலும் இன்று தொழிலாளி வர்க்க இயக்கம் எப்படிக் காட்சியளிக்கும். தொழிலாளி வர்க்கம் தன் அணிகளில் மிகவும் ஆழ்ந்த சோர்வைத்தான் அனுபவித்துக் கொண்டிருக்கும்.

லெனின் கூறுகிறார்: "உள்நாட்டுப்போர் என்னும் பள்ளி மக்களை ஒன்றும் பாதிக்காமல் விட்டுவிடுவதில்லை. அது ஒரு கடுமையான பள்ளியாகும். அதன் முழுமையான பாடத்திட்டத்தில் தவிர்க்க முடியாதபடி எதிர்ப்புரட்சியின் வெற்றிகளும் மூர்க்கமாகக் கோபமடைந்த பிற்போக்காளர்களின் வரம்பு மீறிய ஒழுக்கக்

கேடுகளும் கலம் செய்தவர்கள் மீது பழைய சர்க்கார்கள் தொடுக்கும் கொடுமையான காட்டுமிராண்டித்தனமான தண்டனைகள் முதலியன அடங்கியிருக்கின்றன. ஆனால் ஒளிவு மறைவில்லாத புத்தகப் பூச்சிகளும், சிந்தனைத் திறனின்றி சிதைந்துபோன பாட்டிக் கிழவிகளும் தான் இத்தகைய ஒரு வேதனைமிக்க பள்ளியின் நாடுகள் செல்லத் தொடங்கியுள்ளன என்பதைப் பற்றி துயரப்படுவார்கள். இந்தப் பள்ளி ஒடுக்கப்பட்ட மக்களுக்கு உள்நாட்டுப் போரை எப்படி நடத்துவது என்பதை சொல்லிக் கொடுக்கிறது. அந்தப் பள்ளி ஒரு வெற்றிகரமான புரட்சியை எப்படிக் கொண்டு வருவது என்பதை சொல்லிக் கொடுக்கிறது. அந்தப் பள்ளி இன்றைய அடிமை மக்கள் கூட்டத்திடம் மிகவும் பின்தங்கிய, கொடுமைகளுக்குட்படுத்தப் பட்டுள்ள, மந்தமான, எழுத்தறிவில்லாத அடிமைகளிடம் இடங்கொண்டு நிரம்பியுள்ள வெறுப்பை, அவர்களுடைய அடிமைத் தனத்தின் அவமானத்தைப் பற்றித் தெளிவாகப் புரிந்து உணர்வு பெற்ற அந்த அடிமைகளின் பகுதியினரை ஆக மகத்தான வரலாற்று அருஞ்செயலுக்கு துணிவிற்கு இட்டுச் செல்லும் வெறுப்பைக் குவித்து மய்யப் படுத்துகிறது" (உலக அரசியலில் எளிதில் பற்றி எரியும் பொருள்கள்).

ஜெர்மனியில் பாஸிஸம் வெற்றி பெற்றதைத் தொடர்ந்து நாம் அறிவோம், பாஸிஸ்டு தாக்குதல்களின் ஒரு புதிய அலை தொடங்கியது. ஆஸ்திரியாவில் டொல்பஸ்ஸின் ஆத்திரமூட்டல்கள், ஸ்பெயினில் மக்களின் புரட்சிகரமான வெற்றிச் சாதனைகள் மீது எதிர்ப் புரட்சிக் காரர்களின் புதிய தாக்குதல்கள், போலந்தில் அரசியல் சாசனத்திற்கு பாஸிஸ்டு திருத்தங்கள், பிரான்ஸில் பாஸிஸ்டுகளின் ஆயுதப்படை 1934 பிப்ரவரியில் ஒரு திடீர் ஆட்சிக் கைப்பற்றலுக்கு முயற்சித்தது. ஆனால் இந்த வெற்றியும் பாஸிஸ்டு சர்வாதிகாரத்தின் வெறித்தனமும் ஏற்பட்டதை ஒட்டி அதை எதிர்த்து சர்வதேச அளவில் பாஸிஸத்தை எதிர்த்து ஒரு ஒன்றுபட்ட பாட்டாளி வர்க்க அணியைக் கொண்ட எதிர் இயக்கத்தைத் தொடங்க வேண்டிய நிலை வந்து விட்டது. ரீச்ஸ்டாக்கை எரித்தது, தொழிலாளி வர்க்கத்தின் மீது பாஸிஸத்தின் பொதுத்தாக்குதல் தொடங்கப்பட்டதற்கு சமிக்கையாகும். தொழிற் சங்கங்களையும் இதர தொழிலாளி வர்க்க ஸ்தாபனங்களையும் கைப்பற்றிச் சூறையாடியது, பாஸிஸ்டு கூடாரங்களிலும், வெஞ்சிறை முகாம்களிலும் சித்திரவதை செய்யப்படும் பாஸிஸ்டு எதிர்ப்பு வீரர்களின் வேதனைக் குரல்களும் மக்களுக்கு ஒன்றைத் தெளிவு படுத்துகிறது. அது ஜெர்மன் சமூக ஜனநாயகக் கட்சித் தலைவர்கள், முன்னேறிக் கொண்டிருக்கும் பாஸிஸத்திற்கு எதிராக ஒன்றுபட்ட

போராட்டத்தை நடத்த முன்வரும்படி கம்யூனிஸ்டுகள் வேண்டிய பிரேரணைகளை நிராகரித்து ஒரு பிற்போக்கான சீர்குலைவு பாத்திரத்தை வகித்ததால் ஏற்பட்டுள்ள விளைவுகள் மக்களுக்குத் தெளிவாகிவிட்டது. இந்த சம்பவங்கள் அனுபவங்கள் எல்லாம் பாஸிஸத்தைத் தூக்கி எறிவதற்காக தொழிலாளிவர்க்க சக்திகள் அனைத்தும் ஒன்றிணைய வேண்டிய அவசியத்தை மக்களுக்கு உறுதிப்படுத்துகிறது.

ஹிட்லருடைய வெற்றியானது, பிரான்ஸில் பாஸிஸத்திற்கு எதிராக தொழிலாளி வர்க்கத்தின் ஓர் ஐக்கிய முன்னணி உருவாவதற்கு ஒரு தீர்மானமான எதிர் வேகத்தையும் எதிர் ஊக்கத்தையும் கொடுத்தது. ஹிட்லருடைய வெற்றியினால் ஜெர்மன் தொழிலாளர்களுக்கு நேரிட்ட கதியின் காரணமாய், தொழிலாளர்களிடம் பயத்தைக் கிளப்பிவிட்டது மட்டுமல்லாமல், தங்களுடைய ஜெர்மன் வர்க்க சகோதரர்கள் படுகொலை செய்யப்பட்டதால் வெறுப்புக் கனல் கிளம்பியது மட்டுமல்லாமல், அவர்களிடம் ஓர் உறுதியை எந்தக் காரணத்தைக் கொண்டும் ஜெர்மன் தொழிலாளி வர்க்கத்திற்கு ஏற்பட்ட கதி பிரான்ஸில் ஏற்பட அனுமதிக்கக் கூடாது என்னும் உறுதியையும் பலப்படுத்தியது.

முதலாளித்துவ நாடுகள் அனைத்திலும் ஐக்கிய முன்னணியை நோக்கி ஏற்பட்ட வலுவான தூண்டுதல் தோல்வியின் படிப்பினைகள் வீணாகவில்லை என்பதையே காட்டுகிறது. தொழிலாளி வர்க்கம் ஒரு புதிய வழியில் செயல்படத் தொடங்கி விட்டது. ஐக்கிய முன்னணியை உருவாக்குவதில் கம்யூனிஸ்ட் கட்சி காட்டிய முன் முயற்சி, பாஸிஸத்துக்கு எதிராக கம்யூனிஸ்டுகளும், புரட்சிகரத் தொழிலாளர்களும் செய்து காட்டிய சொல்லற்கரிய மிக உயர்ந்த தியாகமும் கம்யூனிஸ்ட் அகிலத்தின் செல்வாக்கையும் கவுரவத்தையும் மிகப் பெரிய அளவில் உயர்த்தியது. அதே சமயத்தில், இரண்டாவது அகிலத்திற்குள் ஓர் ஆழ்ந்த நெருக்கடி வளர்ச்சி அடைந்து கொண்டிருந்தது. அது ஜெர்மன் சமூக ஜனநாயகத்தின் படுசூன்யத்திலிருந்து மிகவும் தெளிவாகவும் மிகவும் வேகமாகவும் வெளிப்படலாயிற்று.

பாஸிஸ்டு ஜெர்மனி அதனுடைய கொடுமைகள், காட்டு மிராண்டித்தனம் இவையனைத்திற்கும் காரணம் ஆராயும் போது கடைசியில் கிடைக்கும் விடை, பூர்ஷுவா வர்க்கத்துடன் சமூக-ஜனநாயகக் கட்சி கையாண்ட வர்க்க சமரஸக் கூட்டுக் கொள்கையின் விளைவுதான் என்பதை சமூக-ஜனநாயகத் தொழிலாளர்கள்

அவர்களாக இன்னும் வேகமாகத் தெளிவாகப் புரிந்து ஒப்புக்கொள்ளத் தொடங்கினர். ஜெர்மன் சமூக - ஜனநாயகத் தலைவர்கள் பாட்டாளி வர்க்கத்தை வழி நடத்திய பாதை திரும்பவும் ஏற்பட்டுவிடக் கூடாது என்பதை அந்த மக்கள் மேலும் மேலும் தெளிவாக உணரத் தொடங்கி வருகிறார்கள். இரண்டாவது அகிலத்தின் முகாமில் இன்று ஏற்பட்டுள்ளதைப் போல இவ்வளவு அதிகமான சித்தாந்தக் கருத்துவேறுபாடும் உட் பூசலும் எப்போதும் ஏற்பட்டதில்லை. எல்லா சமூக ஜனநாயகக் கட்சிகளிலும் வேறுபாடு காணும் ஒரு வளர்ச்சிப் போக்கு நிகழ்ந்து கொண்டிருக்கிறது. அவர்களுடைய அணிகளில் இரு பிரதானமான முகாம்கள் உருவாகிக் கொண்டிருக்கின்றன. ஒரு பக்கம் இப்போதுள்ள பிற்போக்கு நபர்கள், இவர்கள் ஏற்கனவே சமூக ஜனநாயக வாதிகளுக்கும் பூர்ஷுவா வர்க்கத்திற்கும் இடையில் உள்ள இணைப்பை அப்படியே பாதுகாத்து வைத்துக்கொள்வதற்கு சகல வழிகளிலும் முயற்சித்துக் கொண்டிருக்கிறார்கள். இவர்கள் கம்யூனிஸ்டுகளுடன் எத்தகைய ஐக்கிய முன்னணியும் கூடாது என்று ஆவேசத்துடன் எதிர்த்து வருகிறார்கள். இந்தக் கூட்டத்தோடு பக்கமாக மறு பக்கத்தில், புரட்சிகரமான நபர்களைக் கொண்ட முகாம் உருவாகத் தொடங்கியிருக்கிறது. அவர்கள் பூர்ஷுவா வர்க்கத்துடன் உள்ள வர்க்க சமரஸக் கூட்டுக் கொள்கைகள் சரியல்லவென்று தங்கள் சந்தேகங்களைக் கிளப்பத் தொடங்கியுள்ளார்கள். அவர்கள் கம்யூனிஸ்டுகளுடன் சேர்ந்து நின்று ஐக்கிய முன்னணி கட்டுவதற்குச் சாதகமாக இருக்கிறார்கள். அவர்கள் மேலும் மேலும் அதிகமாக புரட்சிகரமான வர்க்கப் போராட்ட நிலையை அனுசரிக்க முன்வருகிறார்கள்.

இவ்வாறாக, முதலாளித்துவ அமைப்பின் வீழ்ச்சியின் விளைவாகத் தோன்றிய பாஸிஸம் நாளா வட்டத்தில் அம்முதலாளித்துவ அமைப்பின் சீரழிவின் சின்னமாக செயல்படுகிறது. இவ்வாறாக பாஸிஸம், மார்க்ஸிஸத்தைக் குழிதோண்டிப் புதைக்கப் போவதாகவும் தொழிலாளிவர்க்கத்தின் புரட்சிகர இயக்கத்தைக் குழி தோண்டிப் புதைக்கப் போவதாகவும் பொறுப்பேற்றுக் கொண்டது. ஆனால் வாழ்க்கையின் இயக்க இயல்பின் விளைவாகவும், வர்க்கப் போராட்டத்தின் இயக்க இயல்பின் விளைவாகவும், இந்த சக்திகளின் இன்னும் அடுத்தபடியான வளர்ச்சிக்குத் தான் வழிவிட்டு, அந்தப் பாஸிஸத்தைக் குழி தோண்டிப் புதைக்கவிருக்கும், முதலாளித்துவத்தைக் குழி தோண்டிப் புதைக்கவிருக்கும் சக்திகளின் வளர்ச்சிக்குத்தான் இட்டுச் சென்றுள்ளது.

2. பாஸிஸத்திற்கு எதிராக தொழிலாளி வர்க்கத்தின் ஐக்கிய முன்னணி

தோழர்களே, முதலாளித்துவ நாடுகளிலுள்ள கோடிக்கணக்கான தொழிலாளர்களும் உழைக்கும் மக்களும் பாஸிஸத்தை அதிகாரத்திற்கு வரவிடாமல் தடுப்பது எப்படி? பாஸிஸம் வெற்றி பெற்று விட்டால் அதைத் தூக்கி எறிவது எப்படி என்னும் கேள்வியைக் கேட்கிறார்கள். இந்தக் கேள்விக்குக் கம்யூனிஸ்ட் அகிலம் கீழ்க்கண்டவாறு பதிலளிக்கிறது: முதலாவது கட்டாயம் செய்ய வேண்டிய விஷயம், தொடங்க வேண்டியதே, ஓர் ஐக்கிய முன்னணியை அமைக்க வேண்டியதாகும். ஒவ்வொரு தொழிற்சாலையிலும், ஒவ்வொரு மாவட்டத்திலும், ஒவ்வொரு பிரதேசத்திலும், ஒவ்வொரு நாட்டிலும், உலகம் முழுவதிலும் தொழிலாளர்களின் செயல் ஒற்றுமையை ஸ்தாபிப்பதாகும். தேசிய அளவிலும் சர்வதேச அளவிலும் பாட்டாளி வர்க்கத்தின் செயல் ஒற்றுமையானது அவர்கள் கையிலுள்ள ஒரு வலுமிக்க பேராயுதமாகும். இப்பேராயுதம், பாஸிஸத்திற்கு எதிராகவும், வர்க்க விரோதிக்கு எதிராகவும், வெற்றிகரமாக தற்காத்துக் கொள்வதற்காக மட்டுமல்ல, வெற்றிகரமான எதிர்த்தாக்குதலுக்கும் தொழிலாளி வர்க்கத்திற்கும் சக்தியை அளிக்கிறது.

ஐக்கிய முன்னணியின் முக்கியத்துவம்

கம்யூனிஸ்ட் அகிலம், இரண்டாவது அகிலம் ஆகிய இரண்டு அகிலங்களையும் சேர்ந்த கட்சிகள் ஸ்தாபனங்களைப் பின்பற்றுவோரின் கூட்டு நடவடிக்கை, பாஸிஸ்டு தாக்குதல்களை எதிர்த்து மக்கள் பதிலடி கொடுப்பதற்கு வாய்ப்புகளை நல்கும், தொழிலாளி வர்க்கத்தின் அரசியல் முக்கியத்துவத்தை விரிவுபடுத்தும் என்பது தெளிவாகவில்லையா?

பாஸிஸத்திற்கு எதிராக இரண்டு அகிலங்களைச் சேர்ந்த கட்சிகளின் கூட்டு நடவடிக்கை, இன்னும் இன்று இந்த இரு அகிலங்களையும் பின்பற்றுகின்ற கம்யூனிஸ்டுகளையும், சமூக-ஜனநாயகவாதிகளை தனது செல்வாக்கின் கீழ் கொண்டு வருவதுடன் நிற்காது, அது தனது மிக வலுவான செல்வாக்கை, கத்தோலிக்க அனார்க்கிஸ்ட் மற்றும் எந்த ஸ்தாபனத்திலும் சேராத தொழிலாளர்களின் அணிகளிலும் இன்னும் பாஸிஸ்டு வாய்ச்சவடாலுக்குத் தாற்காலிகமாகப் பலியான பகுதியினர் மீதும் செலுத்தும்.

மேலும் பாட்டாளி வர்க்கத்தின் ஒரு வலுவான ஐக்கிய முன்னணி உழைக்கும் மக்களின் இதர பகுதிகளிலும் விவசாயிகள், நகர்ப்புற

குட்டி பூர்ஷுவா வர்க்கம், படிப்பாளிகள் முதலிய பகுதிகளிலும் தன்னுடைய மிகப்பெரிய ஆற்றல் மிக்க செல்வாக்கைச் செலுத்தும். ஓர் ஐக்கிய முன்னணி ஊசலாடும் பகுதிக்குக்கூடப் புத்துணர்ச்சி ஊட்டி தொழிலாளி வர்க்கத்தின் பலத்தின் மீது ஒரு நம்பிக்கையை உண்டாக்கும்.

ஆனால் இதுவும் மட்டுமல்ல எல்லாம். ஏகாதிபத்திய நாடுகளில் உள்ள பாட்டாளி வர்க்கத்திற்கு தங்கள் சொந்த நாடுகளில் உள்ள உழைக்கும் மக்கள் தவிர காலனிகள் அரைக் காலனிகளாக உள்ள ஒடுக்கப்பட்ட நாடுகளில் உள்ள மக்களும் நேசசக்திகளாக வருவதற்கான வாய்ப்புக்களும் ஏற்படுகின்றன. தேசீய அளவிலும் சர்வதேசிய அளவிலும் பாட்டாளி வர்க்கம் பிளவுபட்டுள்ள காரணத்தால், அதன் ஒரு பகுதி பூர்ஷுவா வர்க்கத்துடன் சமரஸக்கூட்டு வைத்துக் கொள்ளும் கொள்கையை ஆதரிக்கின்ற காரணத்தினால், அதிலும் குறிப்பாக காலனிகளிலும் அரைக் காலனிகளிலும் ஒடுக்குமுறை அமைப்பை நிலைநாட்டிக் கொண்டுள்ள கொள்கையை ஆதரித்து நிற்கின்ற காரணத்தினால், காலனி, அரைக் காலனி நாடுகளிலுள்ள தொழிலாளி வர்க்கத்தையும் ஒடுக்கப்பட்ட மக்களையும் வேறுபடுத்தி புறப்பாக்கி விடுகிறது. அது உலக ஏகாதிபத்திய எதிர்ப்பு அணியைப் பலவீனப்படுத்தி விடுகிறது. ஏகாதிபத்திய நாடுகளிலுள்ள பாட்டாளி வர்க்கம் காலனி நாட்டு மக்களின் விடுதலைப் போராட்டத்திற்கு ஆதரவளிக்கும் திசையில் எடுக்கப்படும் செயலொற்றுமைக்கான நடவடிக்கை ஒவ்வொன்றும் காலனி, அரைக் காலனிகள் உலகப் பாட்டாளி வர்க்கத்தின் மிக முக்கியமான ரிஸர்வ் படையாக மாற்றம் கொள்வதைக் குறிக்கிறது.

பாட்டாளி வர்க்கத்தின் சர்வதேச செயலொற்றுமை, ஒரு பாட்டாளி வர்க்க அரசு, ஒரு சோஷலிச பூமி, சோவியத் யூனியனில் நிலையாக வளர்ந்துகொண்டிருக்கும் பலத்தைச் சார்ந்திருக்கிறது என்பதையும் கடைசியாகக் கணக்கில் எடுத்துக் கொண்டோமானால், தேசீய சர்வதேசீய அளவிலான பாட்டாளி வர்க்கத்தின் சார்பில் ஒன்றுபட்ட செயல்பாட்டைக் கொண்டுவந்து விட்டோமானால் நமக்கு மிகப்பெரிய எதிர்கால வாய்ப்புகள் இருப்பதை வெளிப்படுத்துகிறது. தொழிலாளி வர்க்கத்தின் சகல பகுதிகளுடைய அவர்களுடைய கட்சிகளும் ஸ்தாபனங்களும் எந்த இணைப்புகளைக் கொண்டிருந்தாலும் அவைகள் அத்தனையினுடைய செயலொற்றுமையை; ஸ்தாபிப்பது, முதலாளித்துவத்தை தூக்கி எறிவதற்கும் பாட்டாளி வர்க்கப் புரட்சி வெற்றி அடைவதற்குமான போராட்டத்தில் மிகப் பெரும்பாலான

தொழிலாளி வர்க்கம் ஒன்றுபட்டு நிற்பதற்கு முன்பே கொண்டு வருவது அவசியமாகும்.

தனித்தனி நாடுகளிலும் உலகம் அனைத்திலும் பாட்டாளி வர்க்கத்தின் செயலொற்றுமையைக் கொண்டு வருவது சாத்தியமா? ஆம். சாத்தியமே. இந்தக் கணத்திலேயே அது சாத்தியம். கம்யூனிஸ்ட் அகிலம் செயலொற்றுமைக்கு எந்தவித நிபந்தனையும் வைக்க விரும்பவில்லை. ஆனால் ஒன்றே ஒன்றுதான். அதுவும் ஒரு சாதாரண நிபந்தனைதான். அதை தொழிலாளர்கள் அனைவரும் நிச்சயம் ஒப்புக்கொள்வார்கள். அதாவது நமது செயலொற்றுமை பாஸிஸத்திற்கு எதிராக திருப்பப்பட்டிருக்க வேண்டும். முதலாளித்துவத்தின் தாக்குதலுக்கு எதிராக, யுத்த பயமுறுத்தலுக்கு எதிராக, நமது வர்க்க விரோதிக்கு எதிராக திருப்பப்பட்டிருக்க வேண்டும். இதுதான் நமது நிபந்தனை.

ஐக்கிய முன்னணியை எதிர்ப்பவர்களின் பிரதான வாதங்கள்

ஐக்கிய முன்னணியின் எதிர்ப்பாளர்களுடைய ஆட்சேபணைகள் என்ன இருக்க முடியும்? அவர்களுடைய ஆட்சேபணைகளை எவ்வாறு கூறுகிறார்கள்?

சிலர் கூறுகிறார்கள்: ''கம்யூனிஸ்டுகளுக்கு ஐக்கிய முன்னணி கோஷம் என்பது வெறும் சூழ்ச்சித் திட்டம் தான்'' என்று. ஆனால் இது ஒரு சூழ்ச்சித் திட்டம் என்றால் நாம் அவர்களுக்குப் பதில் கூறுகிறோம்: அப்படியானால் நீங்கள் நேர்மையான முறையில் ஐக்கிய முன்னணியில் பங்கு கொண்டு கம்யூனிஸ்டுகளின் சூழ்ச்சித் திட்டங்களை, ஏன் அம்பலப்படுத்தக் கூடாது? நாம் மனம் விட்டு வெளிப்படையாகப் பிரகடனம் செய்கிறோம்.

''நாங்கள் தொழிலாளி வர்க்கத்தின் செயல் ஒற்றுமையை விரும்புகிறோம். அதன்மூலம் பாட்டாளி வர்க்கம் பூர்ஷுவா வர்க்கத்திற்கு எதிராக அதனுடைய போராட்டத்தில் பலமாக வளரலாம். அதன்மூலம் பாட்டாளி வர்க்கம் முதலாளித்துவத்தின் தாக்குதலுக்கும் எதிராக பாஸிஸத்திற்கு எதிராக தனது தற்கால நலவுரிமைகளைப் பாதுகாத்துக் கொண்டே நாளைக்கு எதிர்காலத்தில் அதனுடைய முழு விடுதலைக்கான ஆரம்ப சூழ்நிலைமைகளை உரு வாக்குவதற்கான நிலையில் இருக்கக்கூடும்.''

''கம்யூனிஸ்டுகள் எங்களைத் தாக்குகிறார்கள்'' என்று இதரர்கள் கூறுகிறார்கள். ஆனால் ஒன்று கவனியுங்கள். நாங்கள் திரும்பத் திரும்ப

பிரகடனம் செய்துள்ளோம்: வர்க்க விரோதிக்கு எதிராக தொழிலாளி வர்க்கத்தின் ஐக்கிய முன்னணிக்காக நிற்கக் கூடிய யாரையும், எந்த நபர்களையும் எந்த ஸ்தாபனங்களையும் அல்லது எந்தக் கட்சிகளையும் நாங்கள் தாக்குவதில்லை. ஆனால் அதே சமயத்தில் பாட்டாளி வர்க்கத்திற்காகவும் அதனுடைய லட்சியங்களின் நிமித்தமும், தொழிலாளிகளின் செயல் ஒற்றுமைக்கு முட்டுக்கட்டையாக உள்ள நபர்களையும் ஸ்தாபனங்களையும் கட்சிகளையும் விமர்சனம் செய்வது எங்களுடைய கடமையாகும்.

“கம்யூனிஸ்டுகளுடன் சேர்ந்து நாங்கள் ஐக்கிய முன்னணி அமைக்க முடியாது, காரணம் அவர்களுக்கு வேறுபட்ட வேலைத் திட்டம் வைத்திருக்கிறார்கள்” என்று மூன்றாவது ஒரு கூட்டத்தார் கூறுகிறார்கள். ஆனால் நீங்களே கூறுகிறீர்கள், அதாவது பூர்ஷுவாக் கட்சிகளின் வேலைத்திட்டத்திலிருந்து வேறுபட்ட ஒரு திட்டத்தை நீங்கள் வைத்திருக்கிறீர்கள் என்று. இருப்பினும் நீங்கள் அந்தப் பூர்ஷுவாக் கட்சிகளுடன் சேர்ந்து கூட்டுசர்க்காரை அமைப்பதில் அந்தத் திட்ட வேறுபாடு உங்களைத் தடை செய்யவில்லையே.

“பாஸிஸத்தை எதிர்த்து, கம்யூனிஸ்டுகளைக் காட்டிலும் பூர்ஷுவா ஜனநாயகக் கட்சிகள் நல்லபடியான நேசசக்திகள்” என்று ஐக்கிய முன்னணியை எதிர்ப்பவர்களும் பூர்ஷுவா வர்க்கத்துடன் கூட்டு சர்க்கார் அமைக்க வக்காலத்து வாங்குபவர்களும் கூறுகிறார்கள். ஆனால் ஜெர்மனியின் அனுபவம் எதைக் காட்டுகிறது? இந்த “நல்ல நேச சக்திகளுடன்” சமூக-ஜனநாயக வாதிகள் கூட்டுச் சேரவில்லையா? அதனுடைய விளைவுகள் என்ன?

“கம்யூனிஸ்டுகளுடன் ஐக்கிய முன்னணி அமைத்தோம் என்றால் குட்டிபூர்ஷுவா வர்க்கப் பகுதிகள் ‘சிவப்பு அபாயம்’ கண்டு பயந்து நம்மைவிட்டு ஓடிப்போய் பாஸிஸ்டுகளுடன் போய் சேர்ந்து கொள்வார்கள்” என்று நாம் அடிக்கடி சிலர் கூறக் கேட்டிருக்கிறோம். ஆனால் ஐக்கிய முன்னணி, விவசாயிகளுக்கும், சிறு வியாபாரிகளுக்கும், கைத்தொழிலாளர்களுக்கும், உழைக்கும் படிப்பாளிகளுக்கும் எதிரான அவர்களை அச்சுறுத்தும் அணியா? இல்லை. ஐக்கிய முன்னணி பெரும் பூர்ஷுவா வர்க்கத்தையும், நிதிக்குவியல் கூட்டத்தினரையும், நிலப்பிரபுக்களையும், இதர சுரண்டல் கூட்டத்தாரையும், மேலே கண்ட இடை வர்க்கங்களையெல்லாம் முழுதும் நாசம் செய்யக்கூடிய ஆட்சியையும் அச்சுறுத்துவதாகும். அவர்களுக்கு ஆபத்து விளைவிப்பதாகும்.

"சமூக-ஜனநாயகம் ஜனநாயகத்திற்காக நிற்கிறது, கம்யூனிஸ்டுகள் சர்வாதிகாரத்திற்காக நிற்கிறார்கள். எனவே, கம்யூனிஸ்டுகளுடன் நாம் ஐக்கிய முன்னணி அமைக்க முடியாது" என்று சில சமூக ஜனநாயகத் தலைவர்கள் கூறுகிறார்கள். ஆனால் இப்போது நாங்கள் பாட்டாளி வர்க்க சர்வாதிகாரத்தைப் பிரகடனம் செய்ய வேண்டும் என்னும் காரியத்திற்காகவா உங்களுடன் ஐக்கிய முன்னணி என்னும் ஆலோசனையை முன்வைக்கிறோம்? நாங்கள் இப்போது அதை உடனடி கோஷமாக வைக்கவில்லை.

"கம்யூனிஸ்டுகள் ஜனநாயகத்தை அங்கீகரிக்கட்டும். அதைப் பாதுகாக்க நாங்கள் தயார் என்று அவர்கள் முன் வரட்டும்." நாங்கள் அவர்களுடன் ஐக்கிய முன்னணிக்குத் தயார் என்றும் அவர்களில் சிலர் கூறுகிறார்கள். இதற்கு நாம் பதிலளிக்கிறோம். நாங்கள் சோவியத் ஜனநாயகத்தை அனுசரிக்கக் கூடியவர்கள், அது உழைக்கும் மக்களுடைய ஜனநாயகமாகும். உலகிலே உள்ளதில் ஆகச்சிறந்த உறுதி மிக்க ஜனநாயகமாகும். ஆனால் முதலாளித்துவ நாடுகளில், பாஸிஸமும் பூர்ஷுவா பிற்போக்கு சக்திகளும் தாக்குகின்ற பூர்ஷுவா ஜனநாயக சுதந்திரங்களை ஒவ்வொரு அங்குலம் பாதுகாக்க நாங்கள் போராடுகிறோம், தொடர்ந்து போராடிக் கொண்டிருப்போம். காரணம் பாட்டாளி வர்க்கத்தின் வர்க்கப் போராட்டத்தின் நலவுரிமைகள் இதை வலியுறுத்துகின்றன.

"ஆனால் இந்த சின்னஞ்சிறிய கம்யூனிஸ்ட் கட்சிகள் பங்கு கொண்டு லேபர் கட்சி போன்ற பெரிய கட்சிகள் உருவாக்கும் ஐக்கிய முன்னணியில் என்ன செய்து விட முடியும்" என்று உதாரணமாக கிரேட் பிரிட்டனைச் சேர்ந்த லேபர் கட்சித் தலைவர்கள் கூறுகிறார்கள். ஆஸ்திரிய சமூக-ஜனநாயகக் கட்சித் தலைவர்களும் ஆஸ்திரியக் கம்யூனிஸ்டுக் கட்சியைப் பற்றி இதேபோல் தான் பேசினார்கள் என்பதை நினைவுபடுத்திக் கொள்ளலாம். "ஆனால் சம்பவங்கள் எதை நிரூபித்திருக்கின்றன. ஆட்டோ பவர், காரல் ரென்னர் போன்றோர் தலைமையிலுள்ள ஆஸ்திரிய சமூக-ஜனநாயகக் கட்சி அல்ல சரியென நிரூபிக்கப்பட்டது. ஆனால் அந்த சின்னஞ்சிறிய ஆஸ்திரியக் கம்யூனிஸ்டுக் கட்சிதான் ஆஸ்திரியாவில் ஏற்பட்ட பாஸிஸ்டு அபாயத்தை சரியான தருணத்தில் எச்சரித்துக்காட்டி தொழிலாளர்களைப் போராட்டத்திற்கு அறைகூவல் விட்டது. தொழிலாளர் இயக்கத்தின் முழு அனுபவமும் காட்டுவது என்ன, கம்யூனிஸ்டுகள் எண்ணிக்கையில் பல இடங்களில் மற்றவர்களை ஒப்பிடும்போது சுருக்கமாக இருந்த போதிலும் பாட்டாளி வர்க்கத்தின் தீவிரமான செயல்பாட்டில்

அவர்கள் தான் உந்து சக்தியாக இருக்கிறார்கள். இத்துடன் மற்றொன்றையும் மறந்து விடக்கூடாது. ஆஸ்திரியக் கம்யூனிஸ்ட் கட்சியோ அல்லது பிரிட்டிஷ் கம்யூனிஸ்ட். கட்சியோ ஏதோ பத்தாயிரக்கணக்கான தொழிலாளர்களின் ஆதரவைக் கொண்ட கட்சி என்பது மட்டுமல்ல, அவர்கள் உலகக் கம்யூனிஸ்டு இயக்கத்தின் பகுதிகளாகும்; கம்யூனிஸ்ட் அகிலத்தின் பகுதிகளாகும். கம்யூனிஸ்ட் அகிலம் ஒரு தலைமையான ஸ்தாபனம். அதனுடைய அங்கமாக உள்ள பாட்டாளி வர்க்கத்தின் கட்சி வெற்றி பெற்று உலகின் ஆறில் ஒரு பாகத்தை ஆண்டுகொண்டிருக்கிறது.

“ஆனால் ஐக்கிய முன்னணி ஏற்பட்டும் சார் பகுதியில் பாஸிஸம் வெற்றி பெறுவதைத் தடுக்க முடியவில்லையே” என்று மற்றொரு ஆட்சேபணையை ஐக்கிய முன்னணியின் எதிர்ப்பாளர்கள் முன் வைக்கிறார்கள். இந்த கனவான்களுடைய வாதம் வேடிக்கையாக இருக்கிறது. முதலில் இவர்கள் பாஸிஸம் வெற்றி பெறுவதற்கு எல்லா விதமான உதவிகளையும் வேலைகளையும் செய்து விடுகிறார்கள். பிறகு தாங்கள் உருவாக்கிய ஐக்கிய முன்னணி, அதுவும் கடைசி நேரத்தில் உருவாக்கியது, தொழிலாளர்களின் வெற்றிக்கு இட்டுச் செல்லவில்லை என்று கெடு நோக்கான எக்காளத்தில் கும்மாளமடிக்கிறார்கள்.

“நாம் கம்யூனிஸ்டுகளுடன் சேர்ந்து ஐக்கிய முன்னணி அமைப்பதானால், நாம் கூட்டு சர்க்கார்களிலிருந்து விலக வேண்டியதிருக்கும். அப்படி நாம் விலகிவிட்டால், அந்த இடத்தில் பிற்போக்கான கட்சிகள் பாஸிஸ்டு கட்சிகள் வந்து புகுந்து கொள்வார்கள்” என்று பல வேறு நாடுகளில் காபினட் மந்திரிகளாக உள்ள சமூக-ஜனநாயகத் தலைவர்கள் கூறுகிறார்கள். மிகவும் நல்லது. ஜெர்மன் சமூக-ஜனநாயகக் கட்சி கூட்டு சர்க்காரில் அங்கம் வகிக்க வில்லையா? அங்கம் வகித்தது. ஆஸ்திரிய சமூக-ஜனநாயகக் கட்சி அதிகாரத்தில் பங்கேற்றிருக்க வில்லையா? இருந்தது. ஸ்பெயின் சோஷலிஸ்டுகள் பூர்ஷுவா வர்க்கத்தோடு சேர்ந்து ஒரே சர்க்காரில் இருக்க வில்லையா? அவர்களும் இருந்தார்கள். இந்தப் பூர்ஷுவா சர்க்கார்களில் சமூக-ஜனநாயகக் கட்சிகள் பங்கு கொண்டதனால் பாஸிஸம் பாட்டாளி வர்க்கத்தைத் தாக்குவதைத் தடுக்க முடிந்ததா? எனவே பூர்ஷுவா சர்க்கார்களில் சமூக-ஜனநாயகக் கட்சி மந்திரிகள் இருப்பதன் மூலம் மட்டும் பாஸிஸத்திற்கு அவர்கள் தடையாக இருந்துவிட முடியாது என்பது பகல் வெளிச்சம்போல் தெட்டத் தெளிவானதாகும்.

“கம்யூனிஸ்டுகள் சர்வாதிகாரிகளைப்போல் செயல்படுகிறார்கள். அவர்கள் முடிவு செய்து கொண்டு அம்முடிவுகளை நம் மீது கொண்டு திணிக்கிறார்கள்” என்று சிலர் கூறுகிறார்கள். அவ்வாறு இல்லை. நாங்கள் எதையும் முடிவு செய்து அம்முடிவுகளை யார் மீதும் திணிக்கவில்லை. எங்களுக்கு எது சரியென்றுபடுகின்றதோ, அவைகள் நிறைவேற்றப்பட்டால், உழைக்கும் மக்களுடைய நலவுரிமைகளுக்கு அது உகந்ததாக இருக்கும் என்று நாங்கள் கருதினால் அவைகளை பிரேரேபணைகளாக முன்வைக்கிறோம். இது மிகவும் சரியானது என்பது மட்டும் அல்ல, தொழிலாளர்களின் பெயரில் செயல்படும் சகல பேருடைய கடமையுமாகும். நீங்கள் கம்யூனிஸ்டுகளின் சர்வாதிகாரத்தை'க் கண்டு பயப்படுகிறீர்களா? நாம் கூட்டாகவே நம்முடைய பிரேரேபணைகளை எங்களுடைய பிரேரேபணைகளையும், உங்களுடைய பிரேரேபணைகளையும் தொழிலாளர்கள் முன்பாக வைப்போம். அவைகளைக் கூட்டாகவே விவாதிப்போம். அந்தத் தொழிலாளர்கள் அனைவரோடும் சேர்ந்து, தொழிலாளி வர்க்கத்தினுடைய லட்சியத்திற்கு எவைகள் மிக அதிகமாகப் பயனுள்ளவைகளாக இருக்கின்றனவோ அவைகளை எடுத்துக் கொள்வோம்.

இவ்வாறாக ஐக்கிய முன்னணிக்கு எதிரான இந்த வாதங்கள் அனைத்தும் மிக லேசான விமர்சனத்தைக் கூடத் தாங்காது. அவை சமூக-ஜனநாயகப் பிற்போக்குத் தலைவர்களின் சாரமில்லாத சாக்குப்போக்காகும். அவர்கள் பாட்டாளி வர்க்கத்துடனுள்ள ஐக்கிய முன்னணியைக் காட்டிலும் பூர்ஷுவா வர்க்கத்துடன் உள்ள ஐக்கிய முன்னணியைத்தான் அதிகம் விரும்புகிறார்கள்.

இல்லை. இந்தச் சாக்குப்போக்குகள் செல்லுபடியாகாது, சர்வதேசப் பாட்டாளி வர்க்கம் தொழிலாளிவர்க்கத்தின் பிளவின் காரணமாய் ஏற்பட்டுள்ள இன்னல்கள், தொல்லைகள், கசப்புகள் அனைத்தையும் நன்கு அறிந்திருக்கிறது. எனவே ஐக்கிய முன்னணி ஒரு தேசிய அளவிலும் சர்வதேச அளவிலுமான பாட்டாளி வர்க்கத்தின் செயலொற்றுமை அவசியமுமாகும், அவைகள் மிகவும் சாத்தியமுமாகும் என்பதை மேலும் மேலும் அதிகமாக உறுதிப் பாட்டுடன் சர்வதேசப் பாட்டாளி வர்க்கம் நம்பிக்கை கொள்கிறது.

ஐக்கிய முன்னணியின் உள்ளடக்கமும் உருவங்களும்

இன்றைய கட்டத்தில் ஐக்கிய முன்னணியின் அடிப்படை உள்ளடக்கம் என்னவாக இருக்கிறது, என்னவாக இருந்திருக்க வேண்டும்? தொழிலாளிவர்க்கத்தின் உடனடியான பொருளாதார

அரசியல் நலவுரிமைகளைப் பாதுகாப்பது, பாஸிஸத்திற்கு எதிராக தொழிலாளிவர்க்கத்தைப் பாதுகாப்பது ஆகியவைதான் எல்லா முதலாளித்துவ நாடுகளிலும் ஐக்கிய முன்னணியின் தொடக்கப் புள்ளியாகவும் பிரதான உள்ளடக்கமாகவும் அமைய வேண்டும்.

பாட்டாளி வர்க்க சர்வாதிகாரத்திற்கான போராட்டத்திற்கு வெறும் வேண்டுகோள் அறிக்கைகளுடன் மட்டும் நாம் நின்றுவிடக் கூடாது. மக்களுடைய அதி முக்கியமான தேவைகளிலிருந்து எழக்கூடிய கோஷங்களையும் போராட்ட வடிவங்களையும் கண்டு, அவைகளை முன்னுக்கு எடுத்துச் செல்லவும், அவைகளைக் குறிப்பிட்ட வளர்ச்சிக் கட்டத்தில் மக்களுடைய போராட்ட வலுவையும் ஒரே அளவாக இணைத்துச் செல்லவும் வேண்டும்.

முதலாளித்துவக் கொள்ளைக்கும் பாஸிஸ்ட் காட்டுமிராண்டித் தனத்திற்கும் எதிராக மக்கள் இன்று தங்களைப் பாதுகாத்துக் கொள்ள வேண்டும் என்று அவர்களுக்கு நாம் சுட்டிக் காட்ட வேண்டும்.

உழைக்கும் மக்களுடைய மிக முக்கியமான நலவுரிமைகளைப் பாதுகாப்பதற்காக, பலவேறு கருத்துப் போக்குகளையும் கொண்டுள்ள தொழிலாளர் ஸ்தாபனங்களின் கூட்டுச் செயலின் உதவி கொண்டு மிகப் பரந்த ஓர் ஐக்கிய முன்னணியை ஸ்தாபிப்பதற்கு நாம் பாடுபட்டு முயற்சிக்க வேண்டும். அதன் பொருள் என்னவென்றால்:

முதலாவதாக, நெருக்கடியின் விளைவுகளின் பளுவை ஆளும் வர்க்கங்களுடைய முதலாளிகள் நிலப் பிரபுக்களுடைய - சுருக்கமாகக் கூறப்போனால் பணக்காரர்களுடைய தோள்களில் மாற்றுவதற்கான உண்மையான கூட்டுப் போராட்டம்,

இரண்டாவதாக, பாஸிஸ்ட் தாக்குதல்களின் சகல விதமான வடிவங்களை எதிர்த்தும், உழைக்கும் மக்களுடைய உரிமைகளையும் சாதனைகளையும் பாதுகாக்கவும், பூர்ஷ்வா ஜனநாயக உரிமைகளையும் கூட உடைத்தெறிவதை எதிர்த்தும் கூட்டுப் போராட்டம்.

மூன்றாவதாக, வரக்கூடிய ஏகாதிபத்திய யுத்த அபாயத்தை எதிர்த்து, அவ்வாறான யுத்தத் தயாரிப்புகளையும் தடுத்துத் தகர்ப்பதற்கான கூட்டுப் போராட்டம்.

நிலைமையில் மாற்றம் ஏற்படும் போது, போராட்டங்களின் வடிவங்களிலும் முறைகளிலும் வேகமான, உடனுக்குடன் கூடிய மாற்றத்தைச் செய்து கொள்வதற்கும், தொழிலாளிவர்க்கத்தை, தளர்ச்சியின்றித் தயார் செய்து கொள்ள வேண்டும், இயக்கம்

வளரும்போது, தொழிலாளி வர்க்கத்தின் ஒற்றுமை வளரும்போது, நாம் மேலும் முன் செல்ல வேண்டும். முதலாளித்துவத்திற்கு எதிராக தற்காப்பு என்னும் நிலையிலிருந்து தாக்குதல் கட்டத்திற்கு மாறுவதற்குத் தயாரித்துக் கொள்ள வேண்டும் . அதற்கான முறையில் ஒரு பெரிய வெகுஜன அரசியல் வேலை நிறுத்தத்தை உருவாக்கு வதற்கான வகையில் வழி திருப்பி வைத்துக் கொள்ள வேண்டும். அத்தகைய வேலை நிறுத்தத்திற்கு குறிப்பிட்ட நாடுகளிலுள்ள பிரதான தொழிற்சங்கங்கள் சேர்ந்திருக்க வேண்டும் என்பது ஒரு கட்டாயமான நிபந்தனையாகும்.

கம்யூனிஸ்டுகள் நிச்சயமாக தங்களுடைய (சாந்த சுயேச்சையான வேலையான, கம்யூனிஸ்டுக் கல்வி, மக்களை ஒன்று திரட்டுவது, ஸ்தாபன வேலைகள் ஆகியவைகளை ஒருகணம்கூட நிறுத்தி வைக்க முடியாது, நிறுத்தி வைக்கவும் கூடாது என்ற போதிலும், செயல் ஒற்றுமையின் வழியில் தொழிலாளர்களை நிறுத்திவைக்க உறுதிப்படுத்துவதற்காக, சமூக - ஜனநாயகக் கட்சிகள், சீர்திருத்தவாத தொழிற்சங்கங்கள், பாட்டாளி வர்க்கத்தின் வர்க்க விரோதிகளுக்கெதிராக உள்ள உழைக்கும் மக்களின் இதர ஸ்தாபனங்கள் ஆகியவற்றுடன் குறுகிய கால உடன்பாடும், நீண்ட காலத்திற்கான உடன்பாடும் ஆகிய இருவகை உடன்பாடுகளையும் செய்து கொள்வதற்கு முயற்சிக்க வேண்டியது அவசியமாகும். இதில் பிரதான அழுத்தம் கொடுக்க வேண்டியது, ஸ்தல ரீதியில் வெகுஜன இயக்கத்தை உருவாக்க வேண்டியதாகும். ஸ்தல ஒப்பந்தங்கள் மூலமாக ஸ்தலத்திலுள்ள ஸ்தாபனங்கள் நடத்தும் இயக்கங்களை உருவாக்க வேண்டியதாகும்.

அவர்களுடன் செய்து கொண்ட எல்லா ஒப்பந்தங்களின் நிபந்தனைகளையும் நாம் மிகவும் விஸ்வாசத்துடன் நிறைவேற்றும் அதே சமயத்தில், ஐக்கிய முன்னணியில் பங்கு கொள்ளும் ஸ்தாபனங்கள், தனி நபர்கள் கூட்டு நடவடிக்கைகளை நாசவேலை செய்தால் அவைகளை கருணையின்றி அம்பலப்படுத்த வேண்டும். எந்த ஒப்பந்தங்களையும் உடைப்பதற்கு செய்யும் எந்த முயற்சியையும் - அத்தகைய முயற்சிகள் நடக்கக் கூடியதைப் பற்றி நாம் மக்களுக்கு வேண்டுகோள் விடுப்போம். அதே சமயத்தில் உடைக்கப்படும் செயல் ஒற்றுமையை மீண்டும் செம்மைப்படுத்தி சீரமைப்பதற்கான போராட்டத்தை விடாமுயற்சியுடன் தொடர்ந்து விடாப்பிடியாக நடத்திக்கொண்டேயிருக்க வேண்டும்.

ஐக்கிய முன்னணியை ஸ்தூலமாக உருவாக்கிக் கைகூடச் செய்வது என்பது தொழிலாளர்களின் ஸ்தாபனங்களின் நிலைமை,

தன்மை, குணாம்சம், அவர்கள் அரசியல் வளர்ச்சி மட்டம், ஒரு குறிப்பிட்ட நாட்டிலுள்ள ஸ்தூலமான நிலைமை, சர்வதேசத் தொழிலாளர் இயக்கத்தின் முன்னேற்றத்தில் ஏற்படும் மாற்றங்கள் முதலியவைகளைப் பொறுத்து பலவேறு நாடுகளில் பலவேறு வடிவங்களை எடுக்கும் என்பது சொல்லாமலேயே விளங்குவதாகும்.

இந்த வடிவங்களில் அடங்குவது எடுத்துக்காட்டாக: தொழிலாளர்களின் ஒருங்கிணைக்கப்பட்ட கூட்டு நடவடிக்கை குறிப்பிட்ட நேரங்களில் பிரச்னைக்குப் பிரச்னை, தனிப்பட்ட கோரிக்கைகள் மீது, அல்லது பொதுவான ஒப்புக் கொள்ளப்பட்ட கோரிக்கைகள் மீது கொண்டு வரப்பட வேண்டும். ஒவ்வொரு தொழிற்சாலையிலோ அல்லது ஒரு குறிப்பிட்ட தொழில் முழுவதிலுமோ ஒருங்கிணைக்கப்பட்ட கூட்டு செயல்பாடு; ஸ்தல அளவிலும், பிராந்திய அளவிலும், தேசீய அளவிலும் அல்லது சர்வதேச அளவிலும் கூட்டிணைப்பான நடவடிக்கைகள்; தொழிலாளர்களின் பொருளாதாரப் போராட்டங்களை உருவாக்கித் திரட்டுதல், வெகுஜன அரசியல் நடவடிக்கைகளை நடத்துதல், பாஸிஸத் தாக்குதல்களை எதிர்த்து கூட்டு தற்காப்பை உருவாக்குவது, அரசியல் கைதிகளுக்கும் அவர்களுடைய குடும்பங்களுக்கும் உதவி செய்வது, சமுதாயப் பிற்போக்கு சக்திகளுக்கு எதிரான போராட்டம் முதலியவற்றில் கூட்டு நடவடிக்கை; இளைஞர்கள், பெண்கள் ஆகியோர்களின் நலவுரிமைகளைப் பாதுகாப்பதற்கு இன்னும் கூட்டுறவு இயக்கம், கலாச்சார நடவடிக்கைகள், விளையாட்டு அரங்கம் முதலியவற்றில் கூட்டு நடவடிக்கைகளைக் கொண்டு வருவது.

கூட்டு நடவடிக்கைக்கு வகை செய்யும் முறையில் ஒரு உடன்படிக்கையை முடிப்பதோ, ஐக்கிய முன்னணியில் பங்கு கொள்ளும் கட்சிகள், ஸ்தாபனங்கள் அடங்கிய ஒரு தொடர்புக் கமிட்டி, உதாரணமாக பிரான்ஸில் இருப்பதைப் போல இருந்தால் போதாது. அத்துடன் நாம் திருப்தி அடைந்துவிடக்கூடாது. அது முதல்படி மட்டும் தான். உடன்படிக்கை என்பது கூட்டு நடவடிக்கை கை கூடுவதற்கான ஒரு துணை சாதனம்தானே தவிர வேறில்லை. அது மட்டும் ஒரு ஐக்கிய முன்னணியாக அமைந்து விடாது. கம்யூனிஸ்ட் கட்சி, சோஷலிஸ்ட் கட்சிகளின் தலைவர்களிடையில் ஒரு தொடர்புக் கமிஷன் இருப்பது கூட்டு நடவடிக்கைக்கு உதவிகரமாக வசதியாக இருக்கும், எனவே அது அவசியம்தான். ஆனால் அது மட்டும் வகையிலும் போதாது. ஐக்கிய முன்னணியின் ஒரு உண்மையான வளர்ச்சிக்கு பாஸிஸத்திற்கு எதிராக விரிவான மக்கள் பகுதியை

போராட்டத்தில் கொண்டு வருவதற்கு தொடர்பு கமிஷன் மட்டும் எந்த அளவிலும் போதாததாகும்.

கம்யூனிஸ்டுகளும் சகல புரட்சிகரமான தொழிலாளர்களும் (பாஸிஸ்டு சர்வாதிகாரம் உள்ள நாடுகளில் - ஐக்கிய முன்னணியை இயக்கத்தில் அதிகாரபூர்வமாக பங்கெடுத்துக் கொள்பவர்களில் குறிப்பிட்டு தேர்ந்து எடுக்கப்பட்டவர்கள்) எந்தச் சார்பிலும் அல்லாத ஐக்கிய முன்னணியின் வர்க்க அமைப்புகளை தொழிற்சாலைகளில், வேலையில்லாதோரிடையில், தொழிலாளி வர்க்க மாவட்டங்களில், சிறிய நகர்ப்புற மக்களிடையில், கிராமங்களில் தேர்ந்தெடுத்து அமைப்பதற்கு பாடுபட்டு முயற்சிக்க வேண்டும். அத்தகைய அங்கங்களால்தான் ஐக்கிய முன்னணி இயக்கத்தில் பரந்த விரிவான ஸ்தாபன ரீதியில் இல்லாத ஏராளமான உழைக்கும் மக்களை ஒருங்கு கூட்டி அரவணைத்துக் கொண்டு முதலாளித்துவத்தின், பாஸிஸத்தின், பிற்போக்கு சக்திகளின் தாக்குதலுக்கெதிரான போராட்டத்தில் திரளான மக்களை முன்கையெடுத்து ஈடுபடுத்தி வளர்ப்பதில் உதவி செய்ய முடியும். அந்த அடிப்படையில் ஐக்கிய முன்னணியின் தேவையான விரிவான அடிமட்ட அணியை உருவாக்க முடியும், முதலாளித்துவ நாடுகளில் நூற்றுக்கணக்கான ஆயிரக்கணக்கான கட்சியல்லாத போல்ஷிவிக்குகளைப் பயிற்சி கொடுக்க முடியும்.

ஸ்தாபன ரீதியில் திரண்டுள்ள தொழிலாளர்களின் கூட்டு நடவடிக்கைதான் தொடக்கம், அஸ்திவாரம். ஸ்தாபன ரீதியில் இல்லாத மக்கள் தான் மிகப் பெரும்பாலான தொழிலாளர்களாக உள்ளார்கள் என்பதை மறந்துவிடக் கூடாது. பிரான்ஸில் ஸ்தாபன ரீதியில் திரண்டுள்ள தொழிலாளர்கள் - கம்யூனிஸ்டுகள், சோஷலிஸ்டுகள், பலவேறு கருத்துப் போக்குகளைக் கொண்டுள்ள தொழிற்சங்க உறுப்பினர்கள் மொத்தம் ஒரு மில்லியன் (பத்து லட்சம்) பேர் இருக்கிறார்கள். ஆனால் மொத்தம் தொழிலாளர்கள் பதினோரு மில்லியன் (ஒரு கோடியே பத்து லட்சம்). கிரேட் பிரிட்டனில் பல வேறு கருத்துக்களைக் கொண்ட தொழிற்சங்கங்கள், கட்சிகளின் உறுப்பினர்கள் ஐந்து மில்லியன் (ஐம்பது லட்சம்). அதே சமயத்தில் மொத்தம் தொழிலாளர்களின் எண்ணிக்கை பதினான்கு மில்லியன் (1கோடியே 40 லட்சம்). (அமெரிக்க ஐக்கிய நாடுகளில் ஸ்தாபன ரீதியில் உள்ள தொழிலாளர்களின் எண்ணிக்கை ஐந்து மில்லியன் (ஐம்பது லட்சம்). ஆனால் அந்த நாட்டிலுள்ள மொத்தம் தொழிலாளர்களின் எண்ணிக்கை முப்பத்தி எட்டு மில்லியனாகும்.

இந்த விகிதாசாரம் வேறுபல இதர நாடுகளுக்கும் பொருந்தும். "சாதா ரணமான" காலங்களில் இந்த பெரும் ஜனப்பகுதி பெரும்பாலும் அரசியல் வாழ்வில் பங்கு கொள்வதில்லை. ஆனால் இப்போது, இந்த பிரம்மாண்டமான ஜனக்கூட்டம் மேலும் மேலும் அதிகமாக இயக்க வேகத்தில் உந்தப்பட்டு அரசியல் வாழ்வில் கொண்டு வரப்பட்டு அரசியல் அரங்கில் வெளியே வருகிறது.

எந்த சார்பும் இல்லாத வர்க்க நிறுவனங்களை உண்டாக்குவது விரிவான மக்கள் பகுதியின் அடிமட்ட அணிகளுக்கிடையில் ஐக்கிய முன்னணியை உருவாக்கி நிறைவேற்றுவதும், விஸ்தரிப்பதும், பலப்படுத்துவதும்தான் மிகச் சிறந்த வடிவமாகும். இந்த அங்கங்கள் ஐக்கிய முன்னணியின் எதிர்ப்பாளர்கள் தொழிலாளிவர்க்கத்தின் ஸ்தாபிதமான செயலொற்றுமையை சீர்குலைப்பதற்கு எடுக்கும் ஒவ்வொரு முயற்சிக்கும் எதிரான பலமான மிகச்சிறந்த அரணாக அமைகிறது.

பாஸிஸ்டு எதிர்ப்பு மக்கள் முன்னணி

பாஸிஸத்திற்கெதிரான போராட்டத்திற்கு உழைக்கும் மக்களை ஒன்று திரட்டுவதில் பாட்டாளி வர்க்கத்தின் ஐக்கிய முன்னணியின் அடிப்படையில் ஒரு விரிவான சகல பகுதி மக்களுடைய பாஸிஸ்டு எதிர்ப்பு முன்னணி அமைப்பது குறிப்பிடத்தக்க வகையில் முக்கியமான கடமையாகும். பாட்டாளி வர்க்கத்தின் போராட்டம் முழுவதினுடைய வெற்றியானது ஒரு பக்கம் பாட்டாளி வர்க்கம் மறுபக்கம் உழைக்கும் விவசாயிகள் நகர்ப்புற குட்டி பூர்ஷுவா வர்க்கமாகவுள்ள அடிப்படை மக்கள் பகுதி அதாவது தொழில் துறையில் மிக வளர்ச்சி அடைந்துள்ள நாடுகளில்கூட ஜனத்தொகையில் மிகப் பெரும்பான்மையினராக உள்ள இந்த ஜனப்பகுதிக்கும் இடையில் ஒரு போராட்டக் கூட்டை ஸ்தாபிப்பதுடன் மிக நெருக்கமாக இணைக்கப்பட்டதாகும்.

பாஸிஸம் தனது கிளர்ச்சி பிரச்சாரத்தில் இந்த ஜனப் பகுதிகளை யெல்லாம் தனது பக்கத்தில் வெல்வதற்கான விருப்பத்தில், நகரங்களிலும் கிராமப் புறத்திலுமுள்ள உழைக்கும் மக்களை புரட்சிகரமான பாட்டாளி வர்க்கத்திற்கு எதிராக நிறுத்துவதற்கு முயற்சிக்கிறது. "சிவப்பு அபாயம்" என்று பூச்சாண்டி காட்டி குட்டி பூர்ஷுவா வர்க்கத்தை அச்சுறுத்தித் தன்பக்கம் கொண்டுவர முயற்சிக்கிறது, நாம் ஈட்டி முனையை எதிர்த்திசையில் திருப்ப வேண்டும். உழைக்கும் விவசாயிகளுக்கும், கைத்தொழிலாளர்களுக்கும்

உழைக்கும் படிப்பாளிவர்க்கத்திற்கும், உண்மையான ஆபத்து எங்கிருந்து தோன்றிவருகிறது என்பதைக் காட்ட வேண்டும். வரிப்பளுவையும், திறைப்பளுவையும் விவசாயிகளின் மீது திணிப்பது யார், அவர்களிடமிருந்து கொடுமையான வட்டியைக் கசக்கிப் பிழிவது யார், மேலும் யார் நல்ல செழிப்பான நிலத்தை தங்கள் கையில் வைத்துக்கொண்டு, எல்லாவிதமான செல்வங்களையும் அனுபவித்துக் கொண்டு விவசாயியையும் அவனது குடும்பத்தையும் அவனுடைய நிலத்திலிருந்து விரட்டி அவனை வேலையில்லாத் திண்டாட்டத்திலும் ஏழ்மையிலும் தள்ளுகிறார்கள் என்பதை ஸ்தூலமாக அவர்களுக்குக் காட்டவேண்டும். யார் கிராமப்புறத் தொழிலாளர்களை, கைத்திறன் தொழிலாளர்களை, வரியின் மூலம் திறையின் மூலம், அதிகமான வாடகை மூலம், நிற்க முடியாத அளவு போட்டியின் மூலம் யார் அழிக்கிறார்கள், உழைக்கும் படிப்பாளிக் கூட்டத்தின் விரிவான பகுதியையெல்லாம் யார் தெருவில் தள்ளி விரட்டுகிறார்கள், யார் அவர்களுடைய வேலையைப் பறித்து அவர்களைத் திண்டாட விடுகிறார்கள் என்பதை ஸ்தூலமாக விளக்க வேண்டும்; பொறுமை யுடனும் விடாப்பிடியாகவும் விளக்க வேண்டும். ஆனால் இது மட்டும் போதாது.

பாஸிஸ்ட் எதிர்ப்பு மக்கள் முன்னணியை ஸ்தாபிப்பதில் அடிப்படையான ஆகத் தீர்மானமான ஒன்று, இந்தப் பகுதியினருடைய குறிப்பாக உழைக்கும் விவசாயிகளுடைய கோரிக்கைகளுக்காக பாட்டாளி வர்க்கத்தின் அடிப்படை நலவுரிமைகளுக்கிணையான கோரிக்கைகளுக்காக, இந்த கோரிக்கைகளைத் தொழிலாளி வர்க்கம் தங்களுடைய கோரிக்கைகளுக்கான போராட்டத்துடன் இணைத்து புரட்சிகரமான பாட்டாளி வர்க்கம் உறுதியான நடவடிக்கை எடுக்க வேண்டும்.

பாஸிஸ்டு எதிர்ப்பு மக்கள் முன்னணியை அமைக்கும் போது கணிசமான பகுதி உழைக்கும் விவசாயிகளும் நகர்ப்புற குட்டி பூர்ஷுவா வர்க்கமும் சேர்ந்துள்ள ஸ்தாபனங்களுடனும் கட்சிகளுடனும் ஒரு சரியான அணுகு முறையைக் கடைப்பிடிப்பது மிகவும் அதிகமான முக்கியத்துவம் வாய்ந்ததாகும்.

முதலாளித்துவ நாடுகளில் இந்தக் கட்சிகள், ஸ்தாபனங்களில் அவை பொருளாதார ஸ்தாபனங்களாயினும் அரசியல் ஸ்தாபனங்களாயினும் அவற்றில் பெரும்பாலானவை இன்னும் பூர்ஷுவா வர்க்கத்தின் செல்வாக்கிலேயே இருந்து அவர்களையே பின்பற்றுகிறார்கள். இந்தக்

கட்சிகள், ஸ்தாபனங்கள் ஆகியவற்றின் சமுதாய சேர்க்கை பலதரப்பட்ட முரண் கூறுகளை உடையதாகும். அவர்களில் பெரிய குலாக்குகள் (பணக்கார விவசாயிகள்) அவர்களுடன் கூட நிலமில்லாத விவசாயிகளும் இருக்கிறார்கள். பெரிய வணிகர்கள் அத்துடன் சேர்ந்து சிறு கடைக்காரர்களுமிருக்கிறார்கள்.

ஆனால் அதில் ஆதிக்கம் வகிப்பவர்கள்கள் தான். அவர்கள் பெரு முதலாளிகளின் ஏஜண்டுகளாகவே இருக்கிறார்கள். இதன் காரணமாய் இந்த ஸ்தாபனங்களைப் பலவேறு வழிகளில் அணுக வேண்டியதிருக்கிறது. அதன் உறுப்பினர்களில் பெரும்பாலோர் அவர்களின் தலைவர்களின் உண்மையான அரசியல் குணாம்சத்தைப் பற்றி அநேகமாக எதுவும் அறிய மாட்டார்கள் என்பதைக் கணக்கில் எடுத்துக் கொள்ள வேண்டும். சில குறிப்பிட்ட சூழ்நிலைமைகளில், இந்தக் கட்சிகளையும் ஸ்தாபனங்களையும் அல்லது அவைகளின் சில பகுதிகளையாவது, அவைகளுக்கு பூர்ஷுவாத் தலைமையிருந்த போதிலும், பாஸிஸ்டு எதிர்ப்பு மக்கள் முன்னணியின் பக்கத்திற்குக் கொண்டு வருவதற்கு நாம் முயற்சி செய்ய முடியும், முயற்சி செய்ய வேண்டும். உதாரணமாக இன்று இந்த நிலைமைதான் பிரான்ஸில் ரேடிக்கல் கட்சியுடன், அமெரிக்க ஐக்கிய நாடுகளில் பலவேறு விவசாயிகளின் ஸ்தாபனங்களுடன், போலந்தில் "ஸ்ட்ரோனிக்டூ லுடோவி" ஸ்தாபனத்துடன், யுகோஸ்லேவியாவில் குரோஷியன் விவசாயிகள் கட்சியுடன், பல்கேரியாவில் விவசாயிகள் லீக்குடன், கீரிஸில் விவசாயிகள் கட்சியுடன் அவ்வாறு அணுக வேண்டும். மக்கள் முன்னணியின் பக்கத்தில் இந்தக் கட்சிகளையும், ஸ்தாபனங்களையும் ஆகர்ஷிப்பதற்கு வாய்ப்பு இருந்தாலும் இருக்காவிட்டாலும், நமது உபாயம் எல்லா சூழ்நிலைமைகளிலும் சிறு விவசாயிகள், கிராமப்புறத் தொழிலாளர்கள், கைவினைத் தொழிலாளர்கள் முதலியவர்களை அவர்கள் உறுப்பினர்களை பாஸிஸ்டு எதிர்ப்பு மக்கள் முன்னணியில் கொண்டுவருதற்கான திசைவழியில்தான் செல்ல வேண்டும்.

எனவே, இந்தத் துறையில் எல்லா வழிகளிலும், நம்மிடம் பொதுவாக அடிக்கடி நிகழக்கூடிய தவறு, நடைமுறை வேலைகளில் ஏற்படும் குறைபாடு இந்த விவசாயிகள், கைத்தொழிலாளர்கள், கிராமப்புறத் தொழிலாளர்கள், நகர்ப்புற குட்டி பூர்ஷுவா மக்கள் கூட்டம் ஆகியோரைப் புறக்கணிக்கும் போக்கு, ஒரு வெறுப்போடு கூடிய அணுகுமுறை இருக்கிறது. இத்தகைய நமது போக்குக்கு ஒரு முடிவு கட்டிவிட வேண்டும்.

தனிப்பட்ட நாடுகளில்
ஐக்கிய முன்னணி பற்றிய மிக முக்கிய பிரச்னைகள்

ஒவ்வொரு நாட்டிலும் சில மிக முக்கிய உயிர்நாடியான பிரச்னைகள் இருக்கின்றன. அவைகள் மிகப் பெரும்பாலான மக்களுடைய உள்ளங்களில் உறுத்திக் கொண்டிருக்கும் பிரச்னைகளாக உள்ளன. அத்தகைய பிரச்னைகளைச் சுற்றி ஐக்கிய முன்னணியை நிறுவுவதற்கான போராட்டத்தை உருவாக்கி வளர்க்க வேண்டும். இந்த மிக முக்கியமான உயிர் நாடியான பிரச்னைகளைச் சரியாகப் புரிந்து கிரகித்துக் கொண்டோமானால், அது ஒரு ஐக்கிய முன்னணியை நிறுவுவதை உறுதிப்படுத்தும், துரிதப்படுத்தும்.

அமெரிக்க ஐக்கிய நாடுகள்

உதாரணத்திற்கு முதலாளித்துவ உலகத்திலே ஒரு முக்கியமான நாடாக உள்ள அமெரிக்க ஐக்கிய நாடுகளை எடுத்துக் கொள்வோம். அங்கு நெருக்கடியின் விளைவாக கோடிக்கணக்கான மக்கள் செயலில் இறங்கியுள்ளார்கள். முதலாளித்துவத்தை மீண்டெழச் செய்வதற்கான திட்டம் கவிழ்ந்துவிட்டது. பெரிய பெரிய ஜனப்பகுதிகள், பூர்ஷுவா கட்சிகளைக் கைவிடத் தொடங்கி இப்போது முச்சந்தியில் நிற்கிறார்கள்.

தொடக்க நிலையில் உள்ள அமெரிக்க பாஸிஸம், மக்களிடமுள்ள இந்த அதிருப்தியையும் மீட்சியையும் பிற்போக்கு பாஸிஸ்டு வழிகளில் திருப்புவதற்கு முயற்சித்துக் கொண்டிருக்கிறது. அமெரிக்க பாஸிஸத்தின் வளர்ச்சியின் தனித்தன்மை என்னவென்றால், அது இன்றையக் கட்டத்தில் பாஸிஸத்திற்கு எதிரான சக்தியென்ற வடிவத்தில் முக்கியமாக முன்னுக்கு வருகிறது. பாஸிஸம் அமெரிக்கத் தன்மையற்றது என்றும், அன்னியத் தன்மை கொண்டது என்றும், இறக்குமதிச் சரக்கு என்றும்கூட கூறி அதன் மீது குற்றம் சுமத்துகிறது. அரசியல் சாஸன முறைகளுக்கு எதிரான முறையில் செயல்படும் ஜெர்மன் பாஸிஸத்திற்கு நேர்மாறான முறையில் அமெரிக்க பாஸிஸம் தன்னை அரசியல் சாஸனத்தின் "அமெரிக்க ஜனநாயகத்தின்" பாதுகாவலனாகத் தன்னை வர்ணித்துக் கொள்ள முயலுகிறது. ஒரு நேரடியான பேரபாயம் நிறைந்த சக்தியாக அது இன்னும் காட்டிக் கொள்ளவில்லை. ஆனால் பழைய பூர்ஷுவாக் கட்சிகளின் மீது பிரமை அகன்றுள்ள விரிவான மக்கள் பகுதியில் ஊடுருவுவதில் அது வெற்றி பெற்றுள்ளது. அது வெகு விரைவில் எதிர் காலத்தில் ஒரு மிகப் பெரும் அபாயகரமான சக்தியாக ஆகக்கூடும்.

அமெரிக்க ஐக்கிய நாடுகளில் பாஸிஸம் வெற்றி பெற்றால் அதில் அடங்கியுள்ள ஆபத்து என்ன? உழைக்கும் மக்கள் திரளுக்கு அதன் விளைவு சுரண்டல் ஆட்சி மிகப்பெரும் அளவில் பலப்படும். தொழிலாளி வர்க்க இயக்கம் அழிக்கப்படும். இங்கு பாஸிஸம் வெற்றி பெற்றால் அதன் சர்வதேச முக்கியத்துவம் என்ன? நீங்கள் நன்றாக அறிவீர்கள். அமெரிக்க ஐக்கிய நாடுகள் என்பது, ஹங்கேரியோ, பின் லாந்தோ, பல்கேரியாவோ அல்லது லாட்வியாவோ அல்ல. அமெரிக்க ஐக்கிய நாடுகளில் பாஸிஸம் வெற்றி பெறுமானால் அது உலக நிலைமை முழுவதையுமே வெகுவாக மாற்றிவிடும்.

இந்த சூழ்நிலைமைகளில், புரட்சிகரமான பாதையைப் பின்பற்றத் தயாராக உள்ள தனது வர்க்க உணர்வுமிக்க முன்னணிப் படையை மட்டும் திரட்டுவதோடு அமெரிக்கப் பாட்டாளி வர்க்கம் திருப்தி அடைந்து விட முடியுமா? முடியாது.

ஒன்று மிகவும் தெளிவானது. அமெரிக்க பாட்டாளி வர்க்கத்தின் நலவுரிமைகள் கோருவது என்னவென்றால், அதன் சக்திகள் எல்லாம் உடனடியாகக் காலதாமதமின்றி முதலாளித்துவக் கட்சிகளிலிருந்து விலகவேண்டும். அதிருப்தி அடைந்துள்ள உழைக்கும் மக்கள் கூட்டத்தை பாஸிஸம் தங்கள் பக்கம் திருப்புவதை தடுக்க எல்லாவித வழிகளையும் தக்க முறைகளையும் காலாகாலத்தில் கைக்கொள்ள வேண்டும். இங்கே நாம் ஒன்று கூற வேண்டும். அமெரிக்க சூழ்நிலைமைகளில் உழைக்கும் மக்களுடைய ஒரு வெகுஜனக் கட்சியை ஒரு தொழிலாளர் விவசாயிகள் கட்சியை உருவாக்குவது, அத்தகைய ஒரு தக்க முறையாக இருக்கும். அத்தகைய ஒரு கட்சி அமெரிக்காவில் ஒரு வெகுஜன மக்கள் அணியின் குறிப்பிட்ட வடிவமாக அமையும். அது முதலாளித்துவ டிரஸ்டுகள், பாங்குகளின் கட்சிகளின் எதிர்க்கட்சியாகவும் அதே போல் வளர்ந்து கொண்டிருக்கும் பாஸிஸத்திற்கு எதிராகவும் இருக்கும். அத்தகைய ஒரு கட்சி ஒரு சோஷலிஸ்டு கட்சியாகவோ, கம்யூனிஸ்டுக் கட்சியாகவோ இருக்காது. ஆனால் அது ஒரு பாஸிஸ்டு எதிர்ப்புக் கட்சியாக இருக்க வேண்டும். ஒரு கம்யூனிஸ்ட் எதிர்ப்புக் கட்சியாக இருக்கக் கூடாது. இந்தக் கட்சியின் வேலைத் திட்டம் பாங்குகள், டிரஸ்டுகள், ஏகபோக முதலாளிகளுக்கு எதிராக இருக்கும். மக்களின் பிரதான எதிரிகளுக்கு எதிராக இருக்கும். மக்களின் துன்ப துயரங்களுடன் சூதாடும் கூட்டத்திற்கு எதிராக இருக்கும். அத்தகைய கட்சி தொழிலாளி வர்க்கத்தின் உடனடி கோரிக்கைகளைப் பாதுகாப்பதாக இருக்க வேண்டும். உண்மையான சமுதாய சட்டங்களுக்காக, வேலையில்லாத் திண்டாட்டத்திலிருந்து

காப்பீடு கிடைக்கப் போராடக் கூடியதாக இருக்க வேண்டும். வெள்ளை, கருப்பு நிற வார விவசாயிகளுக்கு நிலம் கிடைக்கவும், கடன் சுமையிலிருந்து அவர்களுக்கு, விடுதலை கிடைக்கவும் போராடும் கட்சியாக இருக்க வேண்டும். விவசாயிகளின் கடன் சுமையை ரத்து செய்வதற்கு நடவடிக்கை எடுக்கும் கட்சியாக இருக்க வேண்டும். நீக்ரோ மக்களுக்குச் சம அந்தஸ்துக்காகப் போராடும் கட்சியாக இருக்க வேண்டும். மாஜி ராணுவத்தினரின் கோரிக்கைகளைப் பாதுகாக்கும் கட்சியாக, பல்வேறு தொழில்கள் செய்யும் பிரிவினர்கள், சிறு உரிமையாளர்கள், கைத்தொழில் வினைஞர்கள் முதலியோர்களின் கோரிக்கைகளைப் பாதுகாக்கக் கூடிய கட்சியாக இருக்க வேண்டும்.

அத்தகைய கட்சி ஸ்தல ஆட்சி அமைப்புகளுக்கும், மாநில சட்ட மன்றங்களுக்கும், பிரதிநிதிகள் சபைக்கும், செனட்டிற்கு நடைபெறும் தேர்தல்களில் தனது வேட்பாளர்களை நிறுத்தி வேலை செய்யும் என்பதைக் கூறத் தேவையில்லை.

அத்தகைய ஒரு கட்சியை உருவாக்குவதில் அமெரிக்க ஐக்கிய நாடுகளில் உள்ள நமது தோழர்கள் முன் கையெடுத்துள்ளது மிகவும் சரியான செயலாகும். ஆனால் அந்த ஒரு கட்சியை உருவாக்கி பலப்படுத்த மக்களே முன் வரக்கூடிய அளவில் சரியான நடவடிக்கைகள் எடுக்க வேண்டும். ஒரு தொழிலாளர் விவசாயிகள் கட்சியை உருவாக்குவது அதன் வேலைத் திட்டங்களைத் தயாரிப்பது ஆகியவற்றை பொது மக்களின் பெரிய கூட்டங்களில் வைத்தே விவாதிக்க வேண்டும். அத்தகைய ஒரு கட்சியை உருவாக்குவதற்கு ஒரு பெரிய இயக்கத்தையே நடத்த வேண்டும். அதில் நாம் முன் கையெடுத்து தலைமை தாங்க வேண்டும். இப்போதுள்ள ஜனநாயகக் கட்சி, குடியரசுக் கட்சி ஆகிய இரு பூர்ஷுவாக் கட்சிகளிலும் உள்ள பிரமை நீங்கி, அதிருப்தி அடைந்துள்ள கோடிக்கணக்கான மக்களை அவர்களுடைய அதிருப்தியையும் சோர்வையும் பயன்படுத்தி அமெரிக்க ஐக்கிய நாடுகளில் ஒரு மூன்றாவது கட்சியை , ஒரு கம்யூனிஸ்ட் எதிர்ப்புக் கட்சியை, புரட்சிகரமான இயக்கத்திற்கு எதிரான ஒரு கட்சியை உருவாக்குவதற்கு முயலும் நபர்களுக்கு முன் கையெடுக்க விட்டுவிடக்கூடாது.

பிரிட்டன்

பிரிட்டனில் பிரிட்டிஷ் தொழிலாளர்களின் வெகுஜன நடவடிக்கையின் பலனாக மோஸ்லியின் பாஸிஸ்டு ஸ்தாபனம் தற்காலிகமாக பின்னுக்குத் தள்ளப்பட்டுள்ளது. ஆனால் மற்றொன்றையும் நாம் பார்க்கத் தவறிவிடக்கூடாது . "தேசீய சர்க்கார்" என்று கூறப்படும்

சர்க்கார் தொழிலாளிவர்க்கத்திற்கு விரோதமாக பல பிற்போக்கு நடவடிக்கைகளை எடுத்துள்ளது. அதன் விளைவாக பிரிட்டனில் கூட தேவைப்பட்டால், பூர்ஷுவா வர்க்கம் ஒரு பாஸிஸ்ட் ஆட்சிக்கு மாறுவதற்கான சூழ்நிலைகள் உண்டாக்கப்படுகின்றன.

இன்றைய கட்டத்தில், பிரிட்டனில் பாஸிஸ்டு அபாயத்தை எதிர்த்துப் போராடுவது என்பது முதலாவதாக "தேசீய சர்க்காரையும்", அதன் பிற்போக்கான நடவடிக்கைகளையும் எதிர்த்துப் போராடுவதாகும். முதலாளித்துவத்தின் தாக்குதல்களை எதிர்த்துப் போராடுவதாகும். வேலையில்லாதோரின் கோரிக்கைகளுக்காக நடத்த வேண்டிய போராட்டமாகும். கூலி வெட்டுகளை எதிர்த்து நடத்த வேண்டிய போராட்டமாகும். மக்களுடைய வாழ்க்கைத் தரங்களை கீழிறக்குவதற்காக பிரிட்டிஷ் பூர்ஷுவா வர்க்கத்திற்கு உதவிகரமாக உள்ள சட்டங்களை யெல்லாம் மாற்றுவதற்காக நடத்தும் போராட்டமாகும்.

"தேசீய சர்க்காருக்கு" எதிராக தொழிலாளி வர்க்கத்திடம் அதிகரித்து வரும் வெறுப்பு பிரிட்டனில் ஒரு புதிய லேபர் சர்க்கார் அமைய வேண்டும் என்னும் கோஷத்தின் கீழ் மேலும் மேலும் அதிகமான அளவில் உழைக்கும் மக்களின் ஒற்றுமை அதிகரித்து வருகிறது. மக்களிடம் உள்ள இந்த உள்ள அமைப்பை கம்யூனிஸ்டுகள் புறக்கணிக்க முடியுமா? ஒரு லேபர் சர்க்காரின்மீது மக்களுக்கு இன்னும் நிலைத்திருக்கும் விஸ்வாஸத்தைப் புறக்கணிக்க முடியுமா? கூடாது தோழர்களே! இந்த மக்களை நாம் அணுகுவதற்கு ஒரு வழியைக் காணவேண்டும். அவர்களிடம் நாம் வெளிப்படையாகக் கூறவேண்டும். பிரிட்டிஷ் கம்யூனிஸ்ட் கட்சியின் பதின்மூன்றாவது காங்கிரஸ் கூறுவதைப் போல, கம்யூனிஸ்டுகளாகிய நாங்கள் தெளிவாகக் கூறுகிறோம்: சோவியத் சர்க்கார் அமைப்புதான் முதலாளித்துவ நுகத்தடியிலிருந்து தொழிலாளர்களை முழுமையாக விடுவிக்கும் ஆற்றல் படைத்த சர்க்காராகும். எனவே அத்தகைய சர்க்கார்தான் வேண்டும் என்கிறோம். ஆனால் நீங்கள் லேபர் கட்சி சர்க்கார் வேண்டும் என்கிறீர்கள். மிகவும் நல்லது. "தேசீய சர்க்காரை"த் தோற்கடிப்பதற்காக உங்களோடு கைகோர்த்து நின்று நாங்கள் போராடியிருக்கிறோம், இன்னும் போராடிக் கொண்டிருக்கிறோம். இதற்கு முன்னர் இரு தடவைகளிலும் லேபர் கட்சி சர்க்கார்கள் லேபர் கட்சி தொழிலாளி வர்க்கத்திற்குக் கொடுத்த வாக்குறுதிகளை நிறைவேற்றத் தவறி இருக்கிறது. இருந்த போதிலும் ஒரு புதிய லேபர் சர்க்காரைக் கொண்டு வருவதற்காக நீங்கள் நடத்தும் போராட்டத்தை ஆதரிக்கத் தயாராக இருக்கிறோம். இந்த சர்க்கார் சோஷலிச

நடவடிக்கைகளை எடுக்கும் என்று நாங்கள் எதிர்பார்க்கவில்லை. ஆனால் தொழிலாளிவர்க்கத்தினுடைய சகல உழைக்கும் மக்களுடைய ஆக அத்தியாவசியமான பொருளாதார, அரசியல் நலவுரிமைகளைப் பாதுகாப்பதற்காக, கோடிக்கணக்கான தொழிலாளர்கள் சார்பில் கோரிக்கைகளை அந்த சர்க்கார்முன் வைப்போம். அத்தகைய கோரிக்கைகளைப் பற்றிய ஒரு பொது வேலைத்திட்டத்தை கூட்டாகச் சேர்ந்து விவாதிப்போம். அதன் மூலம் செயலொற்றுமையை உருவாக்குவோம். அத்தகைய ஒற்றுமை பாட்டாளி வர்க்கத்திற்கு அவசியப்படுகிறது. அதன் மூலம்,"தேசீய சர்க்காரின்" பிற்போக்குத் தாக்குதலை எதிர்த்து முறியடிக்க முடியும். முதலாளித்துவம் மற்றும் பாஸிஸத்தினுடைய தாக்குதலை முறியடிக்க முடியும். அவர்களுடைய ஒரு புதிய யுத்த தயாரிப்புகளை முறியடிக்க முடியும். இதனடிப் படையில் பிரிட்டிஷ் தோழர்கள் வரக்கூடிய பாராளுமன்றத் தேர்தல்களில், "தேசீய சர்க்காருக்கு" எதிராக தொழிலாளி வர்க்கத்தின் லட்சியத்திற்கெதிராக மக்களை ஆசைவார்த்தை காட்டி தன் பக்கம் இழுத்து பூர்ஷுவா வர்க்கத்தின் நலன்களுக்காக நிற்கும் லாயிட் ஜார்ஜிற்கு எதிராக லேபர் கட்சிகளின் கிளைகளும் ஒத்துழைப்பதற்குத் தயாராக இருக்கிறார்கள்.

பிரிட்டிஷ் கம்யூனிஸ்டுகளின் நிலை சரியானதாகும். பிரிட்டிஷ் தொழிற்சங்கங்கள் மற்றும் தொழிற் கட்சியின் கோடிக்கணக்கான உறுப்பினர்களுடன் போர்க் குணம் மிக்க ஐக்கிய முன்னணியை அமைப்பதற்கு அந்த நிலை உதவி செய்யும். போராடும் பாட்டாளி வர்க்கத்தின் முன்னணியில் எப்போதும் இருந்து கொண்டு, மக்களுக்குகந்த ஒரே சரியான பாதையை - பூர்ஷுவா வர்க்கத்தின் ஆட்சியை புரட்சிகரமான முறையில் தூக்கி எறிவதற்கான, சோவியத் சர்க்காரை அமைப்பதற்கான போராட்டப் பாதையை சுட்டிக்காட்டிக் கொண்டு, கம்யூனிஸ்டுகள், தங்களுடைய உடனடியான அரசியல் குறிக்கோள்களை வகுத்துக் கூறுவதில், மக்களியக்கத்தின் தேவையான படிப்படியான கட்டங்களை விட்டு, பல படிகளை ஒரே தடவையில் திடீர்ப் பாய்ச்சலில் தாண்டுவதற்கு முயலக்கூடாது. தொழிலாளி வர்க்கம் தனது சொந்த அனுபவத்தில் தனது பிரமைகளை எல்லாம் விட்டொழித்து கம்யூனிஸத்தின்பால் வரவேண்டும்.

பிரான்ஸ்

பிரான்ஸ் நாட்டில், தொழிலாளி வர்க்கம் பாஸிஸத்தை எதிர்த்து எப்படிப் போராட வேண்டும் என்பதில் சர்வதேசப் பாட்டாளி வர்க்கம் முழுவதற்கும் ஒரு முன்னுதாரணமாக இருக்கிறது என்பதை நாம்

அறிவோம். பிரஞ்சுக் கம்யூனிஸ்டுக் கட்சி, கம்யூனிஸ்டு அகிலத்திலுள்ள எல்லாப் பகுதிகளுக்கும் ஐக்கிய முன்னணி உபாயத்தை எவ்வாறு நடைமுறையில் செயல்படுத்த வேண்டும் என்பதற்கு எடுத்துக்காட்டாக நின்று காட்டுகிறது. சோஷலிஸ்டு தொழிலாளர்கள், இதர முதலாளித்துவ நாடுகளில் சோஷியல் டெமாக்ரடிக் தொழிலாளர்கள் பாஸிஸத்திற்கு எதிரான போராட்டத்தில் இப்போது என்ன செய்து கொண்டிருக்கிறது என்பதற்கு எடுத்துக்காட்டாக செயல்படுகிறார்கள்.

இந்த ஆண்டில் ஜூலை 14-ம் தேதி பாரிஸ் நகரத்தில் ஐந்து லட்சத்திற்கதிகமான மக்கள் - திரண்டு பாஸிஸ்டு எதிர்ப்பு ஆர்ப்பாட்டம் நடத்தியதின் மற்றும் பல பிரஞ்சு நகரங்களில் நடைபெற்ற ஆர்ப்பாட்டங்களின் முக்கியத்துவம் மிகவும் பிரம்மாண்டமானதாகும்.

இது வெறும் தொழிலாளர்களின் ஐக்கிய முன்னணி இயக்கம் மட்டுமல்ல. இது பிரான்ஸில் பாஸிஸத்திற்கெதிரான விரிவான பொதுவான மக்கள் கூட்டு முன்னணியின் தொடக்கமாகும். இந்த ஐக்கிய முன்னணி இயக்கம் தொழிலாளி வர்க்கத்தின் நம்பிக்கையை அதனுடைய சொந்த சக்திகளுக்கிடையிலேயே அதிகப்படுத்துகிறது. விவசாயிகள், நகரப்புற குட்டி பூர்ஷுவா வர்க்கம், படிப்பாளி வர்க்கம் ஆகியவைகளை இணைத்து அதன்பால் பாட்டாளி வர்க்கம் செலுத்த வேண்டிய முன்னணியான தலைமைப் பாத்திரத்தைச் செலுத்திச் செயல்பட வேண்டிய உணர்வு நிலையை அது பலப்படுத்துகிறது. தொழிலாளிவர்க்க வெகுஜனப் பகுதிகளிடையில் கம்யூனிஸ்ட் கட்சியின் செல்வாக்கை அது விரிவுபடுத்துகிறது. அதன் மூலம் பாஸிஸத்திற்கெதிரான போராட்டத்தில் பாட்டாளி வர்க்கத்தை மேலும் அதிகமாகப் பலப்படுத்தி உறுதிப்படுத்துகிறது. பாஸிஸத்தின் அபாயத்தைப் பற்றிச் சரியான நேரத்தில் மக்களிடத்தில் உஷார்த்தன்மை ஏற்படுத்துவதற்கு எழுச்சியை, உணர்ச்சியை ஊட்டிக் கொண்டிருக்கிறது. இதர முதலாளித்துவ நாடுகளில் பாஸிஸ்டு எதிர்ப்பு இயக்கம் வளர்ச்சி பெற்று வெகு வேகமாகப் பரவுவதற்கு உதாரணமாகத் திகழுகிறது. பாஸிஸ்டு சர்வாதிகாரத்தின் கீழ் ஒடுக்கப்பட்டுக் கிடக்கும் ஜெர்மனி நாட்டு பாட்டாளிகள் மீது ஒரு உள்ளத்தைத் தொடும்படியான செல்வாக்கைப் பிரயோகிக்கும்.

அதன் வெற்றி மிகப் பெரியதாகும் என்பது சொல்லத் தேவையில்லை. ஆயினும் அது இன்னும் பாஸிஸ்டு எதிர்ப்புப் போராட்டம் என்னும் பிரச்னையை முடிவாகத் தீர்மானித்து விடவில்லை. பிரஞ்சு மக்களில் மிகப் பெரும்பான்மையோர்

சந்தேகத்திற்கிடமின்றி பாஸிஸத்திற்கு எதிர்ப்பாகவே இருக்கிறார்கள். ஆனால் பூர்ஷுவா வர்க்கம் தனது ஆயுதப்படை ராணுவ பலத்தின் மூலம் மக்களுடைய விருப்பத்தை மீறுகிறது. பாஸிஸ்டு இயக்கம், ஏகபோக முதலாளித்துவம், பூர்ஷுவா வர்க்கத்தின் அரசாங்க எந்திரம், பிரெஞ்சு ராணுவத்தின் தளபதிகள், கத்தோலிக்க சர்ச்சின் பிற்போக்குத் தலைவர்கள் முதலிய சகல பிற்போக்கு சக்திகளின் ஆதிக்கக் கூட்டம் அனைத்தின் பேராதரவின் மூலம், எந்த விதமான தடங்கலுமின்றி சுதந்திரமாகவே, வெகு தாராளமாகவே தொடர்ந்து வளர்ந்து கொண்டிருக்கிறது. மிக வலுவான பாஸிஸ்டு ஸ்தாபனமான கிரோயிஷ் டி பியூ என்பதில் இப்போது 3 லட்சம் ஆயுதபாணியான தொண்டர்கள் இருக்கிறார்கள். அதற்கு முதுகெலும்பாக 60 ஆயிரம் அதிகாரம் ரிஸர்வில் எப்போதும் தயாராக இருந்து கொண்டிருக்கிறார்கள். அதற்கு போலீஸ் படையிலும், ராணுவ மூலப்படையிலும், விமானப் படையிலும், சர்க்கார் அலுவலகங்கள் அனைத்திலும் மிகவும் பலமான பிடிப்பைக் கொண்டிருக்கின்றன. அண்மையில் நடைபெற்ற முனிசிபல் தேர்தல்கள், பிரான்ஸில், புரட்சிகரமான சக்திகள் வளர்ந்து கொண்டிருக்கின்றன என்பதை மட்டுமல்லாமல் பாஸிஸ்டு சக்திகளும் வளர்ந்து கொண்டிருக்கின்றன என்பதையும் காட்டுகின்றன . பாஸிஸம் விவசாயிகள் மத்தியில் விரிவாக ஊடுருவுவதில் வெற்றி பெறுமானால், ராணுவத்தில் ஒரு பகுதி நடுநிலைமை வகித்து மற்றொரு பகுதியைத் தங்கள் பக்கம் ஆதரவாகக் கொண்டு வருவதிலும் வெற்றி பெற்று விடுமானால், பாஸிஸ்டுகளை அதிகாரத்திற்கு வருவதிலிருந்து பிரெஞ்சு உழைக்கும் மக்களால் தடுத்துவிட முடியாது. தோழர்களே! பிரெஞ்சு தொழிற்சங்க இயக்கத்தின் ஸ்தாபன பலவீனத்தை மறந்து விடாதீர்கள். அது பாஸிஸ்டு தாக்குதலுக்கு சாதகமானதாகும். தொழிலாளிவர்க்கமும், மற்றும் பிரான்ஸிலுள்ள சகல பாஸிஸ்டு எதிர்ப்பு சக்திகளும் இதுவரை அடைந்துள்ள சாதனைகளில் மட்டும் திருப்தி அடைந்து சும்மா இருந்து விட முடியாது.

பிரெஞ்சுத் தொழிலாளி வர்க்கத்தை எதிர்நோக்கும் கடமைகள் என்ன?

முதலாவதாக, அரசியல் துறையில் மட்டுமல்லாமல், பொருளாதாரத் துறையிலும் ஐக்கிய முன்னணியை ஸ்தாபிக்க வேண்டும். அதன் மூலம் முதலாளித்துவ தாக்குதலை எதிர்த்து போராட்டத்தை உருவாக்க வேண்டும். ஐக்கிய முன்னணியின் வலுவின் மூலம் சீர்திருத்தவாத லேபர் கான்பெடரேஷன் தலைவர்கள் ஐக்கிய முன்னணி அமைப்பிற்குக் காட்டும் எதிர்ப்பை முறியடிக்க வேண்டும்.

இரண்டாவதாக, பிரான்ஸில் தொழிற்சங்க ஒற்றுமையை சாதிப்பதற்கு வர்க்கப் போராட்டத்தின் அடிப்படையில் ஒன்றுபட்ட தொழிற்சங்கங்களை உருவாக்குவது.

மூன்றாவதாக, விரிவான விவசாய மக்கள் பகுதிகளையும், குட்டி பூர்ஷுவா மக்கள் பகுதிகளையும் பாஸிஸ்டு எதிர்ப்பு இயக்கத்தில் சேர்ப்பது, பாஸிஸ்டு எதிர்ப்பு மக்கள் கூட்டணியின் வேலைத்திட்டத்தில் அவர்களுடைய அவசர அவசியமான கோரிக்கைகளை சேர்த்து அவைகளில் விசேஷ கவனம் செலுத்த வேண்டும்.

நான்காவதாக, பாஸிஸ்டு எதிர்ப்பு இயக்கம் ஏற்கனவே பலமடைந்திருப்பதை ஸ்தாபன ரீதியில் மேலும் பலப்படுத்த வேண்டும். மேலும் விரிவுபடுத்தவேண்டும். பாஸிஸ்டு எதிர்ப்பு மக்கள் கூட்டணியில் ஒரு சார்பில் மட்டுமல்லாது, சகல சார்பிலும் தேர்ந்தெடுக்கப்பட்ட அமைப்புகளை பரந்த அளவில் உருவாக்க வேண்டும். இந்தக் கூட்டணியின் செல்வாக்கு அதில் அங்கம் வகிக்கும் இன்றைய கட்சிகளின் செல்வாக்குக்குட்பட்ட மக்களுக்கும் அப்பால் இன்று பிரான்ஸிலுள்ள உழைக்கும் மக்களின் ஸ்தாபனங்களின் செல்வாக்குக்கும் அப்பால் இன்னும் பரந்த அளவில் விரிவடையும்.

ஐந்தாவதாக, பிரான்ஸில் குடியரசுக்கு எதிரான சதிகாரர்கள், ஹிட்லரின் ஏஜண்டுகள் ஆகியோர்களின் ஸ்தாபனங்களான பாஸிஸ்டு ஸ்தாபனங்களைக் கலைக்கவும், நிராயுதபாணிகளாக்கவும் நிர்ப்பந்திக்க வேண்டும்.

ஆறாவதாக, அரசாங்க எந்திரம், ராணுவம், போலீஸ் ஆகியவற்றில் பாஸிஸ்டு திடீர் ஆதிக்கக் கலக்கத்தை தயாரித்துக் கொண்டிருக்கும் சதிகாரர்களை வெளியேற்ற வேண்டும்.

ஏழாவதாக, பிரெஞ்சு பாஸிஸத்தின் முக்கியமான பலமான தளங்களின் ஒன்றான கத்தோலிக்க சர்ச்சின் பிற்போக்குக் கூட்டத் தலைவர்களை எதிர்த்துள்ள போராட்டத்தை வளர்க்க வேண்டும்.

எட்டாவதாக, பாஸிஸ்டு எதிர்ப்பு இயக்கத்துடன் ராணுவத்தை இணைக்க வேண்டும். குடியரசையும் அரசியல் சாசனத்தையும் பாதுகாத்து நிற்கும் கமிட்டிகளை ராணுவ அணிகளில் உருவாக்க வேண்டும். அரசியல் சாசனத்திற்கெதிரான திடீர்க் கலகம் செய்து ஆட்சியைக் கைப்பற்றுவதற்கு சாதகமாக ராணுவத்தைப் பயன்படுத்த விரும்பு பவர்களுக்கு எதிராக ராணுவத்தைத் தயார் செய்யவேண்டும். ஜெர்மன் பாஸிஸத்தின் ஆக்கிரமிப்புக்கு எதிராக சமாதான லட்சியத்தைப்

பாதுகாப்பதான பிரான்ஸ் - சோவியத் ஒப்பந்தத்தை உடைத்து நாசப்படுத்த பிரான்ஸிலுள்ள பிற்போக்கு சக்திகள் செய்யும் வேலைகளைத் தடுக்க வேண்டும்.

பிரான்ஸில் பாஸிஸ்டு எதிர்ப்பு இயக்கம் ஒரு சர்க்கார் அமைப்பதை நோக்கி இட்டுச் சென்று, அது பிரெஞ்சு பாஸிஸத்தை எதிர்த்து சொல்லளவில் அல்லாமல் செயலளவிலும் உண்மையான ஒரு போராட்டத்தை நடத்துமானால் பாஸிஸ்டு எதிர்ப்பு மக்கள் கூட்டணியின் கோரிக்கைகள் அடங்கிய வேலைத்திட்டத்தை சரியாக நிறைவேற்றுமானால், கம்யூனிஸ்டுகள் ஒவ்வொரு பூர்ஷுவா சர்க்காருக்கும் பரம விரோதியாக இருக்கும், அதே சமயத்தில் ஒரு சோவியத் சர்க்காரை ஆதரிக்கும் அதே சமயத்தில், பாஸிஸ்டு அபாயம் அதிகரித்துவரும் நேரத்தில் அத்தகைய ஒரு கூட்டணி சர்க்காரை ஆதரிக்க நிச்சயம் தயாராக இருக்கிறது.

ஐக்கிய முன்னணியும் பாஸிஸ்டு வெகுஜன ஸ்தாபனங்களும்

தோழர்களே! பாஸிஸ்டுகள் அதிகாரத்தில் உள்ள நாடுகளில் ஒரு ஐக்கிய முன்னணியை நிறுவுவதற்கான போராட்டம் நடத்துவது என்பது நம்மை எதிர் நோக்கியுள்ள மிக முக்கியமான பிரச்னையாகும். அத்தகைய நாடுகளில், சட்ட பூர்வமாக தொழிலாளர் இயக்கம் உள்ள நாடுகளைக் காட்டிலும் மிகவும் அதிக கஷ்டமான சூழ்நிலைகளில் போராட்டம் நடத்தப்படுகிறது. இருப்பினும் அந்த பாஸிஸ்டு நாடுகளிலும் பாஸிஸ்டு சர்வாதிகாரத்திற்கு எதிரான போராட்டத்தில் ஒரு உண்மையான பாஸிஸ்டு எதிர்ப்பு மக்கள் கூட்டணியை வளர்ப்பதற்கான எல்லா சூழ்நிலைமைகளும் உள்ளன. எடுத்துக்காட்டாக ஜெர்மனியில் சமூக ஜனநாயக, கத்தோலிக்க, மற்றும் இதர தொழிலாளர்கள், பாஸிஸ்டு சர்வாதிகாரத்திற்கு எதிராக கம்யூனிஸ்டுகளுடன் சேர்ந்து கூட்டாக நின்று போராடுவதற்கு அதிகமான அளவில் நேரடியாக உணரத் தொடங்குகிறார்கள். குட்டி பூர்ஷுவா பகுதிகள், விவசாயிகள் ஆகியோரின் விரிவான பகுதிகள், பாஸிஸ்டு ஆட்சியின் கசப்பான பலன்களை ஏற்கனவே அனுபவித்தவர்கள் மேலும் மேலும் அதிகமாக அதிருப்தி அடைந்து பிரமைகள் நீங்கி தெளிவு பட்டு விடுகிறார்கள். எனவே அவர்களை பாஸிஸ்டு எதிர்ப்பு மக்கள் கூட்டணியில் சேர்ப்பது சுலபமாகிறது.

பாஸிஸ்டு நாடுகளில் குறிப்பாக ஜெர்மனியில், இத்தாலியில் நமது பிரதான கடமை, அங்கு பாஸிஸம் ஒரு வெகுஜன அடிப்படையைக் கொண்டிருப்பதில் வெற்றியடைந்திருப்பதால் அங்கு தொழிலாளர்களையும்,

இதர உழைக்கும் மக்களையும் பாஸிஸ்டுகள் தங்கள் ஸ்தாபனங்களில் பலவந்தமாக நிறுத்தி வைத்திருப்பதனால், நாம் பாஸிஸ்டு சர்வாதிகாரத்திற்கு எதிரான போராட்டத்தை வெளியே இருந்து, நடத்திக் கொண்டும், அதே சமயத்தில் பாஸிஸ்டு வெகுஜன ஸ்தாபனங்களிலும் அங்கங்களிலும் உள்ளேயிருந்தும் போராட்டங்களை நடத்தி, அவ்விரண்டு முறைகளையும் மிகவும் திறமையாக இணைக்கவும் வேண்டும். தனிச் சிறப்பான சில அணுகும் முறைகள் சாதனங்களை, இந்த நாடுகளில் உள்ள ஸ்தூலமான நிலைமைகளுக்கேற்ப கையாளுவதற்கு நாம் கற்றுக் கொள்ள வேண்டும். அவைகளில் தேர்ச்சி பெற்று செயல்படுத்த வேண்டும். அதன் மூலம் பாஸிஸத்தின் வெகுஜன அடிப்படையை வேகமாகத் தகர்க்க வேண்டும், அதைத் தொடர்ந்து பாஸிஸ்டு சர்வாதிகாரத்தைத் தூக்கி எறிவதற்கான வழி முறைகளைத் தயாரிக்க வேண்டும். ஹிட்லர் ஒழிக, முஸோலினி ஒழிக என்று கோஷங்களிட்டால் மட்டும் போதாது. நாம் அதை ஒழிப்பதற்கான வழி முறைகளையும், சாதனங்களையும் கற்றுக் கொள்ள வேண்டும், அவைகளில் தேர்ச்சி பெற வேண்டும், செயல்படுத்த வேண்டும். ஆம், கற்றுக் கொள்ள வேண்டும். தேர்ச்சி பெற வேண்டும். செயல்படுத்த வேண்டும்.

இது மிகவும் கடுமையான சிக்கல் நிறைந்த கடமையாகும். அதிலும் ஒரு பாஸிஸ்டு சர்வாதிகாரத்தை எதிர்த்து சமாளித்து முறியடிப்பதில் நமக்கு அனுபவம் அதிகம் இல்லை. அதனால் அந்தக் கடமைகள் இன்னும் கடினமாகின்றன. எடுத்துக்காட்டாக, நமது இத்தாலியத் தோழர்கள், முப்பதாண்டு காலமாக பாஸிஸ்டு சர்வாதிகார நிலைமைகளின் கீழ் ஏற்கனவே போராடிக் கொண்டிருக்கிறார்கள். இருப்பினும் இன்னும் பாஸிஸத்திற்கு எதிராக ஒரு உண்மையான உருப்படியான வெகுஜன இயக்கத்தை வளர்ப்பதில் வெற்றிபெறவில்லை. எனவே அவர்களுடைய ஆக்கபூர்வமான அனுபவத்தின் மூலம் இதர ப்ாஸிஸ்டு நாடுகளில் உள்ள கம்யூனிஸ்டு கட்சிகளுக்கு இந்தத் துறையில் துரதிருஷ்டவசமாக அதிகமாக உதவி செய்ய இயலவில்லை.

ஜெர்மன், மற்றும் இத்தாலியக் கம்யூனிஸ்டுகள், இன்னும் இதர பாஸிஸ்டு நாடுகளிலுள்ள கம்யூனிஸ்டுகள், கம்யூனிஸ்டு இளைஞர்கள், மிக அபூர்வமான அதிசயிக்கத்தக்க தீரத்தைக் காட்டியிருக்கிறார்கள். அத்தகைய மகத்தான வீரத்தின் முன் தியாகத்தின் முன் நாம் அனைவரும் தலை வணங்குவோமாக. ஆனால் வீரசாகசம் மட்டும் போதாது. வீரசாகசங்களுடன் சேர்ந்து, மக்களிடையே அன்றாடம் வேலை செய்வது, பாஸிஸத்தை எதிர்த்து ஸ்தூலமான போராட்டம் ஆகியவற்றுடன்

இணைந்து செயல்பட வேண்டும். அதன்மூலம்தான் இந்தத் துறையில் மிகத் தெளிவு மிக்க உறுதியான பலன்களை அடையலாம். பாஸிஸ்டு சர்வாதிகாரத்தை எதிர்த்து நடத்தப்படும் நமது போராட்டத்தில் நமது விருப்பத்தை உண்மை நிலையுடன் சேர்த்துக் குழப்புவது மிகக் குறிப்பாக பெரிய அபாயமாகும். உண்மை நிலைகளின் அடிப்படையில் உண்மையான ஸ்தூலமான நிலைமைகளின் அடிப்படையில் தான் நாம் செயலாற்ற வேண்டும்.

உதாரணமாக ஜெர்மனியில் இப்போது உண்மை நிலை என்ன?

மக்கள் மேலும் மேலும் அதிகமாக அமைதியற்ற நிலையை அடைந்து வருகிறார்கள். பாஸிஸ்டு சர்வாதிகாரக் கொள்கைகளுடன் அதிருப்தி அடைந்து, அமைதி இழந்து பிரமைகள் நீங்கி வருகிறார்கள், இந்நிலை, பகுதி வேலை நிறுத்தங்கள், இதர நடவடிக்கைகளின் வடிவத்தைக் கூட எடுக்கிறது. பாஸிஸம் எல்லாவிதமான முயற்சிகளையும் செய்தும் கூட அடிப்படைத் தொழிலாளர் வெகுஜனப் பகுதியை அரசியல் ரீதியில் தங்கள் பக்கம் கொண்டு வருவதில் தோல்வி அடைந்துள்ளார்கள். தங்களை முன்பு ஆதரித்தவர்களைக் கூட இழந்து வருகிறார்கள். இன்னும் மேலும் மேலும் அதிகமான அளவில் எதிர்காலத்தில் தங்கள் ஆதரவாளர்களை இழப்பார்கள். இருப்பினும், பாஸிஸ்டு சர்வாதிகாரத்தைத் தூக்கி எறிவதற்குள்ள சாத்தியப்பாட்டைப் பற்றிப் புரிந்து கொண்டுள்ள தொழிலாளர்கள், ஏற்கனவே ஊக்கத்தோடு போராடுவதற்கு தயாராக உள்ளவர்கள் எண்ணிக்கையில் குறைந்தவர்களாகவே உள்ளார்கள். அவர்கள் நமது கட்சியின் கம்யூனிஸ்டுகளின் செல்வாக்கின் கீழ் உள்ளவர்களும், சமூக-ஜனநாயகக் கட்சித் தொழிலாளர்களில் புரட்சிகரமான பகுதியைச் சேர்ந்தவர்களும்தான். ஆனால் உழைக்கும் மக்களின் பெரும் பான்மையோர் இந்த சர்வாதிகாரத்தைத் தூக்கி எறிவதற்கான உண்மையான ஸ்தூலமான சாத்தியப்பாடுகளையும் முறைகளையும் பற்றி தெளிவாகத் தெரிந்திருக்கவில்லை. பொறுத்திருந்து பார்க்கலாம் என்ற நிலையில்தான் இருக்கிறார்கள். இந்த நிலைமைகளை ஜெர்மனியில் பாஸிஸத்திற்கு எதிரான போராட்டத்திற்கான நமது கடமைகளை வகுக்கும் போது கணக்கில் எடுத்துக் கொள்ள வேண்டும். ஜெர்மனியில் பாஸிஸ்டு சர்வாதிகாரத்தை அழிப்பதற்கும் தூக்கி எறிவதற்கும் விசேஷ முறைகள் மூலம் அணுகுவதற்கும் முயலும்போது, பயிலும் போது, அவைகளை நடைமுறையில் செயல்படுத்தும்போது மேற்கண்ட நிலைமைகளை கணக்கில் எடுத்துக் கொள்ளவேண்டும்.

பாஸிஸ்டு சர்வாதிகாரத்திற்கு சொல்லி வைத்தாற்போல் சரியான அடிகொடுப்பதற்கு, முதலில் அதனுடைய சரியான மர்மஸ்தானத்தைக் கண்டுபிடிக்க வேண்டும். பாஸிஸ்டு சர்வாதிகாரத்தின் குதிகால் நரம்பு எது? அதன் சமுதாய அடிப்படைதான், அது பலதரப்பட்ட தன்மைகளைக் கொண்டதாகும். சமுதாயத்தின் பல வேறுபட்டப் பகுதிகளைக் கொண்டதாகும். ஜன சமுதாயத்தின் வர்க்கங்களுக்கும் பிரிவுகளுக்கும் தானேதான் பிரதிநிதி என்று பாஸிஸம் பிரகடனம் செய்து கொண்டுள்ளது. உற்பத்தியாளர்கள், தொழிலாளர்கள், கோடீஸ்வரர்கள், வேலையில்லாதோர், நிலப்பிரபுக்கள், சிறுவிவசாயி, பெரும் வர்த்தகர்கள், சிறு கைத்தொழிலாளர்கள் ஆகிய அனைவரின் பிரதிநிதியாகவும் தன்னைப் பிரகடனம் செய்து கொண்டுள்ளது. இந்தப் பகுதிகள் அனைத்தின் நலவுரிமைகளையும், தேசத்தின் நலவுரிமைகள் அனைத்தையும் அது பாதுகாப்பதாக பாவனை செய்து கொள்கிறது. ஆனால் பாஸிஸம், பெரும் பூர்ஷுவா வர்க்கத்தின் சர்வாதிகாரமாக இருப்பதால் அது, அதனுடைய வெகுஜன அடிப்படையுடன் முரண்பட்டு மோதுகிறது. பாஸிஸ்டு சர்வாதிகாரத்தின் கீழ் இன்னும் அதிகமாக மூலதன பணமூட்டைக் கூட்டத்திற்கும், மிகப் பெரும்பாலான மக்களுக்குமிடையில், வர்க்க முரண்பாடுகள் மிகப் பெரும் அளவில் மேல் மட்டத்திற்குக் கொண்டு வந்துள்ளது.

பாஸிஸ்டு ஸ்தாபனங்களில் நிர்ப்பந்தமாகவோ அல்லது அறியாமையினாலோ சேர்ந்திருக்கும் தொழிலாளர்களை அவர்களுடைய பொருளாதார அரசியல், கலாச்சார நலவுரிமைகளைப் பாதுகாப்பதற்காக சர்வ சாதாரணமான இயக்கங்களில் பங்கு கொள்ளச் செய்வதன் மூலம்தான் பாஸிஸ்டு சர்வாதிகாரத்தைத் தூக்கி எறிவதற்கான தீர்மானமான போராட்டத்திற்கு மக்களை வழி நடத்திச் செல்ல முடியும், இந்தக் காரணத்திற்காகத்தான் கம்யூனிஸ்டுகள் இந்த ஸ்தாபனங்களில் வேலை செய்ய வேண்டும் என்று கூறுகிறோம். பெருவாரியான உறுப்பினர்களின் அன்றாட நலவுரிமைகளுக்காக மிகச்சிறந்த முறையில் முன் நின்று பாடுபடுபவர்களாக இருக்க வேண்டும். அப்போது, ஒன்றை நினைவில் கொள்ள வேண்டும். இந்தப் பாஸிஸ்டு ஸ்தாபனங்களைச் சேர்ந்த தொழிலாளர்கள், தங்களுடைய உரிமைகளைப் பற்றி மேலும் மேலும் அதிகமாக அடிக்கடி கோரிக்கைகளை முன்வைப்பார்கள். அவர்களுடைய நலவுரிமைகளைப் பாதுகாக்க முன் வருவார்கள். இவைகளின் காரணமாய் இறுதியில் அவர்கள் பாஸிஸ்டு சர்வாதிகாரத்துடன் நேரடியான மோதலுக்கு வந்து நிற்பார்கள்.

நகரத்திலும் கிராமப் புறங்களிலும் உள்ள உழைக்கும் மக்களின் மிக அவசரமான முதன்மையானதும் மிகச் சாதாரணமானதுமான நலவுரிமைகளைப் பாதுகாப்பதில், உணர்வுபூர்வமான பாஸிஸ்டு எதிர்ப்பாளர்களுடன் மட்டுமல்ல, பாஸிஸத்தை ஆதரித்தும் அதே சமயத்தில் அவர்களுடைய கொள்கைகளில் பிரமை நீங்கி அதிருப்தி அடைந்து குறைபட்டு முணுமுணுத்து தங்களுடைய அதிருப்தியை வெளிப்படுத்துவதற்கு தருணம் பார்த்திருக்கும் தொழிலாளர்களும் கூட ஒருசேர நின்று பொதுவான கோரிக்கைகளை முன் வைத்து செயல்பட முடியும். பொதுவாக, பாஸிஸ்டு சர்வாதிகாரம் உள்ள நாடுகளில் நமது உபாயங்கள் எல்லாம், பாஸிஸத்தை ஆதரித்துக் கொண்டிருக்கும் சாதாரண அணிகளை உதறித் தள்ளும்படியான, மீண்டும் அவர்களை பாஸிஸத்தின் கைகளில் தள்ளி விடும்படியான குணாம்சத்தைக் கொண்டிருக்கக் கூடாது. ஆனால் அதற்கு பதிலாக, சமுதாயத்தின் உழைக்கும் மக்கள் பகுதிகளிலிருந்து பாஸிஸத்தின்பால் இழுக்கப்பட்டுள்ள சாதாரண, பிரமைகள் நீங்கிய அணிகளுக்கும் வெகுஜனப் பகுதிக்கும் மறுபக்கம் பாஸிஸ்டுத் தலைமைக்கும் இடையில் இருக்கும் இடைவெளியை ஆழப்படுத்தும் அகலப்படுத்தும் படியான குணாம்சத்தைக் கொண்டிருக்க வேண்டும் என்பதை நாம் உணர வேண்டும்.

தோழர்களே! அன்றாட கோரிக்கைகளுக்காக ஒன்று திரட்டப் பட்டுள்ள மக்கள், அரசியல் பற்றி எவ்வித சம்பந்தமும் படாமல் பாராமுகத்துடன் இருப்பதைக் கண்டோ, அல்லது அவர்கள் பாஸிஸத்தைப் பின்பற்றுபவர்களாக இருந்தாலும் கூட நாம் மனக்குழப்பம் அடைய வேண்டியதில்லை. நமக்கு மிக முக்கியமான விஷயம் அவர்களை இயக்கத்தில் கொண்டுவரவேண்டியதாகும். அந்த இயக்கம் ஆரம்பத்தில் பாஸிஸத்தை எதிர்த்துப் போராடும் கோஷங்களின் கீழ் பகிரங்கமாகச் செல்ல வேண்டும் என்னும் அவசியமில்லை. காரணம் அந்த சாதா கோரிக்கைகளுக்கான இயக்கங்களே புறநிலையின் பாஸிஸ்டு எதிர்ப்பு குணம்படைத்ததாய் பாஸிஸ்டு சர்வாதிகாரத்திற்கு எதிராக மக்களைக் கொண்டுபோய் நிறுத்துவதாக உள்ளதாகும்.

அனுபவம் நமக்குக் கற்றுக் கொடுக்கிறது. பாஸிஸ்டு சர்வாதிகாரம் உள்ள நாடுகளில், சட்ட பூர்வமாகவும், அரைகுறை சட்டபூர்வமாகவும் வெளியே வருவது பொதுவாக சாத்தியமில்லை என்னும் கருத்து தவறானதும் கேடுவிளைவிப்பதுமாகும். இந்தக் கருத்தை வலியுறுத்துவது என்பது செயலற்ற நிலையில் விழுவது

என்று பொருளாகும். உண்மையான வெகுஜன அரங்க வேலைகள் முழுவதையும் நிராகரிப்பதாகும். உண்மை, பாஸிஸ்டு சர்வாதிகாரச் சூழலில் சட்ட பூர்வமான, அரைகுறைச் சட்ட பூர்வமான வழிகளையும் முறைகளையும் கண்டுபிடிப்பது மிகவும் கடினமானதும் சிக்கலானது மாகும். ஆனால் இதர பலவேறு பிரச்னைகளில் உள்ளது போலவே, வாழ்க்கை காட்டும் பாதையே இந்தக் கடினமான பாதைதான். மக்கள் தாங்களே முன் கையெடுத்துச் செல்லும் பாதை இதுதான். மக்கள் தங்கள் செயல்பாட்டின் மூலம் இதேபோல் எத்தனை உதாரணங்களைக் காட்டியுள்ளார்கள் அந்த அனுபவங்களைப் பொதுமைப்படுத்தி ஸ்தாபன ரீதியிலும் சக்தியாகவும் அவைகளைப் பயன்படுத்திப் பிரயோகிக்க வேண்டும்.

பாஸிஸ்டு வெகுஜன ஸ்தாபனங்களில் வேலை செய்வதைப் பற்றி குறைத்து மதிப்பிடும் போக்கிற்கு உறுதியாக ஒரு முடிவு கட்டிவிட வேண்டும். இத்தாலியில், ஜெர்மனியில், இன்னும் இதர பல பாலிஸ்டு நாடுகளில் அவர்களுடைய செயலற்ற போக்கை மூடி மறைக்கப் பார்க்கிறார்கள். இன்னும், அதிகமாகக் கூறப்போனால் அவர்கள் பாலிஸ்டு வெகுஜன ஸ்தாபனங்களில் வேலை செய்வதற்கு நேரடியாகவே மறுக்கவும் செய்கிறார்கள், பாஸிஸ்டு வெகுஜன் ஸ்தாபனங்களில் செய்ய வேண்டிய வேலைக்கு எதிராக பாக்டரியில் வேறு வேலையிருப்பதாக முன் வைக்கிறார்கள். இம்மாதிரி யாந்திரீகமாக வேறுபாட்டைக் காண்பது உண்மையில் நமது வேலையை பெருமளவில் சுருக்கி விடுகிறது. சில சமயம் அநேகமாக இல்லாமல் செய்து விடுகிறது. இந்த நிலைமை பாஸிஸ்டு வெகுஜன ஸ்தாபனங்கள், பாக்டரிகள் இரண்டு இடங்களிலும் ஏற்பட்டு எவ்வித வேலையும் நடைபெறாமல் போய்விடுகிறது.

இருப்பினும் குறிப்பிடத்தக்க முக்கியத்துவம் வாய்ந்து பாஸிஸ்டு நாடுகளிலுள்ள கம்யூனிஸ்டுகள் மக்கள் காணப்படும் இடங்களில் எல்லாம் இருக்க வேண்டும். பாஸிஸம், தொழிலாளர்களுக்கு அவர்களுடைய சொந்த சட்ட பூர்வமான ஸ்தாபனத்தையே இல்லாமல் செய்து விட்டது. பாஸிஸ்டு ஸ்தாபனங்கள் அவர்கள் மீது நிர்ப்பந்தமாகத் திணிக்கப்பட்டுள்ளது. அந்த ஸ்தாபனங்களில் மக்கள் உள்ளது கட்டாயத்தினால் தான் அல்லது குறிப்பிட்ட அளவு தாங்களாகவே உள்ளார்கள். பாஸிஸ்டு வெகுஜன ஸ்தாபனங்கள் நமது சட்ட பூர்வமான, அல்லது அரை குறை சட்ட பூர்வமான நடவடிக்கைகளின் தளங்களாக ஆக்கிக் கொள்ள வேண்டும். அங்கு நாம் மக்களைச் சந்திக்கலாம். மக்களின் அன்றாட நலவுரிமைகளைப்

பாதுகாப்பதற்காக அவைகளை நம்முடைய சட்டபூர்வமான, அரைகுறை சட்டபூர்வமான துவக்குமிடமாக வைத்துக்கொள்ள முடியும், வைத்துக்கொள்ள வேண்டும். இந்த சாத்தியப்பாடுகளைப் பயன்படுத்திக் கொள்வதற்கு கம்யூனிஸ்டுகள் பாஸிஸ்டு வெகுஜன ஸ்தாபனங்களில் தேர்ந்தெடுக்கப்படும் பொறுப்புகளுக்கு வர வேண்டும். அப்போது மக்களிடத்தில் தொடர்பு கிடைக்கும். இத்தகைய ஒரு நடவடிக்கை ஒரு புரட்சிகரமான தொழிலாளிக்குத் தகுதியற்ற, சகிக்க முடியாத செயல் என்னும் தப்பெண்ணத்தை நம் மனதை விட்டுத்தெளிவாக அகற்றி விட வேண்டும்.

ஜெர்மனியில் உதாரணமாக "ஷாப் மேலாளர்" என்னும் தொழிற்சங்க அமைப்பு உண்டு. ஆனால் இந்த ஸ்தாபனங்களில் பாஸிஸ்டுகளுக்கே ஏகபோகமாக விட்டு விட வேண்டும் என்று எங்கே சொல்லப்பட்டிருக்கிறது. தொழிற் சாலைகளில் உள்ள கம்யூனிஸ்டுகள், சமூக-ஜனநாயக வாதிகள், கத்தோலிக்கர்கள் மற்றும் இதர பாஸிஸ்டு எதிர்ப்புத் தொழிலாளர்கள் ஆகியோரை ஒன்றுபடுத்தி அதன் மூலம், "ஷாப் கமிட்டி மேலாளர்" தேர்தல் வரும்போது முதலாளிகளின் ஊரறிந்த ஏஜண்டுகளை நீக்கிவிட்டு, தொழிலாளர்களின் நம்பிக்கைக்குப் பாத்திரமானவர்களைக் கொண்டு வர முயற்சி செய்யக் கூடாதா? இது சாத்தியம் தான் என்பதை நடைமுறை அனுபவம் ஏற்கனவே காட்டி இருக்கிறது.

மேலும் 'ஷாப் கமிட்டி அமைப்புகள்' உண்மையிலேயே தொழிலாளர்களின் நலவுரிமைகளைப் பாதுகாக்கக்கோருவதற்கு சமூக ஜனநாயகத் தொழிலாளர்களை அதிருப்தி அடைந்துள்ள இதர தொழிலாளர்களையும் கூட்டாகச் செயல்படுத்துவது சாத்தியம் என்பதை நடைமுறை அனுபவம் நமக்கு எடுத்துக் காட்டவில்லையா?

ஜெர்மனியில் தொழிலாளர் அணியை, இத்தாலியில், பாஸிஸ்டு தொழிற்சங்கங்களை எடுத்துக் கொள்வோம். தொழிலாளர் அணி என்னும் நிறுவனங்களில், அதன் ஊழியர்களை நியமனம் செய்வது கூடாது, தேர்ந்தெடுக்கப்பட வேண்டும் என்றும் ஸ்தலக் குழுக்களில் உள்ள தலைமை அங்கங்கள் அந்த ஸ்தாபனங்களின் பேரவைக் கூட்டங்களில் தங்கள் வேலைகளைப் பற்றி அறிக்கைகள் சமர்ப்பிக்க வேண்டும் என்றும், கோரிக்கைகளை சமர்ப்பித்து, குழுக்களின் முடிவுகளை தொழிற்சாலை உரிமையாளரிடத்தில், 'லேபர்டிரஸ்டி' களிடத்தில், தொழிலாளர் அணியின் மேல் மட்டங்களில் எடுத்துச் சொல்ல முடியுமா முடியாதா? புரட்சிகரமான தொழிலாளர்கள் தொழிலாளர் அணி நிறுவனங்களுக்குள் உண்மையில் வேலை செய்து

அதில் பல பொறுப்புகளை எடுத்துக்கொண்டால் அது நிச்சயம் சாத்தியம்.

இம் மாதிரியான வேலைகளை இதர பாஸிஸ்டு வெகுஜன ஸ்தாபனங்களிலும் - ஹிட்லர் இளைஞர்க் கழகங்களில், விளையாட்டு நிறுவனங்களில் கைத்தொழிலாளர் நிறுவனங்களில், இத்தாலியில் உள்ள தோபோ லவரோ என்னும் ஸ்தாபனங்களில், கூட்டுறவுச் சங்கங்கள் மற்றும் பல இதர ஸ்தாபனங்களிலும் செய்ய முடியும், அவைகளில் வேலை செய்ய வேண்டியது அவசியமுமாகும்.

தோழர்களே, அந்தக் காலத்தில் டிராய் நகரத்தைக் கைப்பற்றிய பழைய வீரக்கதையை நினைவுபடுத்திப் பாருங்கள். டிராய் நகரைச் சுற்றி மிக வலுவான கோட்டைச் சுவர் இருந்தது. அதன் காரணமாய் எதிரிகள் யாரும் அதை அணுகமுடியாது. அதைத் தாக்கிய படை பெருத்த சேதங்களுக்குப் பிறகும் வெற்றி பெற முடியவில்லை. இறுதியில் ட்ரோஜான் என்னும் குதிரையின் உதவி கொண்டு எதிரி முகாமின் நெஞ்சுக்குள்ளேயே ஊடுருவிச் செல்ல முடிந்த பின்னர் தான் டிராய் நகரை வெற்றி கொள்ள முடிந்தது.

புரட்சிகரமான தொழிலாளர்களாகிய நாம், எனக்குத் தோன்றும் கருத்து, பாஸிஸ்டு எதிரிகளை, கழுத்தறுக்கும் கயவர் கூட்டம் என்னும் உயிர்ச் சுவர்களின் உதவியுடன் தங்களைப் பாதுகாத்துக் கொண்டிருக்கும் பாஸிஸ்டு எதிரிகளை முறியடிக்க அத்தகைய உபாயங்களைக் கைக்கொள்வதில் கூச்சப்பட வேண்டியதில்லை.

பாஸிஸம் சம்பந்தமான விஷயத்தில் இத்தகைய உபாயங்களைக் கையாள வேண்டிய அவசியத்தை யார் புரிந்து கொள்ளவில்லையோ, அத்தகைய அணுகும் முறையை யார் "மிகக் கேவலமாக"க் கருதுகிறார்களோ, அத்தகைய ஒருவர் மிகச் சிறந்த தோழராக இருக்கலாம், ஆனால் என்னை இவ்வாறு கூற அனுமதித்தால் அவர் ஒரு வெறும் வெத்து வேட்டு தான், காற்றுப்பைதான், ஒரு புரட்சிக்காரர் அல்ல என்று கூறுவேன். பாஸிஸ்டு சர்வாதிகாரத்தைத் தூக்கி எறிவதற்கு மக்களுக்குத் தலைமை தாங்குவதற்கு அவரால் முடியாது.

ஒரு ஐக்கிய முன்னணிக்கான வெகுஜன இயக்கம், மிக சர்வ சாதாரணமான தேவைகளை பாதுகாப்பதற்கான போராட்டமாகத் தொடங்கி, அதனுடைய வடிவங்களிலும், போராட்ட கோஷங்களிலும் முன்னோக்கிய மாற்றம் ஏற்பட்டுக் கொண்டு விரிவடைகிறது, வளருகிறது. ஜெர்மனியில், இத்தாலியில், இன்னும் பாஸிஸத்திற்கு

வெகுஜன அடிப்படை உள்ள இதர நாடுகளில் பாஸிஸ்டு ஸ்தாபனங்களின் உள்ளேயும் வெளியேயும் வளர்ந்து கொண்டிருக்கின்றன. இது பாஸிஸ்டு கோட்டைச் சுவர்களை அடித்து நொறுக்கும் அதிர்வேட்டு ஆயுதங்களாகும். அது பாஸிஸ்டு சர்வாதிகாரம் இன்று அந்தச் சர்வாதிகாரம் பலருக்கு வல்லமை மிக்க கோட்டையாக காணப்படினும் அந்தக்கோட்டை தகர்ந்து நொறுங்கி தவிடுபொடியாகும்.

சமூக-ஜனநாயகவாதிகள் ஆட்சிப் பொறுப்பில் உள்ள நாடுகளில் ஐக்கிய முன்னணி

ஒரு ஐக்கிய முன்னணியை ஸ்தாபிப்பதற்கான போராட்டம் மற்றொரு மிக முக்கியமான பிரச்னையைக் கிளப்புகிறது. அதாவது சமூக ஜனநாயகக் கட்சிகள் அதிகாரத்திலுள்ள சர்க்கார்கள் அல்லது அவர்களும் உள்ளிட்ட கூட்டு சர்க்கார்கள் அதாவது சோஷலிஸ்டுகளும் பங்கு கொண்டு அதிகாரம் செலுத்தும் சர்க்கார்கள் உள்ள நாடுகளில், உதாரணமாக டென்மார்க், நார்வே, ஸ்வீடன், செக்கோஸ்லோவேகியா, பெல்ஜியம் முதலிய நாடுகளில் எவ்வாறு ஒரு ஐக்கிய முன்னணியைக் கட்டுவது என்னும் பிரச்னையாகும்.

சமூக ஜனநாயகக் கட்சி சர்க்கார்கள் பூர்ஷுவா வர்க்கங்களுடன் சமரஸம் செய்து கொண்டிருக்கும் சர்க்கார்கள் என்ற முறையில் அவைகளுக்கு முழுமையான எதிர்ப்பு கொடுக்கும் அணுகும் முறை அனைவரும் அறிந்த ஒன்று. ஆனால் அது எப்படி இருந்தாலும் ஒரு சமூக ஜனநாயக சார்க்கார் அல்லது பூர்ஷுவாக் கட்சிகளோடு சேர்ந்த கூட்டு சர்க்கார் இருப்பது, சமூக ஜனநாயக வாதிகளுடன் சில பிரச்னைகளில் ஒரு ஐக்கிய முன்னணியை ஸிதாபிப்பதற்கு கடந்து செல்ல முடியாத தடை என்று கருத முடியாது.

இத்தகைய இடங்களில் கூட உழைக்கும் மக்களின் நலவுரிமைகளைப் பாதுகாப்பதற்கும் பாஸிஸத்திற்கெதிரான போராட்டத்தை நடத்துவதற்கும் ஒரு ஐக்கிய முன்னணி சாத்தியமும் அவசியமுமாகும் என்று நம்புகிறோம். சமூக ஜனநாயகக் கட்சிகளின் பிரதிநிதிகள் சர்க்காரில் பங்கு கொள்ளக் கூடிய நாடுகளில் சமூக ஜனநாயக தலைவர்கள் பாட்டாளி வர்க்க ஐக்கிய முன்னணிக்கு மிகப்பலமான எதிர்ப்பைக் கொடுப்பதற்கு காரணம் இருக்கிறது. அது புரிந்து கொள்ளக் கூடியதேயாகும். எப்படியிருந்தாலும் அவர்கள் மற்ற எவர்களைக் காட்டிலும் திறமையாக அதிருப்தி அடைந்துள்ள தொழிலாளி வர்க்க மக்களை தங்களுடைய பிடிப்பில் வைத்துக் கொண்டு கம்யூனிஸத்தின் செல்வாக்கின் கீழ் செல்ல விடாமல் தடுத்து

நிறுத்தி வைத்திருக்க முடியும் என்று அவர்கள் பூர்ஷுவா வர்க்கத்திற்குக் காட்டிக் கொள்ள விரும்புகிறார்கள்.

உண்மையில் சமூக-ஜனநாயக அமைச்சர்கள் பாட்டாளி வர்க்க ஐக்கிய முன்னணிக்கு எதிர்ப்பு காட்டுவதால், கம்யூனிஸ்டுகள் பாட்டாளி வர்க்க ஐக்கிய முன்னணியை ஸ்தாபிப்பதற்கு ஒன்றும் செய்வதில்லை என்னும் நிலையை எந்த விதத்திலும் நியாயப்படுத்த முடியாது.

ஸ்காண்டிநேவிய நாடுகளிலுள்ள நமது தோழர்கள் மிகக் குறைவான எதிர்ப்பு நிலையையே பின்பற்றுகிறார்கள். சமூக-ஜனநாயக சர்க்கார்களை அம்பலப்படுத்தும் பிரச்சாரத்தை மட்டும் செய்து கொண்டு தங்களைக் குறுக்கிக் கொள்கிறார்கள். இது ஒரு தவறாகும். உதாரணமாக டென்மார்க்கில் சமூக - ஜனநாயகத் தலைவர்கள் கடந்த பத்து ஆண்டுகளாக சர்க்காரில் இருக்கிறார்கள். இந்தப் பத்து ஆண்டுகளிலும் தினசரி நாள் தவறாமல் கம்யூனிஸ்டுகள் அந்த சர்க்காரை ஒரு பூர்ஷுவா முதலாளித்துவ சர்க்கார் என்று திரும்பத் திரும்ப கூறிக் கொண்டுதானிருக்கிறார்கள். டேனிஷ் தொழிலாளர்களுக்கு இந்தப் பிரச்சாரம் பழக்கமானது தான். இருப்பினும் அவர்களில் கணிசமான பெரும்பான்மையினர் சமூக ஜனநாயக சர்க்கார் கட்சிக்குத்தான் ஓட்டளிக்கிறார்கள். அது எதைக் காட்டுகிறது. கம்யூனிஸ்டுகள் தங்கள் பிரச்சாரத்தின் மூலம் சர்க்காரை அம்பலப் படுத்துவது போதுமானதல்ல என்பதையே காட்டுகிறது. எனினும் அந்த சமூக ஜனநாயக அமைச்சர்கள் செய்யக்கூடிய எல்லா சர்க்கார் நடவடிக்கைகளையும் கொண்டு லட்சக்கணக்கான தொழிலாளர்கள் திருப்தி அடைந்து விட்டார்கள் என்பதை அது நிரூபிக்கவில்லை, இல்லை. அவர்கள் திருப்தி அடைந்திருக்கவில்லை. சமூக ஜனநாயக சர்க்கார் 'நெருக்கடி ஒப்பந்தம்' என்று கூறப்படும் நடவடிக்கை மூலம் பெரிய முதலாளிகளுக்கும் நிலப்பிரபுக்களுக்கும் தான் உதவி செய்துள்ளார்களே ஒழிய தொழிலாளர்களுக்கும் ஏழை விவசாயிகளுக்கும் அல்ல என்று அதிருப்தி அடைந்திருக்கிறார்கள். 1933-ம் வருடம், ஜனவரி மாதம் சர்க்கார் கொண்டுவந்த சட்டம் தொழிலாளர்களின் வேலை நிறுத்த உரிமையைப் பறிக்கும் சட்டத்தைக் கண்டு அவர்கள் அதிருப்தி அடைந்திருக்கிறார்கள். சமூக-ஜனநாயகத் தலைமை தயாரித்துள்ள ஒரு அபாயகரமான ஜனநாயக விரோத தேர்தல் சீர்திருத்தத் திட்டத்தைக் (இந்தத் திட்டம் பாராளுமன்ற உறுப்பினர்களின் எண்ணிக்கையைக் கணிசமான அளவில் குறைத்துவிடும்) கண்டு அவர்கள் அதிருப்தி அடைந்துள்ளார்கள். சமூக ஜனநாயக தலைவர்களும் அமைச்சர்களும்

எடுத்துள்ள இந்த அரசியல் நடவடிக்கைகளை டேனிஷ் தொழிலாளர்களில் 99 சதவீதத்தினர் அங்கீகரிக்கவில்லை என்று நான் கூறுவதில் எந்த விதத் தவறுமில்லை தோழர்களே.

டென்மார்க்கிலுள்ள தொழிற்சங்கங்களையும், சமூகஜனநாயக ஸ்தாபனங்களையும் இந்த மிக அவசரமான மக்களை பாதிக்கும் பிரச்னைகளை விவாதிக்கவும் அதன் மீது கருத்துக்களை தெரிவிக்கவும் அழைப்பதற்கு கம்யூனிஸ்டுகளுக்கு சாத்தியமில்லையா, அந்தப் பிரச்னைகளின் மீது தொழிலாளர்களின் கோரிக்கைகளை அடைவதற்கு ஒரு பாட்டாளி வர்க்க ஐக்கிய முன்னணிக்காக கூட்டாக முன் வருவதற்குக் கம்யூனிஸ்டுகளுக்கு சாத்தியமில்லையா? சென்ற ஆண்டு அக்டோபரில், வேலையில்லாத் திண்டாட்ட நிவாரண அளவைக் குறைத்ததற்கு எதிராகவும், தொழிற்சங்கங்களின் ஜனநாயக உரிமைகளுக்காகவும் ஒன்று திரண்டு முன்வரும்படி தொழிற்சங்கங்களுக்கு டேனிஷ் தோழர்கள் வேண்டுகோள் விட்டபோது சுமார் நூறு தொழிற்சங்க ஸ்தாபனங்கள் ஐக்கிய முன்னணியில் சேர்ந்தன.

ஸ்வீடனில் ஒரு சமூக-ஜனநாயக சர்க்கார் மூன்றாவது முறையாக அதிகாரத்தில் இருக்கிறது. ஆனால் ஸ்வீடிஷ் கம்யூனிஸ்டுகள் நீண்ட காலமாக ஐக்கிய முன்னணி உபாயத்தை நடைமுறையில் செயல் படுத்துவதைக் கைவிட்டிருந்தார்கள், ஏன்? அவர்கள் ஐக்கிய முன்னணிக்கு எதிராயிருந்த காரணமா? நிச்சயமாக அவ்வாறு இல்லை. அவர்கள் கோட்பாட்டில் ஐக்கிய முன்னணிக்காகவே நின்றார்கள். பொதுவாக ஒரு ஐக்கிய முன்னணிக்காக, ஆனால் எந்த சூழ்நிலைமைகளில், எந்தப் பிரச்னைகளில், என்ன கோரிக்கைகளை உரிமைகளைப் பாதுகாப்பதற்காக ஒரு பாட்டாளி வர்க்க ஐக்கிய முன்னணியை வெற்றிகரமாக ஸ்தாபிக்க முடியும், எங்கே, எவ்வாறு "வெட்டி இழுக்க" வேண்டும் என்பதைப் புரிந்து கொள்ள அவர்கள் தவறி விட்டார்கள். சமூக-ஜனநாயக சர்க்கார் அமைவதற்கு ஒரு சில மாதங்களுக்கு முன்பாக சமூக-ஜனநாயகக் கட்சி தேர்தல் காலத்தில் பலகோரிக்கைகள் அடங்கிய திட்டத்தை முன் வைத்தார்கள். அவைகள் எல்லாம் ஒரு பாட்டாளி வர்க்க ஐக்கிய முன்னணியில் சேர்க்கப்பட வேண்டியவைகளே. உதாரணமாக "சுங்க வரிகளுக்கு எதிராக", "ராணுவ மயமாக்கப்படுவதற்கு எதிராக", "வேலையில்லாத் திண்டாட்ட காப்பீடு" (இன்ஷூரன்ஸ்) பிரச்னையில் தாமதப்படுத்தும் கொள்கைக்கு ஒரு முடிவு கட்டுவது, போதுமான வயோதிக கால "பென்ஷன் கொடுக்கவேண்டும்", "மூனிச் படை (ஒரு பாஸிஸ்டு ஸ்தாபனம்) போன்ற ஸ்தாபனங்களைத் தடை செய்ய

வேண்டும்", "பூர்ஷுவாக் கட்சிகள் கோரும்படி, சங்கங்களுக்கு எதிரான வர்க்க சட்டங்களை ஒழிக்க" முதலிய கோஷங்கள்.

பத்து லட்சத்திற்கு மேற்பட்ட உழைக்கும் மக்கள் ஸ்வீடனில் 1932-ல் சமூக-ஜனநாயகவாதிகள் முன்வைத்த கோரிக்கைகளுக்கு ஓட்டளித்தார்கள். 1933-ம் ஆண்டில் ஒரு சமூக ஜனநாயக சர்க்கார் அமைவதை வரவேற்றார்கள். அவர்களுடைய அந்தக் கோரிக்கைகள் இப்போது நிறைவேறும் என்று நம்பினார்கள், இத்தகைய ஒரு நிலைமையில் எது இன்னும் அதிக இயல்பாக இருந்திருக்க முடியும், மற்றும் சமூக ஜனநாயகக் கட்சி முன்வைத்த இந்தக் கோரிக்கைகளை அடைவதற்கு ஒரு கூட்டு நடவடிக்கை எடுக்கும்படி சகல சமூக ஜனநாயக தொழிற்சங்க ஸ்தாபனங்களையும் முன்வரும்படி கம்யூனிஸ்டுக் கட்சி வேண்டுகோள் விடுவதைக் காட்டிலும் பெரும்பாலான தொழிலாளர்களுக்கு உகந்தது எதுவாக இருக்க முடியும்?

விரிவான மக்கள் பகுதியை உண்மையிலேயே ஒன்று திரட்டுவதிலும், சமூக ஜனநாயகவாதிகள் தாமே சொல்லியுள்ள இந்தக் கோரிக்கைகளை அடைவதற்கு, சமூக-ஜனநாயக மற்றும் கம்யூனிஸ்டு தொழிலாளர் ஸ்தாபனங்களை ஒரு ஐக்கிய முன்னணியில் ஒன்றுபடுத்தி இணைப்பதில் வெற்றி பெற்றிருந்திருப்போமானால் ஸ்வீடன் நாட்டின் தொழிலாளி வர்க்கம் மிகப்பெரும் அளவு சாதனைகள் புரிந்திருக்கும் என்பதில் சந்தேகமில்லை. ஸ்வீடன் நாட்டின் சமூக-ஜனநாயக அமைச்சர்கள் நிச்சயமாக இதில் அதிக மகிழ்ச்சியாக இருந்திருக்க மாட்டார்கள், ஆனால் அதே சமயத்தில் சர்க்காருக்கு குறைந்த பட்சம் இந்தக் கோரிக்கைகளில் சிலவற்றையாவது கொண்டு நிறைவேற்ற வேண்டிய நிர்ப்பந்தம் ஏற்பட்டிருந்திருக்கும். எப்படியிருந்த போதிலும், இப்போது என்ன ஏற்பட்டிருக்கிறது, சர்க்கார் சில வரிகளைக் குறைப்பதற்கு பதிலாக உயர்த்தியிருக்கிறது, ராணுவமயமாக்குவதை சுருக்குவதற்குப் பதிலாக ராணுவ பட்ஜட்டை விரிவுபடுத்தி இருக்கிறது, தொழிற்சங்கங்களுக்கு எதிரான சட்டங்களையும் நிராகரிப்பதற்கு பதிலாக இந்த சர்க்காரே அத்தகைய மசோதாவை பார்லிமெண்டில் கொண்டு வந்திருக்கிறது. இந்த நிலைமைகளையாவது தடுத்திருக்க முடியும். உண்மைதான். கடைசிப் பிரச்னையில் ஸ்வீடன் கம்யூனிஸ்டுக் கட்சி பாட்டாளி வர்க்க ஐக்கிய முன்னணி என்னும் உணர்வில் ஒரு நல்ல வெகுஜன இயக்கத்தைக் கொண்டு வந்திருக்கிறது. அதன் பலனாக இறுதியில் சமூக-ஜனநாயக கட்சியின் பாராளுமன்றப் பிரிவு சர்க்கார் மசோதாவுக்கு எதிராக நிர்ப்பந்த

உணர்வில் ஒட்டளிக்க வேண்டியதேற்பட்டது. இப்போதைக்கு அந்த மசோதா தோற்றுவிட்டது.

நார்வே நாட்டுக் கம்யூனிஸ்டுகள் லேபர் கட்சி ஸ்தாபனங்களுக்கு, கூட்டாக மே தின ஆர்ப்பாட்டங்கள் நடத்துவதற்கும் பல கோரிக்கைகளை முன்வைப்பதற்கும் (அந்தக் கோரிக்கைகளில் பல நார்வேஜிய லேபர் கட்சியின் தேர்தல் அறிக்கையில் அடங்கியுள்ளவைகளுடன் ஒத்ததாகும்) ஒன்று சேர்ந்து வரும்படி வேண்டுகோள் விட்டது மிகவும் சரியானதாகும். ஒரு ஐக்கிய முன்னணிக்குச் சாதகமான இந்த நடவடிக்கைக்கு மிகக் குறைவான அளவிலேயே தயாரிப்பு செய்யப் பட்டிருந்த போதிலும், நார்வேஜிய லேபர் கட்சித் தலைமை இந்த ஐக்கிய முன்னணிக்கு எதிர்ப்பு தெரிவித்திருந்த போதிலும் ஐக்கிய முன்னணி ஆர்ப்பாட்டங்கள் முப்பது இடங்களில் நடைபெற்றன.

சமூக-ஜனநாயகவாதிகள் முன்வைக்கக் கூடிய ஒவ்வொரு பகுதி கோரிக்கைக்கும் ஈடாக அதைக்காட்டிலும் இரு மடங்கு தீவிரமாக மற்றொரு கோரிக்கையை வேகமாக முன் வைக்காவிட்டால் அது நமது பக்கம் சந்தர்ப்பவாதமாகிவிடும் என்று முன்பு பல கம்யூனிஸ்டுகள் பயப்பட்டதுண்டு. இது ஒரு அப்பாவித்தனமான தவறாகும். உதாரணமாக சமூக-ஜனநாயக வாதிகள் பாஸிஸ்டு ஸ்தாபனங்கள் கலைக்கப்பட வேண்டும் என்று கோரிக்கை முன்வைத்தால் நாம் அதற்கப்பாலும் சென்று அரசாங்க போலீஸ் படையையும் கலைக்க வேண்டும் என்று சேர்த்து கோரிக்கையை அதிகப்படுத்த வேண்டிய அவசியமில்லை. (போலீஸ் படையைக் கலைக்க வேண்டும் என்பது வேறு சந்தர்ப்ப சூழ்நிலைகளில் அவசியமாக இருக்கலாம்.) மாறாக நாம் சமூக ஜனநாயகத் தொழிலாளர்களிடத்தில் கூற வேண்டும். உங்கள் கட்சியின் இந்தக் கோரிக்கையை பாட்டாளி வர்க்கத்தின் ஐக்கிய முன்னணிக் கோரிக்கையாக ஏற்றுக் கொள்ளத் தயாராக இருக்கிறோம். அந்தக் கோரிக்கைகள் நிறைவேற இறுதிவரை போராடத் தயாராக இருக்கிறோம். போராட்டத்திற்கு ஒன்று சேர்ந்து கைகோர்த்து நிற்போம் என்று கூற வேண்டும்.

செக்கோஸ்லோவேகியாவிலும் செக் மற்றும் ஜெர்மன் சமூக-ஜனநாயகவாதிகளும், சில சீர்திருத்தவாத தொழிற்சங்கங்களும் முன் வைத்த சில கோரிக்கைகளை ஒரு தொழிலாளி வர்க்க ஐக்கிய முன்னணியைக் கட்டுவதற்கு பயன்படுத்த வேண்டும், பயன்படுத்த முடியும். உதாரணமாக, சமூக-ஜனநாயக வாதிகள் வேலையில்லா தோருக்கு வேலை வேண்டும் என்றும் முனிஸிபல் ஸ்தல ஸ்தபான

நிர்வாகங்களின் அதிகாரங்களைக் குறைக்கக் கூடாது என்றும் கோரிக்கைகளை முன்வைக்கும்போது, இவைகளை அவர்கள் 1927ம் ஆண்டிலிருந்து கோரி வருகிறார்கள். இந்தக் கோரிக்கைகளை ஸ்தல வாரியாக, மாவட்ட வாரியாக ஸ்தூலப்படுத்தி அவைகளை நிறைவேற்றுவதற்காக சமூக-ஜனநாயக ஸ்தாபனங்களுடன் கைகோர்த்துக் கொண்டு போராட்டத்தை நடத்த வேண்டும். அல்லது, சமூக ஜனநாயகக் கட்சிகள் அரசாங்க எந்திரத்தில் உள்ள பாஸிஸ்டு ஏஜண்டுகளை எதிர்த்து "பொதுவான வார்த்தைகளில் மட்டும்" இடி முழக்கம் செய்து ஆவேசமாகப் பேசினால் நாம் செய்ய வேண்டியது ஒவ்வொரு குறிப்பிட்ட மாவட்டத்திலும் உள்ள குறிப்பிட்ட ஸ்தல பாஸிஸ்டுகளையும் வெளிப்படுத்தி அம்பலத்திற்குக் கொண்டு வந்து சமூக ஜனநாயகத் தொழிலாளர்களுடன் சேர்ந்து கொண்டு, அத்தகைய பாஸிஸ்டுகளை சர்க்கார் உத்தியோகத்திலிருந்து நீக்க வேண்டும் என்று கோரி கிளர்ச்சி நடத்த வேண்டும்.

பெல்ஜியத்தில் சமூக-ஜனநாயகக் கட்சித் தலைவர்கள் எமிலி வாண்டர்வெல்டித் தலைமையில் ஒரு கூட்டு சர்க்காரில் சேர்ந்துள்ளார்கள். இந்த வெற்றியை அவர்கள் சாதித்த காரணம் இரண்டு பிரதான கோரிக்கைகளுக்காக தொடர்ச்சியாகவும் விரிவாகவும் நீண்ட காலமாக கிளர்ச்சி இயக்கத்தை நடத்தியதாகும். 1. அவசர சட்டங்களை ரத்து செய்தல், 2. தி மான் திட்டத்தை செயலுக்குக் கொண்டுவந்து நிறைவேற்றுவது. முதல் பிரச்னை மிகவும் முக்கியமானது. முந்திய சர்க்கார் 150 பிற்போக்கான அவசரச் சட்டங்களை நிறைவேற்றியது. அவைகள் உழைக்கும் மக்கள் மீது மிகவும் கடினமான பளுவைச் சுமத்தி தாங்க முடியாத நிலையை உண்டாக்கியது. அந்த சட்டங்கள் உடனடியாக மாற்றப்பட்டு விடும் என்று எதிர்பார்க்கப்பட்டது. இது சோஷலிஸ்டு கட்சியின் கோரிக்கையாக இருந்தது. ஆனால் இந்தப் புதிய சர்க்கார் அந்த அவசரச் சட்டங்களில் எதையாவது மாற்றியிருக்கிறதா? ஒன்றைக் கூட அது மாற்றவில்லை. சிலவற்றின் கடுமையை ஓரளவு குறைத்திருக்கிறார்கள் அல்லது சற்று மென்மை யாக்கியிருக்கிறார்கள். பெல்ஜிய சோஷலிஸ்டுத் தலைவர்கள் தாராளமாக வாக்குறுதிகள் கொடுத்ததை நிறைவேற்ற ஒரு வகையான "பெயரளவிலான பண வழங்கீடு" செய்வதற்கு ஏற்பாடு (ஐக்கிய அமெரிக்க நாடுகளுக்கு கோடிக்கணக்கான பணம் யுத்தக் கடனாகக் கொடுக்க வேண்டியதற்கு சில ஐரோப்பிய அரசுகள் "பெயரளவிலான டாலர்" கொடுக்க முன்வந்ததைப் போல) செய்யப்பட்டது.

மிகப் பிரபலமாக விரிவாக விளம்பரப் படுத்தப்பட்ட தி மான் திட்டத்தைப் பொறுத்த வரையில் சமூக-ஜனநாயக மக்கள் பகுதி சற்றும் எதிர்பாராத அளவில் திருப்பம் ஏற்பட்டிருக்கிறது. சோஷலிஸ்டு கட்சி அமைச்சர்கள் முதலாவதாக பொருளாதார நெருக்கடியை சமாளித்தாக வேண்டும். தொழில் முதலாளிகள் பாங்குகள் ஆகியவற்றில் நிலைமையை அபிவிருத்தி செய்யக்கூடிய தி மான் திட்ட அம்சங்களை மட்டும் தான் நிறைவேற்ற முடியும், அதன் பின்னர் தான் தொழிலாளர்களின் நிலைமைகளை அபிவிருத்தி செய்யக் கூடிய நடவடிக்கைகளை எடுக்க முடியும் என்று அறிவித்து விட்டார்கள். ஆனால் தி மான் திட்டத்தில் கொடுக்கப்பட்ட வாக்குறுதிப்படி தொழிலாளர்களுக்குத் தங்கள் பங்கு கிடைப்பதற்கு எவ்வளவு காலம் அவர்கள் காத்திருக்க வேண்டும்? பெல்ஜியம் பாங்கர்களுக்கு ஏற்கனவே மெய்யான தங்கமாரி பொழிந்து தங்கத்தைப் பெருக்கி வைத்துக் கொண்டுள்ளார்கள். பெல்ஜிய பிராங்க் நாணய மதிப்பு 28 சதவீதம் குறைத்தாகி விட்டது. இந்தக் கணக்கு தில்லு முல்லுகள் மூலம் 450 கோடி பிராங்குகளை பாங்கர்கள் தங்கள் பைகளில் போட்டு நிரப்பிக் கொள்ள முடிந்திருக்கிறது. இதைக் கூலி வாங்கும் தொழிலாளர்கள், பாங்குகளில் பணம் போட்டுள்ள சாதாரண மக்களின் வயிற்றில் அடித்துத்தான் இதைச் செய்துள்ளார்கள். இது தி மான் திட்டத்துடன் எவ்வாறு ஒத்து வருகிறது? அந்தத் திட்டத்திலுள்ள வாசகங்களை நம்ப வேண்டுமானால், அது ஏகபோக முதலாளிகளின் தவறுகள் மீதும் சூதாட்டத் தில்லுமுல்லுகள் மீதும் நடவடிக்கை எடுத்து தண்டிப்போம் ஏன்று ஏன் கூறுகிறது?

தி மான் திட்டத்தின் அடிப்படையில் பாங்குகளை மேல் பார்வையிடுவதற்கு சர்க்கார் ஒரு கமிஷனை நியமனம் செய்திருக்கிறது. ஆனால் அந்தக் கமிஷனில் பாங்கர்கள் தான் உறுப்பினர்களாக உள்ளார்கள். அவர்கள் மிகவும் மகிழ்ச்சியோடும் இளகிய மனதுடனும் அவர்க்களை அவர்களே மேற்பார்வை செய்து கொள்வார்கள்.

தி மான் திட்டம் மேலும் பல நல்ல விஷயங்களைப்பற்றி வாக்குறுதி கொடுத்திருக்கிறது. "வேலை நேரக் குறைப்பு", "கூலியை ஒழுங்குபடுத்தி சீரமைப்பது", "ஒரு குறைந்தபட்சக் கூலி", "அனைத்து அம்சங்களையும் கொண்ட ஒரு சமூகக் காப்பீட்டுத் திட்டம் உருவாக்குதல்", "புதிய வீடுகள் கட்டுவதன் மூலம் வாழ்க்கை நிலைமைகளில் அதிகமான வசதிகளை உண்டாக்குதல்", இம்மாதிரி பல வாக்குறுதிகள் கொடுக்கப்பட்டுள்ளன. இந்தக் கோரிக்கைகள் எல்லாம் கம்யூனிஸ்டுகளாகிய நாமும் ஆதரிக்கக் கூடியதுதான்.

பெல்ஜிய தொழிற்சங்க ஸ்தாபனங்களுக்கு நாம் சென்று அவர்களிடம் சொல்ல வேண்டும். முதலாளிகளுக்குப் போதுமான அளவு கிடைத்துவிட்டது. இன்னும் அதிகமான அளவில்கூட கிடைத்துவிட்டது. இப்போது, சமூக-ஜனநாயக அமைச்சர்கள் தொழிலாளர்களுக்குக் கொடுத்த வாக்குறுதிகளை நிறைவேற்றட்டும் என்று நாம் கோருவோம். நம்முடைய நலவுரிமைகளை வெற்றிகரமாகப் பாதுகாப்பதற்காக ஒரு ஐக்கிய முன்னணியில் ஒன்று சேருவோம். அமைச்சர் வாண்டர்வெல்டி அவர்களே! உங்கள் சாசனத்தில் வெளியிட்ட கோரிக்கைத் திட்டங்களை தொழிலாளர்கள் சார்பில் நாங்கள் ஆதரிக்கிறோம். ஆனால் நாங்கள் மனம் விட்டு தெளிவாக ஒன்றைக் கூறுகிறோம். அந்தக் கோரிக்கைகளை நாங்கள் கருத்தாழத்துடன் உண்மை உணர்வுடன் எடுத்துக் கொள்கிறோம். எங்களுக்கு செயல் வேண்டும். வெறும் வார்த்தைகள் அல்ல. எனவே இந்தக் கோரிக்கைகளுக்காக பல்லாயிரக் கணக்கான லட்சக்கணக்கான தொழிலாளர்களைத் திரட்டிக் கொண்டிருக்கிறோம்.

இவ்வாறாக சமூக-ஜனநாயக சர்க்கார்கள் உள்ள நாடுகளில் கம்யூனிஸ்டுகள் சமூக-ஜனநாயக அமைச்சர்களின் கோரிக்கைப் பிரகடனங்களிலிருந்தே தனிப்பட்ட சரியான கோரிக்கைகளைப் பயன்படுத்திக் கொண்டு, அவைகளை சமூக ஜனநாயகக் கட்சிகள், ஸ்தாபனங்களுடன் கூட்டு நடவடிக்கைக்கான ஆரம்பப் புள்ளியாகப் பயன்படுத்திக் கொண்டு, பின்னர் முதலாளித்துவத் தாக்குதல்களை எதிர்த்தும், பாஸிஸத்தை எதிர்த்தும், யுத்த பயமுறுத்தலுக்கு எதிராகவும் ஆன போராட்டத்தில் இதர வெகுஜன கோரிக்கைகளின் அடிப்படையில் ஒரு ஐக்கிய முன்னணியை ஸ்தாபிப்பதற்கான ஒரு இயக்கத்தை சுலபமாக உருவாக்கி வளர்க்க முடியும்.

மற்றொரு விஷயத்தை நாம் மனதில் கொள்ள வேண்டியது பொதுவாக சமூக-ஜனநாயகக் கட்சிகள் ஸ்தாபனங்களுடன் கூட்டு நடவடிக்கைக்குத் தேவையானது கம்யூனிஸ்டுகள் பக்கத்தில் சமூக ஜனநாயகத்தைப் பற்றி அதன் சித்தாந்தம், பூர்ஷுவா வர்க்கத்துடனுள்ள வர்க்க சமரஸமான கொள்கைகள் ஆகியவற்றை மிகவும் செயல் முனைப்பான சாரமான விமர்ஸனமாகும். அத்துடன் கம்யூனிசத்தின் வேலைத் திட்டத்தையும் கோஷங்களையும் சமூக ஜனநாயகத் தொழிலாளர்களிடம் இடைவிடாமல் ஓய்வின்றி தோழமை பூர்வமாக விளக்கிச் சொல்லிக் கொண்டேயிருக்க வேண்டும். சமூக ஜனநாயக சர்க்கார் உள்ள நாடுகளில் இந்தக் கடமை ஐக்கிய முன்னணிக்கான போராட்டத்திற்கே குறிப்பிடத்தக்க முக்கியத்துவம் வாய்ந்ததாகும்.

தொழிற்சங்க ஒற்றுமைக்கான போராட்டம்

தோழர்களே! ஐக்கிய முன்னணியை உறுதிப்படுத்துவதில் ஆக முக்கியமான ஒரு கட்டம் தேசீய அளவிலும் சர்வதேச அளவிலும் தொழிற்சங்க ஒற்றுமையைக் கட்டாயம் ஸ்தாபிப்பதாகும்.

சீர்திருத்தவாதத் தலைவர்களின் பிளவுபடுத்தும் தந்திர உபாயங்கள் தொழிற்சங்கங்களில் மிகவும் வேகமாகச் செயல்படுத்தப் படுகின்றன என்பதை நீங்கள் அறிவீர்கள். இதற்கான காரணம் மிகவும் தெளிவானதாகும். இங்கு பூர்ஷுவா வர்க்கத்துடன் உள்ள அவர்களுடைய வாக்க சமரஸக் கொள்கை நடைமுறையில் நேரடியாக தொழிற்சாலைகளில் தொழிலாளி வர்க்கத்தின் முக்கிய நலவுரிமைகளுக்கு பாதகமாக முன்வந்து சேர்ந்து நிற்கிறது. இதற்கு கூர்மையான விமர்ஸனம் எழுந்திருக்கிறது. கம்யூனிஸ்டுகளின் கலைமையில் புரட்சிகரமான தொழிலாளர்களின் பக்கத்திலிருந்து கடுமையான எதிர்ப்பும் தோன்றி இருக்கிறது. அதனால்தான் கம்யூனிஸத்திற்கும் சீர்திருத்த வாதத்திற்கும் இடையிலான போராட்டம் தொழிற்சங்கங்களில் மிகவும் அக்கிரோஷமாக சீறியெழுந்துள்ளது.

முதலாளித்துவத்திற்கு நிலைமை மிகவும் கஷ்டமாகவும் சிக்கலாகவும் எற்பட்ட போது ஆம்ஸ்டர்டாம் தொழிற்சங்கத் தலைவர்களின் கொள்கை மிகவும் பிற்போக்கானதாக இருந்தது. தொழிற்சங்கங்களுக்குள் உள்ள எல்லா மாற்றுக் கருத்து கொண்டவர்களுக்கு எதிராக மிகவும் கடுமையான நடவடிக்கை எடுப்பதாக இருந்தது. ஜெர்மனியில் பாஸிஸ்டு சர்வாதிகாரம் ஸ்தாபிக்கப்பட்ட பின்னரும், எல்லா முதலாளித்துவ நாடுகளிலும் முதலாளித்துவ தாக்குதல்கள் தீவிரமடைந்துள்ள பின்னரும் கூட இந்த சீர்திருத்த வாதிகளின் அக்கிரமத்தாக்குதல் குறையவில்லை. கிரேட் பிரிட்டன், ஹாலந்து, பெல்ஜியம், ஸ்வீடன் முதலிய நாடுகளில் உள்ள தொழிற்சங்கங்களிலிருந்து கம்யூனிஸ்டுகளையும் புரட்சிகரமான தொழிலாளர்களையும் வெளியேற்றுவதற்கு 1933-ம் ஆண்டில் மாத்திரம் படுமோசமான சுற்றறிக்கைகள் விடப்பட்டன என்பது ஒரு குறிப்பிடத்தக்க குணத்தன்மையுள்ள உண்மை இல்லையா? கிரேட் பிரிட்டனில் 1933-ம் ஆண்டில் ஸ்தல தொழிற்சங்க கிளைகள் யுத்த எதிர்ப்பு ஸ்தாபனங்கள் அல்லது இதர புரட்சிகரமான ஸ்தாபனங்களில் சேருவதிலிருந்து தடை விதித்து ஒரு சுற்றறிக்கை விடப்பட்டது, இது இதற்கடுத்த மற்றொரு படுமோசமான பழிமிக்க "கருப்பு சுற்றறிக்கை"க்கு வழி காட்டியாகும். அந்த சுற்றறிக்கை மூலம் தொழிற்சங்க காங்கிரசின் பொதுக்குழு நேரடியாகவோ அல்லது

மறைமுகமாகவோ கம்யூனிஸ்டு ஸ்தாபனங்களுடன் சம்பந்தப்பட்டுள்ள பிரதிநிதிகளை தொழில் கவுன்சில்களில் அனுமதிப்பதைத் தடை செய்தது. ஜெர்மன் தொழிற்சங்கத் தலைமை பற்றி மேலும் கூற வேண்டியது என்னவிருக்கிறது? அவர்கள் தொழிற் சங்கங்களில் இருந்த புரட்சிகரமான நபர்களுக்கு எதிராக கடுமையான அளவுகடந்த அடக்கு முறையைப் பிரயோகித்ததல்லவா?

இருப்பினும் ஆம்ஸ்டர்டாம் தொழிற்சங்கங்களின் தனிப்பட்ட தலைவர்களின் நடத்தையை வைத்தல்ல நமது உபாயங்களை வகுத்துக் கொள்வது வர்க்கப் போராட்டத்திற்கு அவர்களுடைய நடத்தையால் எவ்வளவு கஷ்டங்கள் நேர்ந்திருந்தாலும் சரி, அதைப் பற்றிப் பிரச்னையில்லை. ஆனால் தொழிலாளர்களின் வெகுஜனப் பகுதி எங்கே இருக்கிறார்கள் என்பதைப் பொறுத்துத்தான் பிரதானமாக நமது உபாயங்களை வகுத்துக் கொள்ளவேண்டும். இதில் நாம் வெளிப்படையாக பிரகடனப்படுத்த வேண்டியது கம்யூனிஸ்ட் கட்சிகள் அனைத்தின் ஆக முக்கியமான பிரச்னை தொழிற்சங்கங்களில் வேலை செய்வதாகும். தொழிற்சங்க வேலைகளில் நல்ல நிலைமையை உண்டாக்குவதற்காக உண்மையான நல்ல மாற்றத்தைக் கொண்டு வர வேண்டும். தொழிற் சங்க ஒற்றுமைக்கான போராட்டம் என்னும் பிரச்னையை மய்யமான பிரச்னையாக்குங்கள்.

தொழிற் சங்கங்களில் சேருவதற்கு தொழிலாளர்களுக்குள்ள ஆர்வத்தைப் புறக்கணித்து, ஆம்ஸ்டர்டாம் யூனியன்களுக்குள் இருந்து வேலை செய்வதில் உள்ள சகிக்க முடியாத கஷ்டங்களைக் கொண்டு, நமது தோழர்களில் பலர் இந்தக் கடுமையான சிக்கல் நிறைந்த கடமையை ஒதுக்கிவிடத் தீர்மானித்தார்கள். அவர்கள் பெரும்பாலும் ஆம்ஸ்டர்டாம் யூனியன்களில் ஸ்தாபன நெருக்கடி உள்ளதாகப் பேசினார்கள். தொழிலாளர்கள் அந்த யூனியன்களை விட்டு வெளியேறுவதாகப் பேசினார்கள். ஆனால் உலகப் பொருளாதார நெருக்கடியின் ஆரம்ப காலத்தில் சற்று வீழ்ச்சி ஏற்பட்ட பின்னர் இந்த சங்கங்கள் மீண்டும் வளரத்தொடங்கி விட்டன. தொழிற்சங்க இயக்கத்தின் ஒரு தனித்தன்மை என்னவென்றால், தொழிற்சங்க உரிமைகளின் மீது பூர்ஷுவா வர்க்கத்தின் தாக்குதல், சில நாடுகளில் (போலந்து, ஹங்கேரி முதலிய நாடுகளில்) தொழிற்சங்கங்களுக் கிடையில் இணைப்பு ஏற்படுத்த வேண்டும் என்னும் முயற்சிகள், சமூகக் காப்பீடுகளை வெட்டிக் குறைத்தல், சம்பள வெட்டு முதலியவைகளை எதிர்த்து, சீர்திருத்தவாத தொழிற் சங்கத் தலைவர்கள் பக்கத்தில் மந்தமும் எதிர்ப்பின்மைக் குணமும் இருந்த போதிலும்

தொழிலாளர்கள் இந்த சங்கங்களில் மேலும் அதிகமாகவே ஒன்று சேர்கிறார்கள். காரணம், தொழிலாளர்கள் இந்த சங்கங்களில் அவர்களின் முக்கிய வர்க்க நலனுக்கான கோரிக்கைகளைப் பாதுகாக்கும் தீவிரமான சக்தியாக நம்புகிறார்கள், விரும்புகிறார்கள். இதிலிருந்து தெளிவாவது என்னவென்றால், ஆம்ஸ்டர்டாம் யூனியன்களில், பிரான்ஸில், செக்கோஸ்லோவேகியாவில், பெல்ஜியம், ஹாலந்து, ஸ்விட்ஜர்லாந்து, ஸ்வீடன் முதலிய நாடுகளில் கடந்த சில ஆண்டுகளில் உறுப்பினர் தொகை அதிகரித்திருக்கிறது. அமெரிக்க தொழிலாளர் சம்மேளனத்திலும் கடந்த இரண்டு ஆண்டுகளில் உறுப்பினர் எண்ணிக்கை கணிசமான அளவில் உயர்ந்திருக்கிறது.

ஜெர்மன் தோழர்கள் தொழிற்சங்க வேலைகளைப் பற்றிய பிரச்சினைகளைப் பற்றி நல்ல முறையில் புரிந்து கொண்டிருந்தார்களானால், அதைப்பற்றி தோழர் தால்மான் பல தடவை பேசியுள்ளார்: சந்தேகத்திற்கிடமின்றி பாஸிஸ்டு சர்வாதிகாரம் ஸ்தாபிக்கப்பட்ட காலத்தில், தொழிற்சங்கங்களில் இருந்த நிலைமையைக் காட்டிலும் நல்ல நிலைமை இருந்திருக்கும். 1932-ம் ஆண்டு இறுதியில் நமது உறுப்பினர்களின் பத்து சதவீதம் பேர்தான் சுதந்திர தொழிற்சங்கங்களில் இருந்தார்கள். அப்படியிருந்த போதிலும் கம்யூனிஸ்டு அகிலத்தின் ஆறாவது காங்கிரசிற்குப் பிறகு கம்யூனிஸ்டுகள் பல வேலை நிறுத்தப் போராட்டங்களில் முன்னணியில் நின்று தலைமை தாங்கினார்கள். பத்திரிகைகளில் நாம் எழுதுவதுண்டு, நமது 90 சதவீத சக்தியை தொழிற் சங்கங்களில் பணியாற்றச் செய்ய வேண்டிய அவசியத்தைப் பற்றி, ஆனால் உண்மையில் நமது வேலைகள் பெரும்பாலும் புரட்சிகரமான தொழிற்சங்க எதிர்ப்பில் தான் அதிகமாகச் சுற்றி நின்றே நடைபெறுகின்றன. அவைகள் உண்மையில் சங்க தொழிற்சங்க வேலைகளுக்குப் பதிலாகி விடுகின்றன. ஹிட்லர் அதிகாரத்தைக் கையெடுத்த பின்னர் ஏற்பட்டுள்ள நிலை என்ன? இரண்டு ஆண்டுகளுக்கு நமது தோழர்கள் விடாப்பிடியாகவும் திட்டமிட்டபடியும் சுதந்திர சங்கங்களைத் திரும்பவும் ஸ்தாபிப்பதற்காகப் போராட வேண்டும் என்ற கோஷத்திற்கு எதிர்ப்பு தெரிவித்து வந்தார்கள்.

இத்தகைய உதாரணங்களை இதர முதலாளித்துவ நாடுகள் ஒவ்வொன்றிலும் நான் கூற முடியும்.

ஆனால் நமக்கு ஏற்கனவே ஐரோப்பிய நாடுகளில் தொழிற்சங்க ஒற்றுமைக்கான போராட்டத்தில் நல்ல பல சாதனைகள் கிடைத்துள்ளன. ஆஸ்திரியாவைப் பற்றிக் கூற விரும்புகிறேன். அங்கு கம்யூனிஸ்டுக்கட்சி முன்கையெடுத்து ஒரு சட்ட விரோதமான தொழிற்சங்க இயக்கத்திற்கான

அடிப்படை உண்டாக்கப்பட்டிருக்கிறது. பிப்ரவரி போராட்டங்களுக்குப் பிறகு, சமூக ஜனநாயக வாதிகள் ஓட்டோ பவர் தலைமையில் கீழ்க்கண்ட குறிக்கோள் வாக்கியங்களை வெளியிட்டார்கள்: “பாஸிஸத்தின் வீழ்ச்சிக்குப் பின்னர் தான் சுதந்திர தொழிற் சங்கங்களை திரும்பவும் ஸ்தாபிக்க முடியும்”, கம்யூனிஸ்டுகள் தொழிற்சங்கங்களை மீண்டும் ஸ்தாபிக்கும் கடமைகளில் முனைந்தார்கள். அந்த வேலையில் ஒவ்வொரு அம்சமும் ஆஸ்திரியப் பாட்டாளி வர்க்கத்தின் சிறிய ஐக்கிய முன்னணி அம்சமாகும். தலைமறைவான நிலைமைகளில் சுதந்திர தொழிற்சங்கங்களை வெற்றிகரமாக திரும்பவும் ஸ்தாபிப்பதானது பாஸிஸத்திற்கு ஒரு சரியான அடியாகும். சமூக-ஜனநாயகவாதிகள் வழி பிரிந்து போய்க் கொண்டிருந்தார்கள். சிலர் சர்க்காருடன் ஒரு சமரஸ உடன்பாட்டிற்கான பேச்சுவார்த்தை நடத்திக் கொண்டிருந்தார்கள். மற்றவர்கள், நம்முடைய வெற்றிகளைக் கண்ட பின்னர் அவர்களுடைய போட்டியான மாற்று சட்ட விரோத தொழிற் சங்கங்களைத் தொடங்கினார்கள். ஆனால் ஒரே ஒரு வழிதான் இருக்க முடியும்: ஒன்று பாஸிஸத்திற்கு உட்படுதல் அல்லது பாஸிஸத்திற் கெதிரான கூட்டுப் போராட்டத்தின் மூலம் தொழிற்சங்க ஒற்றுமையை நோக்கிச் செல்லுதல் வெகுஜன நிர்ப்பந்தத்தின் கீழ் போட்டி சங்கங்களின் ஊசலாடும் தலைமை முந்திய தொழிற்சங்கத் தலைவர்களால் உண்டாக்கப்பட்டவர்கள் இணைப்புக்கு ஒப்புக் கொள்ளத் தீர்மானிக்கிறார்கள். இந்த இணைப்பொற்றுமையின் அடிப்படை முதலாளித்துவம் பாஸிஸத்தின் தாக்குதலை எதிர்த்து விட்டுக் கொடுக்காத போராட்டமும், தொழிற்சங்க ஜனநாயகத்திற்கான உத்திரவாதமும் ஆகும். தொழிற்சங்கங்களின் இணைப்பொற்றுமை என்னும் இந்த உண்மையை நாம் வரவேற்கிறோம். சென்ற யுத்தத்திற்குப் பிறகு தொழிற் சங்கங்களில் சட்ட பூர்வமாக பிளவு ஏற்பட்டதிலிருந்து இப்போது வந்துள்ள இணைப்பொற்றுமை என்பது முதல் தடவையாகும். எனவே இதற்கு சர்வதேச முக்கியத்துவம் உண்டு.

பிரான்ஸில் ஐக்கிய முன்னணி நிச்சயமாக எந்தவிதமான கேள்விக்கும் இடமின்றி தொழிற்சங்க ஒற்றுமையை அடைவதற்கு ஒரு வலுவான தூண்டு விசையைக் கொடுத்திருக்கிறது. தொழிலாளர் பொது மகா சம்மேளனத்தின்(ஜெனரல் கான்பெடரேஷன் அப்லேடர்) தலைவர்கள் ஒற்றுமையைக் கொண்டு வருவதற்கு எல்லா விதமான இடையூறுகளையும் விளைவித்தார்கள், இன்னும் விளைவித்துக் கொண்டிருக்கிறார்கள். தொழிற்சங்கங்களின் வர்க்கக் கொள்கையை முதன்மையான பிரச்னையாகப் பார்க்காமல் அதற்கு எதிராக

இரண்டாந்தரமான துணையாக உள்ள சாதாரணப் பிரச்சனைகளை முன்வைத்துக் கிளப்புகிறார்கள். தொழிற்சங்க ஒற்றுமைக்கான போராட்டத்தில் ஒரு கேள்விக்கிடமில்லாத நிச்சயமான ஒரு வெற்றி ஸ்தல அளவில் ஒரே சங்கங்களை ஸ்தாபிப்பது என்பதாகும். உதாரணமாக ரயில்வே தொழிலாளர்களுக்கு ஒரே சங்கம் என்னும் அடிப்படையில் இரண்டு சங்கங்களின் முக்கால்வாசி உறுப்பினர்களுக்கு மேலேயே ஒன்று சேர்ந்துள்ளார்கள்.

நாம் நிச்சயமாக தொழிற்சங்க ஒற்றுமையை ஒவ்வொரு நாட்டிலும் சர்வதேச அளவிலும் திரும்பவும் ஸ்தாபிப்பதற்காக நிற்கிறோம்.

ஒரு தொழிலுக்கு ஒரு சங்கம் என்பதற்காக நிற்கிறோம். ஒவ்வொரு நாட்டிலும் ஒரே மத்திய தொழிற்சங்க சம்மேளனம் என்பதற்காக நிற்கிறோம்.

தொழில்கள் வாரியாக உருவாக்கப்படும் சொழிற்சங்கங்களின் ஒரே சர்வதேசிய சம்மேளனத்திற்காக நாம் நிற்கிறோம்.

நாம் வர்க்கப் போராட்டத்தின் அடிப்படையில் ஒரே சர்வ தேசீய தொழிற்சங்க சம்மேளனத்திற்காக நிற்கிறோம்.

மூலதனம், பாஸிஸம் ஆகியவற்றின் தாக்குதலுக்கு எதிராக தொழிற்சங்கங்களில் ஒன்றுபட்ட தொழிலாளி வர்க்கம், தொழிலாளி வர்க்கம் ஒரு பெரிய வல்லாணாகக் கொண்டு வருவதற்காக இருக்கிறோம். தொழிற் சங்கங்களை ஒன்றுபடுத்துவதற்குள்ள நமது ஒரே நிபந்தனை முதலாளித்துவம், பாஸிஸத்திற்கெதிரான போராட்டமும், தொழிற் சங்கங்களில் உள் ஜனநாயகமுமாகும்.

காலம் காத்திருக்காது. நமக்கு தொழிற்சங்க ஒற்றுமை, தேசீய அளவிலும், சர்வதேசீய அளவிலும் என்னும் பிரச்னை தொழிலாளி வர்க்கத்தை வர்க்க விரோதிக்கு எதிராக மிக வல்லமை மிக்க ஒரே தொழிற்சங்க ஸ்தாபனங்களில் ஒன்றுபடுத்தும் மகத்தான கடமை பற்றிய பிரச்னையாகும். இந்த ஆண்டு மே தினத்தை ஒட்டி அதற்கு முன்பாக சிவப்பு தொழிற்சங்க அகிலம் ஆம்ஸ்டர்டாம் அகிலத்தை அணுகி உலக தொழிற்சங்க இயக்கத்தை ஒன்றுபடுத்துவதற்கான நிபந்தனைகள், வழிமுறைகள், வடிவங்கள் பற்றி கூட்டாகக் கலந்தாலோசிக்க எடுத்த முயற்சியை வரவேற்கிறோம். ஆம்ஸ்டர்டாம் அகிலத்தின் தலைவர்கள் அந்தப் பிரேரணைகளை நிராகரித்து விட்டார்கள். அதற்கு அவர்கள் பழைய காரணத்தை உளுத்துப்போன

சாக்குப் போக்கை அதாவது தொழிற்சங்க இயக்கத்தின் ஒற்றுமை என்பது ஆம்ஸ்டர்டாம் அகிலத்திற்குள்ளேதான் சாத்தியம் என்று கூறி விட்டார்கள். ஆம்ஸ்டர்டாம் அகிலம் என்பது ஐரோப்பிய நாடுகளின் பகுதிகளில் உள்ள தொழிற் சங்கங்கள் மட்டும்தான் சேரும்.

ஆனால் தொழிற்சங்கங்களில் வேலை செய்யும் கம்யூனிஸ்டுகள் தொழிற்சங்க இயக்கத்தின் ஒற்றுமைக்காக இடைவிடாமல் ஓய்வு ஒழிச்சலின்றி தொடர்ந்து போராடவேண்டும், சிவப்பு தொழிற் சங்கங்கள் தொழிற்சங்க அகிலம் ஆகியவற்றின் கடமைப்பாடு தங்கள் சக்தியனைத்தையும் பயன்படுத்தி மூலதனம் பாஸிஸம் ஆகியவற்றின் தாக்குதல்களுக்கெதிராக சகல தொழிற்சங்கங்களின் கூட்டுப் போராட்டத்தைக் கொண்டுவரும் காரிய சாதனையைத் துரிதப்படுத்த வேண்டியதும், ஆம்ஸ்டர்டாம் அகிலத்தின் பிற்போக்குத் தலைவர்கள் பிடிவாதமாக எதிர்த்தாலும் அதையும் மீறி தொழிற்சங்க இயக்கத்தின் ஒற்றுமையைக் கொண்டு வருவதுமாகும். சிவப்பு தொழிற்சங்கங்களுக்கும் தொழிற்சங்க அகிலத்திற்கும் நமது முழு மூச்சான ஆதரவை இந்தக் காரியங்களுக்காகக் கொடுக்க வேண்டும்.

சிறிய சிவப்புத் தொழிற்சங்கங்கள் உள்ள நாடுகளில் இந்த சங்கங்கள் பெரிய சீர்திருத்தவாத சங்கங்களில் சேர்ந்து கொள்வதற்கும் அதே சமயத்தில் தங்களுடைய கருத்துக்களைக் காத்துக் கொள்வதற்குள்ள உரிமையைக் கோர வேண்டும் என்றும் விலக்கப்பட்ட உரிமைகளை திரும்பவும் சேர்த்துக் கொள்ள வேண்டும் என்று கோர வேண்டும் என்றும் நாம் பரிந்துரை செய்கிறோம். ஆனால் பெரிய சீர்திருத்தவாத தொழிற்சங்கங்களுக்கு இணையாக பெரிய சிவப்பு தொழிற்சங்கங்கள் உள்ள நாடுகளில் ஒற்றுமை மாநாடுகள் நடத்துவதற்கு நாம் முயற்சி செய்ய வேண்டும். அதற்கு அடிப்படையாக முதலாளித்துவ தாக்குதலை எதிர்த்துப் போராடுவதற்காகவும், தொழிற்சங்க ஜனநாயகத்திற்கு உத்தரவாதமளிக்கக் கூடியதுமான கோரிக்கைகளையும் வைத்துக் கொள்ள வேண்டும்.

திட்டவட்டமாக நாம் ஒன்றைக் கூறியாக வேண்டும். தான் வேலை செய்யும் தொழிலில் உள்ள பெரிய வெகுஜன தொழிற் சங்கத்தில் இல்லாத எந்தக் கம்யூனிஸ்டு ஊழியரும், எந்த ஒரு புரட்சிகரமான ஊழியரும், சீர்திருத்தவாத தொழிற்சங்கத்தை ஒரு உண்மையான வர்க்க தொழிற்சங்க ஸ்தாபனமாக மாற்றுவதற்காகப் போராடாத யாரும், வர்க்கப் போராட்டத்தின் அடிப்படையில் தொழிற்சங்க ஒற்றுமைக்காகப் போராடாத யாரும் அத்தகைய ஒரு கம்யூனிஸ்டு ஊழியர், அத்தகைய புரட்சிகரமான ஊழியர் தன்னுடைய

சர்வ சாதாரணமான பாட்டாளி வர்க்கக் கடமையைக்கூடச் செய்தவராகமாட்டார்.

ஐக்கிய முன்னணியும் இளைஞரும்

தோழர்களே! பாஸிஸ்டு ஸ்தாபனங்களில் இளைஞர்களை சேர்த்ததன் மூலம் பாஸிஸத்தின் வெற்றிக்கு அது ஆற்றியுள்ள பங்கைப் பற்றி ஏற்கனவே நான் சுட்டிக் காட்டியுள்ளேன். இளைஞர்களைப் பற்றி பேசும்போது நாம் சற்று மனம் விட்டு வெளிப்படையாகப் பேச வேண்டும். முதலாளித்துவத்தின் தாக்குதல்களை எதிர்த்தும், பாஸிஸத்தை எதிர்த்தும், யுத்த அபாயத்தை எதிர்த்தும் நடத்தும் போராட்டத்தில் உழைக்கும் இளைஞர் ஜனப் பகுதியைக் கொண்டு வரும் கடமையில் நமது கவனம் போதாது. இந்தக் கடமையில் நாம் பல நாடுகளிலும் தவறி இருக்கிறோம். பாஸிஸத்திற்கெதிரான போராட்டத்தில் இளைஞர்கள் பங்கு பற்றிய மிகப்பெரிய அளவிலான முக்கியத்துவத்தை நாம் குறைத்து மதிப்பிட்டு விட்டோம். நாம் இளைஞர்களின் தனித்தன்மையான பொருளாதார, அரசியல், கலாச்சார நலவுரிமைகளை எப்போதும் போதுமான அளவில் கணக்கில் எடுத்துக் கொள்ளவில்லை. அதேபோல் இளைஞர்களுக்கு புரட்சிக் கல்வியை போதித்து பயிற்சி கொடுப்பதிலும் போதுமான கவனம் செலுத்தவில்லை.

இவைகளை எல்லாம் பாஸிஸம் மிகவும் சாதுரியமாகப் பயன்படுத்திக் கொண்டது. சில நாடுகளில் குறிப்பாக ஜெர்மனியில் இளைஞர்களின் பெரும்பகுதியை பாட்டாளி வர்க்க எதிர்ப்புப் பாதையில் ஏமாற்றித் தூண்டி விட்டது. வெறும் ராணுவத்தன்மை பற்றிய கவர்ச்சியைக் காட்டி மட்டும் பாஸிஸம் இளைஞர்களை ஆசை காட்டி இழுக்கவில்லை என்பதை நாம் மனதில் கொள்ள வேண்டும். சில இளைஞர்களுக்கு உணவும் துணியும் கொடுத்து தங்கள் படை யணியில் சேர்த்துக் கொள்கிறது. மற்றவர்களுக்கு வேலை கொடுக்கிறது. இளைஞர்களுக்கு கலாச்சார நிறுவனங்கள் என்னும் பெயரில் ஸ்தாபனங்களை உண்டாக்கிக் கொடுக்கிறது. இதன் மூலம் அவர்களுடைய உள்ளங்களில் பாஸிஸம் பெரும்பாலான உழைக்கும் இளைஞர்களுக்கு உண்மையிலேயே உணவும், உடையும் கொடுக்கவும் கல்விப் பயிற்சி கொடுக்கவும், வேலை வாய்ப்புகளைச் செய்து தரவும் முடியும், அவ்வாறு செய்யவும் விரும்புகிறது என்னும் எண்ணத்தை ஊற வைத்து விடுகிறது.

பல முதலாளித்துவ நாடுகளில் நம்முடைய இளம் கம்யூனிஸ்டு கழகங்கள் இன்னும் பிரதானமாக மக்களிடமிருந்து தனிமைப்பட்டு

செக்டேரியன் ஸ்தாபனங்களாகவே இருக்கின்றன. அவர்களின் அடிப்படை பலவீனம் அவர்கள் இன்னும் தங்களுடைய ஸ்தாபன அமைப்பு வேலைகளுக்கு கம்யூனிஸ்டு கட்சிகளையும் அவைகளின் ஸ்தாபன முறைகளையும் வேலை முறைகளையும் காப்பியடிக்க முயலுகின்றன. இளம் கம்யூனிஸ்ட் கழகம் என்பது இளைஞர்களின் கம்யூனிஸ்டு கட்சியல்ல என்பதை மறந்து விடுகிறார்கள். அந்த ஸ்தாபனங்கள் தங்களுக்கென்று தனிக் கடமைகளைக் கொண்டவை என்பது பற்றி போதுமான கவனம் எடுத்துக் கொள்வதில்லை. அவைகளின் ஸ்தாபன வழி முறைகள், வேலை முறைகள், கல்விப் பயிற்சி, போராட்டங்கள் ஆகியவை இளைஞர்களின் உண்மையான வளர்ச்சி மட்டம் தேவைகள் ஆகியவற்றை அனுசரித்து பொருத்தமாக அமைக்கப்பட வேண்டும்.

நமது இளம் கம்யூனிஸ்டுகள் பாஸிஸ்டு வன்முறைகளை எதிர்த்தும் பூர்ஷுவா பிற்போக்கை எதிர்த்தும் நடத்தப்பட்ட போராட்டத்தில் மறக்க முடியாத பல வீர சாகசங்களைப் புரிந்திருக்கிறார்கள். ஆனால் அவர்கள் தங்கள் ஆற்றலின்மூலம் விடாப்பிடியான உறுதிமிக்க ஸ்தூலமான நடைமுறை வேலைகளின் மூலம் வேண்டத்தகாத செல்வாக்குப் பிடிப்புகளிலிருந்து இளைஞர்கள் கூட்டத்தைவிடுவித்து தங்கள் பக்கம் வென்றுகொண்டு வருவதில் திறமைக் குறைவாகவே இருக்கிறார்கள். பாஸிஸ்டு இளைஞர் ஸ்தாபனங்களில் வேலை செய்ய மறுக்கும் போக்கிலிருந்து விடுபட வில்லை என்பதிலிருந்து தெளிவாகிறது. மேலும் சோஷலிஸ்டு இளைஞர்கள் பாலும் கம்யூனிஸ்ட் அல்லாத இளைஞர்கள் பாலும் அவர்களுடைய அணுகும்முறை எப்போதும் சரியாக இருப்பதில்லை

இதற்கான பொறுப்பில் பெரும் பகுதியை கம்யூனிஸ்ட் கட்சிகளும் ஏற்றுக்கொள்ள வேண்டும். காரணம் கம்யூனிஸ்ட் கட்சிகள் இளம் கம்யூனிஸ்டு கழகத்திற்கு அதனுடைய வேலையில் வழிகாட்டி, உதவி செய்து ஆதரிக்க வேண்டும். இளைஞர்கள் பிரச்னை என்பது வெறும் இளம் கம்யூனிஸ்டு கழகத்தின் பிரச்னை மட்டுமல்ல; அது கம்யூனிஸ்ட் இயக்கம் முழுவதின் பிரச்னையாகும். இளைஞர்களுக்கான போராட்டத்தில் கம்யூனிஸ்டு கட்சிகளும் இளம் கம்யூனிஸ்டு கழக ஸ்தாபனங்களும் ஒரு உண்மையான தீர்மான மாற்றத்தைச் செயலுக்குக் கொண்டுவர வேண்டும். முதலாளித்துவ நாடுகளில் கம்யூனிஸ்ட் இளைஞர் இயக்கத்தின் பிரதான கடமைப்பாடு உழைக்கும் மக்களின் இளம் தலைமுறையினரை ஸ்தாபன ரீதியில் கொண்டு வருவதிலும் ஒன்று திரட்டுவதிலும் ஒரு ஐக்கிய முன்னணி வழியைத் தைரியமாக

முன் கொண்டு வருவதாகும். இந்தத் திசை வழியில் எடுக்கப்படும் முதல் நடவடிக்கைகளை இளைஞர்களின் புரட்சிகர இயக்கத்தில் மிகப் பெரும் அளவிலான செல்வாக்கைப் பதித்துள்ளது என்பதற்கு சமீப காலத்தில் பிரான்ஸிலும், அமெரிக்க ஐக்கிய நாடுகளிலும் நிகழ்ந்துள்ளவை சிறந்த உதாரணங்களாகும். இந்த நாடுகளில் கணிசமான அளவில் வெற்றிகரமாக ஐக்கிய முன்னணியை செயல்படுத்தத் தொடங்கப் போதுமானதை உடனடியாக சாதிக்க முடியும். சர்வதேச ஐக்கிய முன்னணித் துறையில் பாரிஸில் அமைந்துள்ள யுத்த எதிர்ப்பு பாஸிஸ எதிர்ப்புக் கமிட்டி வெற்றிகரமாக முன் கையெடுத்து பாஸிஸ்டல்லாத இளைஞர் ஸ்தாபனங்கள் அனைத்தினுடைய சர்வதேசக் கூட்டுறவைக் கொண்டு வந்தது இந்த விஷயத்தில் கவனிக்கத் தக்கதாகும்.

இளைஞர்களின் ஐக்கிய முன்னணி இயக்கத்தில் எடுக்கப்பட்டுள்ள சமீப காலத்திய வெற்றிகரமான நடவடிக்கைகள், இளைஞர்களின் ஐக்கிய முன்னணி அமைப்பு முறைகள் ஒரே மாதிரியாக இருக்க வேண்டியதில்லை. அல்லது, கம்யூனிஸ்ட் கட்சிகளின் அனுபவத்தில் கிடைத்துள்ள முறைகளாக மட்டுமேதான் இருக்க வேண்டுமென்று அவசியமில்லை. இளம் கம்யூனிஸ்டு கழகங்கள் எல்லா வழிகளிலும் பாஸிஸ்டல்லாத இளைஞர்களின் வெகுஜன ஸ்தாபனங்கள் அனைத்தினுடைய சக்திகளை எல்லாம் சேர்த்து ஒன்றுபடுத்துவதற்கு முயற்சிக்க வேண்டும். பாஸிஸத்தை எதிர்த்துள்ள போராட்டத்தில் பல வேறுபட்ட பொதுவான ஸ்தாபனங்களையும் உருவாக்க வேண்டும். இதுவரை என்றுமில்லாத அளவில் இளைஞர்களின் உரிமைகளை பறிக்கப்பட்டுள்ளதை எதிர்த்தும், இளைஞர்களை ராணுவத்தில் கட்டாயப்படுத்தி சேர்ப்பதை எதிர்த்தும், இளம் தலைமுறையினரின் தனியான பொருளாதார கலாச்சார உரிமைகளுக்காகவும், இந்த இளம் தொழிலாளர்களை பாஸிஸ்டு எதிர்ப்பு அணியின் பக்கம் கொண்டு வருவதற்காகவும், அவர்கள் எங்கிருந்தாலும், தொழிற் சாலைகளிலோ, கட்டாய உழைப்பு முகாம்களிலோ, லேபர் எக்சேஞ்ஜ்களிலோ', ராணுவ முகாம்களிலோ, கப்பல் கூட்டங்களிலோ, பள்ளிகளிலோ அல்லது வேறு பல விளையாட்டு, கலாச்சார அல்லது இதர ஸ்தாபனங்களிலோ இருந்தாலும் அவர்களை பலவேறு வகையான பொதுவான ஸ்தாபனங்களை உருவாக்க வேண்டும்.

இளம் கம்யூனிஸ்டுக் கழகத்தை வளர்ப்பதிலும் பலப்படுத்துவதிலும் நமது இளம் கம்யூனிஸ்டு உறுப்பினர்கள் வர்க்கப் போராட்ட கோரிக்கைகளினடிப்படையில் கம்யூனிஸ்டு, சோஷலிஸ்டு இளைஞர்

கழகங்களின் பாஸிஸ்டு எதிர்ப்பு கூட்டமைப்புகளைக் கொண்டு வருவதற்காக வேலை செய்ய வேண்டும்.

ஐக்கிய முன்னணியும் மாதர்களும்

தோழர்களே! உழைக்கும் மாதர்களிடையில் அதாவது பெண் தொழிலாளர்கள், வேலையின்றித் தவிக்கும் பெண்கள், விவசாயப் பெண்கள், வீட்டுப் பெண்கள் ஆகியோர்களிடையில் வேலை செய்வது என்பது இளைஞர் அரங்கத்தைப் போலவே மிகவும் குறைத்து மதிப்பிடப்படுகிறது. பாஸிஸம் இளைஞர்களைக் கட்டாயப்படுத்திக் கைப்பற்றிக் கொள்கிறது. அதே பொழுதில் பெண்களை குறிப்பாகக் கருணையற்ற முறையில் வெறுப்புணர்வுடன் அடிமைப்படுத்துகிறது. தாய்மையின் உள்ள உணர்வுகளுடன் விளையாடி அவர்களை கேலிக்கூத்தாக்குகிறது. வீட்டுப் பெண்கள், மற்றும் எல்லா உழைக்கும் பெண்களையும் அடிமைப்படுத்தி எதிர்காலத்திற்கு ஒரு உத்திரவாத மில்லாமல் ஆக்கிவிடுகிறது. பாஸிஸம் அனுகூலமாக இருப்பதைப் போல பாசாங்கு செய்து பட்டினி கிடக்கும் குடும்பங்களுக்கு சில்லரைப் பிச்சைக்காசுகளை போல் சில ரூபாய்களை எறிந்து அதன் மூலம் பெண்களிடம் குறிப்பாக உழைக்கும் பெண்களிடம் பாஸிஸம் அவர்களிடம் கொண்டு வந்துள்ள இதுவரை கண்டிராத அளவிலான அடிமைத்தனத்தினால் கிளம்பியுள்ள கசப்புணர்வை மட்டுப்படுத்த முயற்சிக்கிறது. தொழில்களிலிருந்து உழைக்கும் பெண்களை வெளியேற்றுகிறது. தேவையான பெண்களைக் கட்டாயப்படுத்தி கிராமப்புறத்திற்கு அனுப்புகிறது. அவர்களை பணக்கார விவசாயிகள், நிலப்பிரபுக்களுடைய கூலியில்லாத வேலைக்காரிகள் நிலைக்குப் படுகுழியில் தள்ளி விடுகிறது. பெண்களுக்கு ஒரு மகிழ்ச்சியான வீட்டையும் குடும்ப வாழ்க்கையையும் கொடுப்பதாக வாக்குறுதி கொடுத்துவிட்டு பாஸிஸம் பெண்களை வேறு எந்த முதலாளித்துவ ஆட்சியைக் காட்டிலும் அதிகமாக விபசார விடுதிகளில் தள்ளி விடுகிறது.

கம்யூனிஸ்டுகள், எல்லாவற்றிற்கும் மேலாக நம்முடைய பெண் கம்யூனிஸ்டுகள், விரிவான பெண்கள் ஜனப் பகுதிகளைப் போராட்டத்தில் ஈர்க்காமல் பாஸிஸத்தை எதிர்த்தும் யுத்தத்தை எதிர்த்தும் வெற்றிகரமான போராட்டம் என்பது சாத்தியமில்லை என்பதை நினைவில் கொள்ள வேண்டும். வெறும் கிளர்ச்சிப் பிரச்சாரம் மட்டும் இதற்குப் போதாது. ஒவ்வொரு வேலையிலும் ஸ்தூலமான நிலைமையை கணக்கில் எடுத்துக் கொண்டு பெண்களுடைய முக்கிய நலன்கள் கோரிக்கைகளுக்காக விலைவாசி உயர்வுகளை எதிர்த்து

அவர்களுடைய கோரிக்கைகளுக்காக சம வேலைக்கு சம்பளம் என்ற அடிப்படையில் கூலி உயர்வு, பெரும் பகுதியாக பெண்களை வேலையிலிருந்து நீக்கம் செய்வதை எதிர்த்து, பெண்களின் அந்தஸ்தில் சமத்துவமற்ற நிலைகளை எதிர்த்து, பாஸிஸ அடிமைப்படுத்துதலை எதிர்த்துள்ள பல கோரிக்கைகளுக்காகவும், நலன்களுக்காகவும் வேலை செய்வதன் மூலம் பெண்களின் வெகுஜனப் பகுதிகளை ஒன்று திரட்டுவதற்கு வழிகாண வேண்டும்.

புரட்சிகரமான இயக்கத்தில் பெண்களை வேலை செய்வதற்குக் கொண்டு வருவதற்கு முயற்சி செய்யும் போது எங்கெல்லாம் தேவையோ அங்கெல்லாம் தனியான பெண்கள் ஸ்தாபனங்களை உருவாக்குவதற்கு பயப்படக் கூடாது. முதலாளித்துவ நாடுகளில் கம்யூனிஸ்ட் கட்சியின் தலைமையின் கீழ் தனியான பெண்கள் ஸ்தாபனங்கள் வேண்டியதில்லை. இருந்தால் கலைத்துவிட வேண்டும். தொழிற்சங்க இயக்கத்தில் "பெண்கள் தனிப்பிரிவினை" என்பதை எதிர்த்துப் போராட வேண்டும் என்றெல்லாம் தவறான கண்ணோட்டம் இருக்கிறது. இக்கண்ணோட்டங்கள் நமது இயக்கத்திற்குப் பெரும் தீங்கை விளைவித்திருக்கிறது

புரட்சிகரமான, சமூக-ஜனநாயக, முற்போக்கான, யுத்த எதிர்ப்பு, பாஸிஸ்டு எதிர்ப்பு பெண்கள் ஸ்தாபனங்களுக்கிடையில் தொடர்புகளை ஏற்படுத்தி கூட்டான போராட்டத்தை உருவாக்குவதற்கு மிகவும் சாதாரண, நெளிவு சுளிவான முறைகளைக் கொண்டு முயற்சிக்க வேண்டும். ஒன்றுபட்ட தொழிலாளி வர்க்க அணியிலும் பாஸிஸ்டு எதிர்ப்பு மக்கள் அணியிலும் தங்களுடைய வர்க்க சகோதரர்களுடன் தோளோடு தோள் நின்று பொதுப் போராட்டத்தில் கலந்து கொள்ளும் முறையில் பெண் தொழிலாளர்களைக் குறிப்பாக உழைக்கும் பெண்களைக் கொண்டு வருவதில் நாம் எல்லாவிதமான முயற்சிகளையும் செய்ய வேண்டும்.

ஏகாதிபத்திய எதிர்ப்பு ஐக்கிய முன்னணி

மாறியுள்ள சர்வதேச மற்றும் உள்நாட்டு நிலைமை காலனி நாடுகள் அரைக் காலனி நாடுகள் அனைத்திலும் ஏகாதிபத்திய எதிர்ப்பு ஐக்கிய முன்னணிப் பிரச்சனைக்கு அளவு கடந்த முக்கியத்துவத்தைக் கொடுக்கிறது.

காலனிகளிலும் அரைக் காலனிகளிலும் போராட்டத்திற்கான ஒரு பரந்த ஏகாதிபத்திய எதிர்ப்பு ஐக்கிய முன்னணியை அமைக்கும்போது அந்த வெகுஜன ஏகாதிபத்திய எதிர்ப்புப் போராட்டம் பல்வேறு

வகையான சூழ்நிலைமைகளில் வழி வகுத்துச் சென்று கொண்டிருக்கிறது என்பதை சரியானபடி கணிக்கவேண்டியது எல்லாவற்றிற்கும் மேலாக அவசியமாகும். தேசிய விடுதலை இயக்கத்தின் பக்குவத்தின் அளவு மட்டம் பலவேறு அளவுகளில் இருக்கின்றன, அந்த விடுதலை இயக்கத்திற்குள் பாட்டாளி வர்க்கத்தின் பாத்திரம் மக்களுக்கிடையில் கம்யூனிஸ்டுக் கட்சியின் செல்வாக்கு ஆகிய அம்சங்களைப் பற்றியும் சரியானபடி கணிக்க வேண்டியதும் அவசியமாகும்.

இந்தியா, சீனா, மற்றும் இதர நாடுகளிலிருந்து பிரேசில் நாட்டுப் பிரச்சனைகள் வேறுபடுகின்றன.

பிரேஜிலில் கம்யூனிஸ்டுக் கட்சி தேசீயவிடுதலைக் கூட்டணியை ஸ்தாபித்ததன் மூலம் ஒன்றுபட்ட ஏகாதிபத்திய எதிர்ப்பு அணியை வளர்ப்பதற்காக ஒரு சரியான அடிப்படையை அமைத்துள்ளதை வைத்து பல கோடிக்கணக்கான விவசாயிகளைப் பிரதானமாகக் கொண்டு வந்து அந்த முன்னணியை விஸ்தரிக்க எல்லாவிதமான முயற்சிகளையும் செய்ய வேண்டும். புரட்சிக் கடமைகளுக்காக தன்னை முழுவதும் அர்ப்பணம் செய்து கொள்ளும் மக்கள் புரட்சிப் படைப் பிரிவுகளை அமைப்பதற்கான திசையில் இயக்கத்தை இட்டுச் செல்ல வேண்டும். தேசீய விடுதலைக் கூட்டணியின் சர்க்காரை அமைக்கக்கூடிய முறையில் இயக்கத்தைக் கொண்டு செல்ல வேண்டும்.

இந்தியாவில் கம்யூனிஸ்டுகள் சகல ஏகாதிபத்திய எதிர்ப்பு நடவடிக்கைகளையும் ஆதரிக்க வேண்டும். அவைகளை விஸ்தரிக்க வேண்டும். அவைகளில் பங்கு கொள்ளவேண்டும். தேசீய சீர்திருத்தவாத தலைமையின்கீழ் நடைபெறும் இயக்கங்களும் விதி விலக்கல்ல. கம்யூனிஸ்டுகள் தங்கள் அரசியல் ஸ்தாபன சுயேச்சைத் தன்மையை நிலை நிறுத்திக் கொண்டே அவர்கள் தங்களுடைய வேலைகளை இந்திய தேசீய காங்கிரஸில் பங்கு கொள்ளும் ஸ்தாபனங்களில் செயலூக்கத்துடன் தொடர்ந்து செய்ய வேண்டும். அவர்களுக் கிடையிலுள்ள தேசீயப் புரட்சிகரப் பகுதியை உறுதிப்படுத்தும் நடவடிக்கைக்குத் துணை புரியவேண்டும். அதன் மூலம் பிரிட்டிஷ் ஏகாதிபத்தியத்திற்கெதிராக இந்திய மக்களின் தேசீய விடுதலை இயக்கத்தை இன்னும் வளர்க்க வேண்டும்.

சீனாவில் மக்களியக்கம் நாட்டின் ஒரு கணிசமான பிரதேசத்தின் மீது ஏற்கனவே சோவியத் அமைப்புகளை உருவாக்கிவிட்டது. ஒரு வலுவான செஞ்சேனை உருவாக்கப்பட்டுவிட்டது. ஜப்பானிய ஏகாதிபத்தியத்தின் கொள்ளைத்தனமான தாக்குதல், நான்கிங்

சர்க்காரின் நம்பிக்கைத் துரோகம் ஆகியவை மகத்தான சீன மக்களின் தேசீய நிலைபாட்டிற்கே பேராபத்தைக் கொண்டு வந்திருக்கிறது. ஏகாதிபத்தியவாதிகள் சீனாவை அடிமைப்படுத்தித் துண்டாடுவதை எதிர்த்து, சீனசோவியத்துக்கள் ஒரு ஒற்றுமை மையமாக செயல்படுகிறது. சீன மக்களின் தேசீய தற்காப்புக்காக சகல ஏகாதிபத்திய எதிர்ப்பு சக்திகளையும் ஒன்றுதிரட்டும் ஒற்றுமை மையமாக அது விளங்குகிறது.

சீனாவிலுள்ள நமது தீரமிக்க சகோதரக் கட்சி, ஜப்பானிய ஏகாதிபத்தியத்தையும் அதனுடைய சீன ஏஜண்டுகளையும் எதிர்த்து, ஆக விரிவான ஒரு ஏகாதிபத்திய எதிர்ப்பு ஐக்கிய முன்னணியை, தேசத்தினுடைய, தேசமக்களுடைய முழு விடுதலைக்கான ஒரு உண்மையான போராட்டத்தை நடத்துவதற்குத் தயாராக உள்ள சீனப் பிரதேசத்தில் நிலவுகின்ற சகல ஸ்தாபன ரீதியான சக்திகளையும் கூட்டாகச் சேர்த்துக் கொண்டு உருவாக்குவதற்கு முன் கையெடுத்திருப்பதை நாம் அங்கீகரிக்கிறோம்.

இந்தக் காங்கிரஸ் முழுவதினுடைய உணர்வுகளையும் எண்ணங்களையும் நான் வெளிப்படுத்துகிறேன் என்பது நிச்சயம்: உலகம் முழுவதிலுமுள்ள புரட்சிகரமான பாட்டாளி வர்க்கத்தின் பேரால் எல்லா சீன சோவியத்துகளுக்கும் புரட்சிகரமான சீனமக்களுக்கும் நமது சிறந்த உள்ளபூர்வமான சகோதர வாழ்த்துக்களை தெரிவித்துக் கொள்கிறேன். ஓராயிரம் போர் முனைகளில் புடம் போட்டு எடுக்கப்பட்ட வீரம்மிக்க சீன செஞ்சேனைக்கு நமது உணர்வுமிக்க சகோதர வாழ்த்துக்களைத் தெரிவித்துக் கொள்கிறோம். சகல ஏகாதிபத்திய கொள்ளைக் கூட்டத்தாரிடமிருந்தும் அவர்களின் சீன ஏஜண்டுகளிடமிருந்தும் முழுமையான விடுதலை பெறுவதற்கான போராட்டத்தில் சீன மக்களுக்கு நமது உறுதியான தீர்மானமிக்க ஆதரவைக் கொடுக்கிறோம் என்று உறுதி எடுத்துக் கொள்கிறோம்.

ஒரு ஐக்கிய முன்னணி சர்க்கார்

தோழர்களே, நாம் ஒரு துணிச்சலான, உறுதியான நடவடிக்கையை தொழிலாளி வர்க்கத்தின் ஐக்கிய முன்னணியின் பால் எடுத்துள்ளோம். விடாப்பிடியாக முழுமையாக அதை நிறைவேற்றவும் தயாராக இருக்கிறோம்.

பகுதி கோரிக்கைகளுக்காகப் போராடுவதற்கு மட்டும்தான் நாம் ஐக்கிய முன்னணி அமைக்க வேண்டும் என்று வாதிடுகிறோம் அல்லது ஐக்கிய முன்னணி அடிப்படையில் ஒரு சர்க்கார் அமைப்பது என்னும் பிரச்னை வந்தாலும் அந்தப் பொறுப்பிலும் பங்கு கொள்வதற்குத்

தயாராக இருக்கிறோமா என்று கம்யூனிஸ்டுகளாகிய நம்மிடம் கேள்வி கேட்கப்பட்டால் அப்போது முழுப் பொறுப்புணர்வுடன் நாம் கூறுகிறோம்: ஆம். ஒரு நிலைமை ஏற்படலாம்', அப்போது ஒரு பாட்டாளி வர்க்க ஐக்கிய முன்னணி சர்க்காரோ அல்லது பாஸிஸ்டு எதிர்ப்பு மக்கள் முன்னணி சர்க்காரோ அமைக்கப்படும் வாய்ப்பு ஏற்படலாம், அது சாத்தியம் என்பது மட்டுமல்ல, அது பாட்டாளி வர்க்கத்தின், நல உரிமைகளுக்காக அவசியமும்கூட என்பதையும் அங்கீகரிக்கிறோம். அப்போது நாம் எந்தவிதமான தயக்கமும் இல்லாமல் அத்தகைய ஒரு சர்க்கார் அமைவதற்குப் பாடுபடுவோம்.

ஒரு பாட்டாளி வர்க்கப் புரட்சி வெற்றி பெற்ற பின்னர் அமையக் கூடிய ஒரு சர்க்காரைப் பற்றி இங்கே நான் பேசிக் கொண்டிருக்கவில்லை. சில நாட்டில் புரட்சிகரமான வழியில் பூர்ஷுவா வர்க்கம் தூக்கி எறியப்பட்ட பின்னர் உடனடியாக கம்யூனிஸ்டுக் கட்சியும் புரட்சியில் பங்கு கொண்டிருக்கிற மற்ற கட்சி (அல்லது அதன் இடதுசாரி பகுதி)யும் சேர்ந்து ஒரு கூட்டு சர்க்கார் அடிப்படையில் ஒரு சோவியத் சர்க்கார் அமையலாம் என்பதும் சாத்தியமே. அக்டோபர் புரட்சிக்குப் பின்னர் ரஷ்ய போல்ஷிவிக்குகளுடைய வெற்றிகரமான கட்சியில் இடதுசாரி சோஷலிஸ்டு புரட்சிக்காரர்களின் பிரதிநிதிகளும் சேர்ந்து சோவியத் சர்க்காரில் இருந்தார்கள். இது அக்டோபர் புரட்சியின் வெற்றிக்குப் பின்னர் ஏற்பட்ட முதல் சோவியத் சர்க்காரின் ஒரு குறிப்பிட்ட அம்சமாகும்.

இத்தகைய விஷயத்தைப் பற்றி நான் கூறவில்லை. சோவியத் புரட்சியின் வெற்றிக்கு முன்னர் அல்லது அதற்கு சற்று முன்பாக சாத்தியமாக அமையும் ஐக்கிய முன்னணி சர்க்காரைப் பற்றிக் கூறுகிறேன்.

இது எந்த வகையான சர்க்காராக இருக்கும்? எந்த சூழ்நிலையில் இத்தகைய ஒரு சர்க்கார் என்னும் பிரச்னை ஏற்படும்?

அது பிரதானமாக பாஸிஸத்தையும் பிற்போக்கையும் எதிர்த்துப் போராடும் ஒரு சர்க்காராக இருக்கும். அது ஐக்கிய முன்னணி இயக்கத்தின் விளைவாகத் தோன்றும் ஒரு சர்க்காராக இருக்க வேண்டும். அது எந்த வகையிலும் கம்யூனிஸ்டுக் கட்சியின் நடவடிக்கைகளையும் தொழிலாளி வர்க்கத்தின் வெகுஜன ஸ்தாபனங்களின் நடவடிக்கைகளையும் சுருக்குவதாகவும் கட்டுப் படுத்துவதாகவும் எந்த வகையிலும் இருக்காது. ஆனால் அதற்கு நேர்மாறாக எதிர்ப் புரட்சி நிதித் திமிங்கலங்களுக்கும் அவர்களுடைய

பாஸிஸ்டு ஏஜண்டுகளுக்கும் எதிராக உறுதியான நடவடிக்கைகள் எடுக்கக் கூடியதாக இருக்கும்.

ஒரு சரியான தருணத்தில் வளர்ந்து கொண்டிருக்கும் ஐக்கிய முன்னணி இயக்கத்தைச் சார்ந்து நின்று, ஒரு குறிப்பிட்ட நாட்டின் கம்யூனிஸ்டுக் கட்சி ஒரு திட்டவட்டமான தீர்க்கமான வரையறுக்கப் பட்ட பாஸிஸ்டு எதிர்ப்புத் திட்டத்தின் அடிப்படையில் அத்தகைய ஒரு சர்க்கார் அமைவதற்குப் பாடுபடும்.

எத்தகைய புறச் சூழ்நிலைகளில் அத்தகைய ஒரு சர்க்கார் அமைவது சாத்தியம்? இந்தக் கேள்விக்கு பொதுவான முறையில் கீழ்க்கண்ட பதிலைக் கூறலாம். ஒரு அரசியல் நெருக்கடி ஏற்பட்டுள்ள சூழ்நிலைமைகளில், வலுவாக வளர்ந்து கொண்டிருக்கும் வெகுஜன பாஸிஸ்டு எதிர்ப்பு இயக்கத்தை ஆளும் வர்க்கங்கள் சமாளிக்க முடியாத அளவு நிலை ஏற்படும் போது சாத்தியப்படும். ஆனால் இது ஒரு பொதுவான தொலை நோக்கம்தான். இத்தகைய ஒரு நெருக்கடி இல்லாமல் ஒரு ஐக்கிய முன்னணி சர்க்காரை அமைப்பதற்கு நடைமுறையில் அநேகமாக சாத்தியமில்லை. சில தனித்தன்மையான முன் தேவைகள் இருப்பதுதான் அத்தகைய ஒரு சர்க்கார் அமைவதை அரசியல் ரீதியில் ஒரு அவசியமான கடமையாக நிகழ்ச்சி நிரலில் முன்வைக்கும். இந்தத் தொடர்பில் கீழ்க்கண்ட முன் தேவைகள் பற்றி அதிகமான கவனம் கொள்ள வேண்டும் என்று எனக்குப்படுகிறது:

முதலாவதாக, பூர்ஷுவா வர்க்கத்தின் அரசாங்க எந்திரம் போதுமான அளவ நிலைகுலைந்து முடங்கியிருக்க வேண்டும். அதனால் பிற்போக்கையும் பாஸிஸத்தை எதிர்த்துள்ள ஒரு சர்க்கார் அமைவதை பூர்ஷுவா வர்க்கத்தால் தடுக்க முடியாமல் இருக்க வேண்டும்.

இரண்டாவதாக, உழைக்கும் மக்களின் விரிவான ஜனப் பகுதி குறிப்பாக வெகுஜன தொழிற் சங்கங்கள் கம்யூனிஸ்ட் கட்சியின் தலைமையில் ஒரு சோவியத் சர்க்காரை அமைப்பதற்கான போராட்டத்தை நடத்த நேரடியாக ஆயுதம் தாங்கிய போராட்டத்தை உடனடியாக நடத்துவதற்குத் தயாராக இல்லாவிட்டாலும் பாஸிஸத்திற்கும் பிற்போக்கிற்கும் எதிராக ஒரு கடுமையான கலகத்தை நடத்தும் நிலையிலாவது இருக்க வேண்டும்.

மூன்றாவதாக, ஐக்கிய முன்னணியில் பங்கு கொள்ளும் சமூக-ஜனநாயகக் கட்சிகள் மற்றும் இதர கட்சிகளின் அணிகளில் வேறுபாடு காணுதலும், தீவிரத் தன்மையடைதலும் ஏற்கனவே குறிப்பிட்ட

மேலான கட்டத்தை அடைந்திருக்க வேண்டும். அந்தக் கட்டத்தில் அவர்களில் கணிசமான பகுதியினர் பாஸிஸ்டுகளையும் இதர பிற்போக்காளர்களையும் எதிர்த்துக் கருணை காட்டாத கடுமையான நடவடிக்கை எடுப்பதற்குக் கோர வேண்டும். பாஸிஸத்தை எதிர்த்து கம்யூனிஸ்டுகளோடு சேர்ந்து நின்று போராடவேண்டும். கம்யூனிஸத்தின் மீது பகைமை கொண்டுள்ள அவர்கள் கட்சியில் உள்ள பிற்போக்குப் பகுதியினரை பகிரங்கமாக எதிர்க்க வேண்டும். அத்தகைய நிலை ஏற்பட்டிருக்க வேண்டும்.

எப்போது, எந்த நாடுகளில் இந்த முன் தேவைகள் எல்லாம் போதுமான அளவில் இருக்கும் ஒரு சூழ்நிலை தோன்றும் என்று முன்கூட்டியே கூற முடியாது. ஆனால் அத்தகைய சாத்தியப்பாடு முதலாளித்துவ நாடுகளில் எதிலும் ஏற்படலாம். நாம் அதை கணிக்க வேண்டும். நம்மை ஒருமுகப்படுத்தித் தயார் செய்து கொள்ள வேண்டும். அத்துடன் அதற்குகந்தபடி தொழிலாளி வர்க்கத்தையும் ஒருமுகப்படுத்த வேண்டும்.

இந்தப் பிரச்சனை மீது இன்று விவாதத்திற்குக் கொண்டு வந்திருக்கிறோம் என்று சொன்னால் அது இன்றைய நிலைமையைப் பற்றி நமது மதிப்பீடு உடனடியான வாய்ப்புக்கள், அண்மைக் காலத்தில் பல நாடுகளில் ஐக்கிய முன்னணி இயக்கக்கின் வளர்ச்சி ஆகியவை காரணமாகும். பத்தாண்டு காலத்திற்கு மேலாக முதலாளித்துவ நாடுகளில் உள்ள நிலைமை கம்யூனிஸ்டு அகிலத்திற்கு இத்தகைய ஒரு பிரச்னை மீது வாதிக்க வேண்டிய அவசியம் ஏற்படவில்லை.

உங்களுக்கு நினைவிருக்கும், தோழர்களே! 1922-ம் ஆண்டில் நான்காவது காங்கிரஸில், 1924-ல் ஐந்தாவது காங்கிரஸில், தொழிலாளர் சர்க்கார் அல்லது ஒரு தொழிலாளர் விவசாயிகள் சர்க்கார் என்னும் பிரச்சனை விவாதத்திற்கு வந்தது. முதல் முதலாக சாராம்சத்தில் இப்போது நாம் விவாதித்துக் கொண்டிருப்பதைப் போன்ற ஒரு பிரச்னையைப் பற்றிய விவாதமாக மாறியது. அப்போது கம்யூனிஸ்ட் அகிலத்தில் நடைபெற்ற விவாதங்கள், இந்தப் பிரச்னையைச் சுற்றியே இருந்தன. இதன் தொடர்பாக நாம் இழைத்த அரசியல் தவறுகளைப் பற்றியதாக இருந்தன. அந்த விவாதங்கள் இன்னும் முக்கியத்துவம் கொண்டிருக்கின்றன, இந்தப் பிரச்சனை மீது சரியான போல்ஷிவிக் கொள்கை நிலையிலிருந்து வலதுசாரி அல்லது “இடது”சாரி திரிபுகள் வரும் ஆபத்துகளிலிருந்து நமது உஷார்த்தன்மையைக் கூர்மைப்படுத்த

வேண்டும் என்பதற்கு இன்னும் வழிகாட்டி உதவியாக இருக்கிறது. எனவே அந்தத் தவறுகளில் சிலவற்றை இங்கு சுருக்கமாகக் குறிப்பிட விரும்புகிறேன். நமது கட்சிகளின் இன்றைய கொள்கைகளை வகுத்துக் கொள்வதற்கு சரியான படிப்பினைகளை அவை கொடுக்கும்.

முதல் வரிசையான தவறுகள் ஒரு தொழிலாளர் சர்க்கார் தெளிவாகவும் உறுதியாகவும் ஓர் அரசியல் நெருக்கடி இருப்பதுடன் இணைந்து இருக்கவில்லை என்னும் பிரச்சனையிலிருந்து எழுந்தது. இதன் காரணமாய் வலதுசாரி சந்தர்ப்பவாதிகள் விஷயங்களை வியாக்கியானம் செய்யும்போது எந்த “சாதாரண” நிலைமையிலும் கம்யூனிஸ்டுக் கட்சியின் ஆதரவுடன் தொழிலாளர் சர்க்காரை அமைப்பதற்கு நாம் பாடுபட வேண்டும் என்று கூறினர். மறுபக்கத்தில் அதி தீவிர இடதுசாரிகள், பூர்ஷுவா வர்க்கத்தைத் தூக்கியெறிந்து ஆயுதம் தாங்கிய போராட்டத்தின் மூலம்தான் தொழிலாளர் சர்க்காரை அமைக்க முடியும் என்னும் ஒரே வழியைத்தான் அங்கீகரித்தனர். இரு கருத்துக்களும் தவறானவை. அத்தகைய தவறுகள் திரும்பவும் நிகழாமல் தவிர்ப்பதற்காக அரசியல் நெருக்கடி பற்றியும் வெகுஜன இயக்க எழுச்சி பற்றியும் குறிப்பிட்ட திட்டவட்டமான ஸ்தூலமான சந்தர்ப்ப சூழ்நிலைமைகளைப் பற்றிச் சரியாக மதிப்பிட வேண்டியதன் அவசியத்தை இப்போது நாம் அதிகமாக வலியுறுத்திக் கூறுகிறோம். அத்தகைய நிலைமைகளில் ஐக்கிய முன்னணி சர்க்கார் அமைப்பது சாத்தியம், அரசியல் ரீதியில் அவசியமும் கூட.

இரண்டாவது வரிசையான தவறுகள் தொழிலாளர் சர்க்கார் ஒரு தீவிரமான போர்க்குணம் மிக்க பாட்டாளி வர்க்கத்தின் வெகுஜன ஐக்கிய முன்னணி இயக்கத்தின் வளர்ச்சியுடன் இணைக்கப்பட்டதல்ல என்னும் பிரச்சனையிலிருந்து எழுந்தவை. இதில் வலதுசாரி சந்தர்ப்பவாதிகள் இந்தப் பிரச்சனை பற்றித் திரித்துக் கூறி கோட்பாடு களற்ற உபாயங்கள் மூலம் சுத்தமான பார்லிமெண்டரி கூட்டுகளின் அடிப்படையில் சமூக-ஜனநாயகக் கட்சிகளுடன் கூட்டணி அமைத்துக் கொள்ளும் நிலைக்குத் தாழ்த்தி விடுகிறார்கள்.

அதற்கு நேர்மாறாக அதி தீவிர இடதுசாரிகள் கூச்சல் போடுகிறார்கள். “எதிர்ப் புரட்சி சமூக-ஜனநாயக வாதிகளுடன் எந்த விதமான கூட்டுமில்லை” என்று எல்லா சமூக- ஜனநாயகவாதிகளையும் எதிர்ப் புரட்சியாளர்கள்- என்று கருதுகிறார்கள்.

இரண்டும் தவறாகும். இப்போது நாம் வலியுறுத்துவது ஒரு பக்கத்தில் ஒரு “தொழிலாளர் சர்க்கார்” என்னும் பெயரில் ஒரு விரிவடைந்த சமூக-ஜனநாயக சர்க்காரை அமைப்பதில் நாம் அதிக

ஆவலுடன் இல்லை. அதற்கு ஒரு "தொழிலாளர் சர்க்கார்" என்னும் பதத்தைக் கூடப் பயன்படுத்த விரும்பவில்லை. அதை ஐக்கிய முன்னணி சர்க்கார் என்றும் அழைக்க விரும்பவில்லை. காரணம் ஐக்கிய முன்னணி சர்க்கார் என்பது அரசியல் குணாம்சத்தில் முற்றிலும் வேறுபட்டதாகும். எல்லாவித சமூக-ஜனநாயக சர்க்கார்களிலிருந்து அவைகள் பெரும்பாலும் தங்களை "தொழிலாளர் (அல்லது லேபர்) சர்க்கார்கள்" அழைத்துக் கொள்கிறார்கள், அவைகளிலிருந்து கோட்பாட்டிலேயே முற்றிலும் வேறுபட்டதாகும். சமூக ஜனநாயக சர்க்கார் என்பது முதலாளித்துவ அமைப்பைப் பாதுகாப்பதற்காக பூர்ஷுவா வர்க்கத்துடன் வர்க்க சமரஸம் செய்து கொண்டு கூட்டு சேர்ந்து கொள்ளும் கருவியாகும். ஆனால் ஐக்கிய முன்னணி சர்க்கார் என்பது உழைக்கும் மக்கள் தொகையின் நலன்களுக்காக பாட்டாளி வர்க்கத்தின் புரட்சிகரமான முன்னணிப்படை இதர பாஸிஸ்டு எதிர்ப்புரட்சிக் கட்சிகளுடன் கூட்டு சேர்ந்து நிற்பதன் கருவியாகும். அந்த சர்க்கார் பாஸிஸத்திற்கும் பிற்போக்குக்கும் எதிராகப் போராடும் சர்க்காராகும். இயல்பாகவே இந்த இரண்டிற்கும் இடையில் அடிப்படையிலேயே தீவிர வேறுபாடு இருக்கிறது.

மறுபக்கத்தில் சமூக-ஜனநாயகத்தின் இரு வேறுபட்ட முகாம்களுக்கிடையிலுள்ள வேறுபாட்டைப் பார்க்க வேண்டிய அவசியத்தை வற்புறுத்துகிறோம். நான் ஏற்கனவே சுட்டிக் காட்டியுள்ளபடி சமூக-ஜனநாயகத்தில் ஒரு பிற்போக்கு முகாம் இருக்கிறது. ஆனால் அத்துடன் இணையாக இடதுசாரி சமூக-ஜனநாயகத் தொழிலாளர்கள் (இதில் மேற்கோள் குறிகள் இல்லை) முகாம் இருக்கிறது. அது வளர்ந்து கொண்டுமிருக்கிறது. அவர்கள் புரட்சிகரமான சக்தியாக ஆகிக் கொண்டிருக்கிறார்கள். நடைமுறையில் அவர்களுக்கிடையிலுள்ள தீர்மானமான வேறுபாடு தொழிலாளி வர்க்கத்தின் ஐக்கிய முன்னணியின்பால் அவர்களுடைய அணுகும் முறை எவ்வாறு என்பதில் அடங்கியிருக்கிறது. பிற்போக்கு சமூக ஜனநாயகவாதிகள் ஐக்கிய முன்னணிக்கு எதிராக இருக்கிறார்கள். ஐக்கிய முன்னணி இயக்கத்தை அவர்கள் அவதூறு செய்கிறார்கள். அதை நாச வேலை செய்து சீரழிக்கிறார்கள். காரணம் அது அவர்களுடைய பூர்ஷுவா வர்க்கத்துடன் சமரஸம் செய்து கொள்ளும் கொள்கையைக் கீழறுத்து விடுகிறது. இடது சாரி சமூக-ஜனநாயகவாதிகள் ஐக்கிய முன்னணிக்காக நிற்கிறார்கள். அவர்கள் ஐக்கிய முன்னணி இயக்கத்தைப் பாதுகாத்து, வளர்த்து, பலப்படுத்து கிறார்கள். இந்த ஐக்கிய முன்னணி இயக்கம் பாஸிஸத்திற்கும் பிற்போக்கிற்கும் எதிரான ஒரு போர்க்குணம் மிக்க இயக்கம் என்னும்

முறையில் அது இடைவிடாத ஒரு உந்துசக்கியாக இருக்கும். ஐக்கிய முன்னணிச் சர்க்காரை பிற்போக்கு பூர்ஷுவா வர்க்கத்திற்கெதிரான போராட்டத்திற்கு முன்னிழுத்துச் சென்று கொண்டிருக்கும். வெகுஜன இயக்கம் எவ்வளவுக்கெவ்வளவு அதிகமாக வலுவுள்ளதாக இருக்கிறதோ அவ்வளவுக்கவ்வளவு அதிகமான சக்தியுடன் பிற்போக்காளர்களுக் கெதிரான போராட்டத்தில் சர்க்காருக்குப் பின் பலமாக இருக்க முடியும். இந்த வெகுஜன இயக்கம் கீழிருந்து எவ்வளவுக் கெவ்வளவு சிறந்த முறையில் ஸ்தாபன ரீதியில் உருவாக்கப் படுகிறதோ, எந்த அளவுக்கு ஐக்கிய முன்னணியின் கட்சி சார்பற்ற வர்க்க நிறுவனங்கள் தொழிற்சாலைகளில், வேலையின்றி அவதியுறும் உழைக்கும் மக்களிடையில் தொழிலாளர் வாழும் பகுதிகளில், நகரங்களிலும் கிராமங்களிலும் வாழும் அடித்தட்டு மக்களிடையில் எந்த அளவுக்கு மிக விரிவான அளவில் தொடர்பாக அமைக்கப் படுகின்றதோ அந்த அளவுக்கு அதிகமாக ஐக்கிய முன்னணி சர்க்காரின் கொள்கைக்கு சீரழிவு ஏற்பட்டு விடாமல் பாதுகாப்பதற்கு உத்திரவாதமாக இருக்கும்.

மூன்றாவது வரிசை தவறான கருத்துக்கள் முந்திய விவாதங்களின் போது வெளிப்பட்டவை, "தொழிலாளர் சர்க்கார்களின்" நடைமுறைக் கொள்கை பற்றியதாகும். வலதுசாரி சந்தர்ப்பவாதிகள் கருதுகிறார்கள், ஒரு "தொழிலாளர் சர்க்கார்" "பூர்ஷுவா ஜனநாயகக் கட்டமைப்புக்குள் நின்று செயல்பட வேண்டும்" என்றும், அதன் காரணமாய் அரசியல் சட்ட அமைப்புக்கப்பால் எந்த ஒரு நடவடிக்கையும் எடுக்கக் கூடாது என்று. மறுபக்கத்தின் அதி தீவிர இடதுசாரிகளோ நடைமுறையில் ஓர் ஐக்கிய முன்னணி சர்க்கார் அமைவதற்கான எந்த முயற்சியும் எடுக்க மறுக்கிறார்கள்.

1923-ம் ஆண்டில் சாக்ஸனியிலும் துரிங்கியாவிலும் வலதுசாரி சந்தர்ப்பவாதிகளின் "தொழிலாளர் சர்க்கார்", செயல்பட்டது ஒரு தெளிவான படத்தைக் காட்டியுள்ளது. சாக்ஸனியில் தொழிலாளர் சர்க்காரில் கம்யூனிஸ்டுகள், இடதுசாரி சமூக-ஜனநாயக வாதிகளுடன் (ஜீக்னர் குரூப்) கூட்டாக சேர்ந்து செயல்பட்டது அதை அப்படியே எடுத்துக் கொண்டால் அது தவறல்ல. அதற்கு நேர்மாறாக ஜெர்மனியில் இருந்த புரட்சிகரமான நிலைமையில் அவ்வாறு செய்தது சரியானது தான். ஆனால் சர்க்காரில் பங்குகொண்டதில் கம்யூனிஸ்டுகள் தங்கள் அதிகார ஸ்தானங்களைப் பயன்படுத்தி பிரதானமாக பாட்டாளி வர்க்கத்தை ஆயுதபாணிகளாக்குவதற்குப் பயன்படுத்தியிருக்க வேண்டும். இதை அவர்கள் செய்யவில்லை. தொழிலாளர்கள் வீட்டு வசதியின்றி மிகவும் கஷ்டப்பட்டுக் கொண்டிருந்தார்கள். பல பேருக்கு

மனைவி மக்களுடன் ஒரு கூரைகூட இல்லாமல் அவதியுற்றுக் கொண்டிருந்தார்கள். அப்படியிருந்தும் பணக்காரர்களிடமிருந்த ஏராளமான வீடுகளில் ஒன்றைக் கூட அவர்கள் கேட்கவில்லை. தொழிலாளர்களின் புரட்சிகரமான வெகுஜன இயக்கத்தை உருவாக்கி அமைப்பதற்கு அவர்கள் ஒன்றும் செய்யவில்லை. அவர்கள் "பூர்ஷுவா ஜனநாயக அமைப்பிற்குள்ளேயே நின்று" வேலை செய்யும் சாதாரண பாராளுமன்ற அமைச்சர்களைப் போலவே பொதுவாக நடந்து கொண்டார்கள். இது பிராண்ட்லர் மற்றும் அவருடைய கூட்டாளிகளின் சந்தர்ப்பவாதக் கொள்கைகளின் விளைவுதான் என்பதை நீங்கள் அறிவீர்கள். அதன் விளைவு சூன்யமாயிற்று. சாக்ஸனி சர்க்காரை இன்றுவரை குறிப்பிட்டு சுட்டிக் காட்டுகிறோம். புரட்சிக்காரர்கள் அரசாங்க அதிகாரத்திற்குச் சென்றால் எவ்வாறு நடந்து கொள்ளக் கூடாது என்பதற்கு சிறந்த எடுத்துக்காட்டாகும்.

தோழர்களே! நாம் ஓர் ஐக்கிய முன்னணி சர்க்காரிடமிருந்து முழுதும் வேறுபட்ட ஒரு கொள்கையைக் கோருகிறோம். நிலைமைக்குத் தேவையான திட்டவட்டமான அடிப்படையான புரட்சிகரமான கோரிக்கைகளை அது செயல்படுத்த வேண்டுமென்று நாம் கோருகிறோம். உதாரணமாக உற்பத்தியைக் கண்காணித்து ஒழுங்கு படுத்துதல், பாங்குகளைக் கண்காணித்தல், போலீஸைக் கலைத்து அந்த இடத்தில் ஆயுதம் தாங்கிய தொழிலாளர் படையை அமைத்தல் முதலியன.

பதினைந்து ஆண்டுகளுக்கு முன்னர் லெனின் நம்முடைய கவனம் அனைத்தையும் செலுத்தி "பாட்டாளி வர்க்கப் புரட்சியைக் கொண்டு வருவதற்கு வழிமுறைகள் அல்லது அணுகும் முறையைப் பற்றி ஆராய்ந்து கண்டுபிடிக்கும்படி" அழைப்பு விடுத்தார். பல நாடுகளில் ஐக்கிய முன்னணி சர்க்கார் மிகவும் முக்கியமான இடை மாறுதலுக்கான வடிவங்களில் ஒன்றாக இருக்க முடியும் என்று நிரூபிக்கப்படலாம். "இடதுசாரி" சூத்திரவாதிகள் லெனினுடைய இந்த வாசகத்தை எப்போதுமே தவிர்த்து விடுகிறார்கள். அவர்கள் மிகவும் குறுகிய புத்தியுள்ள பிரச்சாரகர்கள். அவர்கள் வெறும் குறிக்கோளைப் பற்றி மட்டுமே பேசினார்கள். "மாறுதல் செய்வதற்கான வடிவங்களைப் பற்றி" அவர்கள் கவலைப்படவில்லை. மறுபக்கத்தின் வலதுசாரி சந்தர்ப்பவாதிகள் ஒரு தனி ஜனநாயக இடைக் கால கட்டத்தை பூர்ஷுவா வர்க்க சர்வாதிகாரத்திற்கும், பாட்டாளி வர்க்க சர்வாதிகாரத்திற்குமிடையில் ஸ்தாபிப்பதற்கு முயற்சிக்கிறார்கள். அவர்களுடைய நோக்கம் தொழிலாளர்களிடத்தில் ஒரு சர்வாதிகாரத்திலிருந்து மற்றொன்றிற்கு

சமாதானமான முறையில் பாராளுமன்ற முறையின் மூலம் மாற்றத்தைக் கொண்டு வரமுடியும் என்னும் பிரமையை உண்டாக்குவதாகும். இந்தப் போலியான இடைக்கால கட்டம் என்பதை அவர்கள் லெனினுடைய வார்த்தை களையும் மேற்கோள் காட்டி அதுதான் "இடை மாறுதல் வடிவம்" என்று வாதிட்டார்கள். இந்த மோசடியை அம்பலப்படுத்துவது கஷ்டமல்ல. லெனின் பாட்டாளி வர்க்க புரட்சிக்கான மாறுதல் வடிவம் அணுகும் முறையைப் பற்றிக் குறிப்பிட்டார். பூர்ஷுவா சர்வாதிகாரத்தை தூக்கி எறிவதற்கான வழி முறைகளைப் பற்றிக் குறிப்பிட்டார். பூர்ஷுவா மற்றும் பாட்டாளி வர்க்க சர்வாதிகாரத்திற்கிடையிலுள்ள சில இடை மாறுதல் வடிவங்களைப் பற்றி அல்ல.

லெனின் பாட்டாளி வர்க்கப் புரட்சிக்கு இடைமாறுதல் முறைகளுக்கு ஏன் இவ்வளவு அதிகமான மிகப்பெரும் - அளவுக்கான முக்கியத்துவத்தைக் கொடுத்தார். ஏன் என்றால் அவர் மனதில் கொண்டிருந்தது எல்லா மகத்தான பெரிய புரட்சிகளைப் பற்றிய அடிப்படை விதிமுறைகளைப் பற்றியதாகும். அந்த விதிமுறை மக்களுக்கு வெறும் பிரச்சாரமும் கிளர்ச்சியும் மட்டும் அவர்களுடைய சொந்த அரசியல் அனுபவத்தின் ஸ்தானத்தை பெற்றுவிட முடியாது. புரட்சிகரமான முன்னணிப் படையில் பக்கத்தில் விரிவான உழைக்கும் மக்கள் பகுதியை உண்மையிலேயே ஆகர்ஷிக்க வேண்டிய பிரச்னை எழும்போது அவர்களுடைய சொந்த அரசியல் அனுபவம் முதலிடம் பெறுகிறது. மேற்கூறிய நிலைமையில்லாமல் அதிகாரத்திற்கான வெற்றிகரமான போராட்டம் சாத்தியமில்லை. ஒரு 'இடதுசாரி' குணம் கொண்ட ஒரு பொதுவான தவறு ஓர் அரசியல் (அல்லது புரட்சிகரமான) நெருக்கடி தோன்றிய உடன், அந்த நிலை எப்போதும் கம்யூனிஸ்ட் தலைவர்களுக்கு புரட்சிகரமான அதிகாரக் கைப்பற்றல் போராட்டக் கோஷத்தை முன் வைக்கலாம், விரிவான மக்கள் பகுதி அவர்களைப் பின்பற்றும் என்று மானசீகமாக எண்ணுவதாகும். இல்லை, அத்தகைய ஒரு நெருக்கடி இருந்தாலும் மக்கள் எல்லாக் காலத்தில் அத்தகைய புரட்சிக்குத் தயாராவதில்லை. ஸ்பெயினில் இந்த நிலைமையைக் கண்டோம். கோடிக்கணக்கான மக்களுக்கு மக்களுக்கு அவர்கள் என்ன செய்ய வேண்டும், பிரச்னையைத் தீர்ப்பதற்கு ஒரு தீவிரமான வழியை எங்கே காண்பது, அவர்களுடைய நம்பிக்கைக்குரிய கட்சி எது என்பதை அவர்கள் தங்கள் சொந்த அனுபவங்களிலிருந்து வேகமாகப் புரிந்து கொள்ள உதவி செய்யவும் மற்றும் இதர காரியங்களுக்காகவும், இடை மாற்றம் பற்றிய

கோஷங்களும், தனித்தன்மை கொண்ட "பாட்டாளி வர்க்கப் புரட்சிக்கு இடைமாற்றம் அல்லது அணுகும் முறை" ஆகிய இரண்டும் அவசியமானவைகளாகும். இல்லாவிட்டால் மகத்தான மக்கள் பகுதியினர் இன்று குட்டி பூர்ஷுவா ஜனநாயக மயக்கங்கள், மரபுகள் ஆகியவற்றின் செல்வாக்கின் கீழ் உள்ளவர்கள், புரட்சிகரமான நிலைமை உள்ளபோதும் கூட ஊசலாடலாம், புரட்சிக்கான வழியைக் கண்டு பிடிக்காமல் காலந்தாழ்த்தி தயங்கி கேட்பாரற்று சிந்திச் சிதறிக் கிடக்கலாம், பின்னர் பரிதாபமாக பாஸிஸ்டு கொலையாளிகளின் கொடுவாளின் கீழ் விழுந்து விடுகிறார்கள்.

அதனால்தான் ஓர் அரசியல் நெருக்கடி ஏற்பட்ட நிலைமைகளில் ஒரு பாஸிஸ்டு எதிர்ப்பு ஐக்கிய முன்னணி சர்க்கார் அமைக்கும் சாத்தியப்பாட்டைப் பற்றி சுட்டிக் காட்டுகிறோம். அத்தகைய ஒரு சர்க்கார் உண்மையிலேயே மக்களின் விரோதிகளுக்கெதிரான போராட்டத்தை செயல்படுத்த உத்தரவிட்டால், தொழிலாளி வர்க்கத்திற்கும் கம்யூனிஸ்டு கட்சிக்கும் எவ்வித தடையுமின்றி தாராளமாகச் செயல்பட வாய்ப்புக்கள் அளித்தால், கம்யூனிஸ்டுகளாகிய நாம் நம்முடைய முழு மூச்சான ஆதரவை அந்த கம்யூனிஸ்டு சர்க்காருக்குக் கொடுத்து, புரட்சிப் படையின் போர் வீரர்கள் என்ற முறையில் போர்க்களத்தின் முன் வரிசையை நாம் எடுத்துக் கொள்ளத் தயாராக இருக்கிறோம். ஆனால் மக்களிடம் நாம் மனம்விட்டு வெளிப்படையாக சொல்ல விரும்புகிறோம்: இறுதி மீட்சியை இந்த சர்க்காரால் கொண்டு வரமுடியாது. சுரண்டும் கூட்டத்தின் வர்க்க ஆட்சியைத் தூக்கி எறியும் நிலையில் அது இல்லை. இந்தக் காரணத்தினால் பாஸிஸ்ட் எதிர்ப்புரட்சி ஆபத்தை இறுதியாக நீக்குவதற்கு இதனால் முடியாது. அதன் காரணமாய் சோஷலிசப் புரட்சிக்குத் தயார் செய்ய வேண்டியது அவசியமாகும். சோவியத் ஆட்சியால் தான் சோவியத் ஆட்சி ஒன்றால் தான் இறுதியான மீட்சியைக் கொண்டுவர முடியும்.

உலக நிலைமையின் இன்றைய வளர்ச்சியைப் பற்றி மதிப்பீடு செய்வதில், கணிசமான பல நாடுகளில் ஓர் அரசியல் நெருக்கடி பக்குவமடைந்து வருவதை நாம் காண்கிறோம். அந்த நிலை இந்தக் காங்கிரஸிற்கு ஐக்கிய முன்னணி சர்க்கார் என்னும் பிரச்னை பற்றி ஒரு மிக அவசரமான முக்கியத்துவமான விஷயமாக ஒரு உறுதியான முடிவு எடுக்க வேண்டியதை வலியுறுத்துகிறது.

நமது கட்சிகள் போல்ஷிவிக் முன் மாதிரியில், ஐக்கிய முன்னணி சர்க்கார் அமைக்கும் வாய்ப்பினைப் பயன்படுத்த முடிந்தால்,

அத்தகைய சர்க்கார் அதிகாரத்தில் அமைவதற்கும் நிலைநிறுத்தப் படுவதற்குமான போராட்டத்தை நடத்துவதற்கு முடிந்தால், திரளான மக்களுக்கு புரட்சிப் பயிற்சியைக் கொடுப்பதற்கு முடிந்தால் அதுதான் நமது கொள்கைக்கு ஐக்கிய முன்னணி சர்க்கார்கள் அமைப்பதற்குச் சாதகமான நமது கொள்கைக்கு சரியான மிகச் சிறந்த நியாயப்பாடாக இருக்கும்.

பாஸிஸத்தை எதிர்த்து சித்தாந்தப் போராட்டம்

நமது கட்சிகளின் பாஸிஸ்டு எதிர்ப்புப் போராட்டத்தில் ஆகப் பலவீனமான அம்சங்களில் ஒன்று பாஸிஸத்தின் வாய்ச்சவடால் பிரச்சாரத்திற்கு போதுமான அளவில் நாம் உடனுக்குடன் பதிலளிப்பதில்லை, நாம் மெதுவாகவே பிரதிபலிக்கிறோம் இன்று வரையிலும் நாம் பாஸிஸ்டு சித்தாந்தத்திற்கு எதிரான போராட்டத்தைப் பற்றிய பிரச்னைகளில் தொடர்ச்சியாக புறக்கணித்தே வந்திருக்கிறோம். பாஸிஸ்டு சித்தாந்தம் பூர்ஷுவா சித்தாந்தத்திலேயே ஆகப் பிற்போக்கான வகையைச் சேர்ந்தது, அது தனது மதிகெட்ட செயல்களினால் அடிக்கடி வெறிபிடித்த பைத்திய நிலையை எட்டி விடுகிறது. இத்தகைய ஒரு படுமோசமான ஒரு சித்தாந்தம் மக்களிடையில் செல்வாக்குப் பெற முடியுமா என்று பல தோழர்கள் அதை நம்பக்கூட மறுக்கிறார்கள். இது மிகப் பெரிய தவறாகும். முதலாளித்துவ சீரழிவின் முடை நாற்றம் அதன் சித்தாந்தம், கலாச்சாரம் ஆகியவற்றின் அடி ஆழ மய்யத்திற்கே ஊடுருவிச் சென்று அழுகிவிடுகிறது. இந்த அழுகலிலிருந்து கிளம்பும் விஷக்கிருமிகள், விரக்தி அடைந்து தொல்லைகளில் தவழும் மக்களின் பல பகுதியினரிடத்தில் பரவி தொத்திக் கொள்கிறது.

எந்தச் சூழ்நிலையிலும் பாஸிஸத்தின் சித்தாந்தத் தொத்து நோய் சக்தியைக் குறைத்துக் கணக்கிட்டுவிடக் கூடாது. அதற்கு நேர்மாறாக நாம் நமது பக்கத்திலிருந்து தெளிவான, மக்களுக்கான வகையில் எளிமையாக எல்லோரும் புரிந்து கொள்ளக்கூடிய வாதங்களினடிப்படையில், மக்களின் தேசீய மன இயல்புகள் தனித்தன்மைகளுக்குத் தக்கபடியான ஒரு சரியான, நன்கு சிந்தித்து உருவாக்கப்பட்ட அணுகும் முறை களினடிப்படையில் ஒரு மிக விரிவான சித்தாந்தப் போராட்டத்தை நடத்த வேண்டும்.

பாஸிஸ்டுகள் ஒவ்வொரு தேசத்தின் வரலாறு முழுவதையும் துருவித்துருவி ஆராய்ந்து தேடி அதில் சில வீரம்மிக்க, சிறப்பாகப் பெயர்பெற்ற பண்டைய சம்பவங்களையும், மரபுகளையும் சுட்டிக்

காட்டி, தாங்கள் அதன் நேரடியான வாரிசுகள் என்றும் அந்த மரபின் வழிவந்தவர்கள் என்றும் காட்டிக் கொள்வார்கள். அதே சமயத்தில் மக்களுடைய தேசீய உணர்வுகளுக்கு இழுக்காகவும் பாதிப்பாகவும் உள்ள எந்த ஒரு சிறு விஷயத்தையும்கூட பயன்படுத்திக் கொண்டு பாஸிஸத்தின் எதிரிகளுக்கு எதிராக தங்கள் சிறப்பாயுதமாகப் பயன்படுத்துவார்கள். ஜெர்மனியில் ஒரே ஒரு நோக்கத்தோடு நூற்றுக் கணக்கான புத்தகங்கள் வெளியிடப்பட்டிருக்கின்றன. அது ஜெர்மன் மக்களின் வரலாற்றைத் திரித்துக்கூறி பொய்யும் புளுகும் சேர்த்து அதற்கு ஒரு பாஸிஸ்டு முகத்தோற்றத்தைக் கொடுக்கிறார்கள். புதிதாகப் பொரித்தெடுக்கப்பட்ட தேசீய சோஷலிஸ்டு வரலாற்றியலாளர்கள் ஜெர்மனியின் வரலாறு கடந்த இரண்டாயிரம் ஆண்டுகளாக, சில சிறப்பு மிக்க வரலாற்று விதிகளின் குண விசேஷத்தினால் ஒரு குறிப்பிட்ட வகைப்பட்ட வளர்ச்சிக்கோடு ஏற்பட்டு பட்டுச்சரிகை இணையோடி, வரலாற்று அரங்கில் தேசீய" "ரட்சகர்" என்றும் ஜெர்மன் மக்களின் "மீட்பாளர்" என்றும் ஆஸ்திரியாவிலிருந்து பெயர்ந்து வந்த ."அதிகாரத் தன்மை" படைத்தவர்களாகவும் அமைந்துள்ளார்கள் என்று ஜெர்மன் வரலாற்றைச் சித்திரிக்க முயற்சிக்கிறார்கள், இந்தப் புத்தகங்களில் ஜெர்மன் மக்களின் கடந்த காலத்திய சிறந்த மனிதர்கள் எல்லாம் பாஸிஸ்டுகளாக இருந்தார்கள் என்றும் மகத்தான விவசாயிகளின் பேரியக்கங்கள் எல்லாம் பாஸிஸ்டு இயக்கத்தின் முன்னோடிகள் என்றும் வர்ணிக்கப்பட்டிருக்கின்றன.

முஸோலினி, மாவீரன் கரிபால்டியின் பெயரை வைத்து, தான் அவர் வாரீசு என்று கூறி முதலெடுக்க பெருமுயற்சி எடுக்கிறான். பிரெஞ்சு பாஸிஸ்டுகள் வீராங்கனை ஆர்க் ஜோனை முன் வைக்கிறார்கள். அமெரிக்க பாஸிஸ்டுகள் அமெரிக்க சுதந்திரப் போராட்டத்தின் பாரம்பரியங்களையும், வாஷிங்டன், லிங்கன் ஆகியோர்களின் மரபுகளையும் முன்வைத்து வேண்டுகோள் விடுக்கிறார்கள். பல்கேரிய பாஸிஸ்டுகள் பதினேழாம் நூற்றாண்டின் தேச விடுதலை இயக்கத்தைப் பயன்படுத்தி மக்களின் பெரும் மரியாதைக்குரிய வாசில் லெவ்ஸ்கி, ஸ்டீபன் காரட்ஜா மற்றும் இதர மாவீரர்களையும் அவர்களுடைய பெயர்களையும் உபயோகித்துக் கொள்கிறார்கள்.

கம்யூனிஸ்டுகள், மேற்கூறியவைகளுக்கும் தொழிலாளி வர்க்கத்தின் லட்சியங்களுக்கும் எந்தவித சம்பந்தமும் இல்லை என்று கருதினால், மக்களுடைய கடந்த காலத்தைப் பற்றி வரலாறு பூர்வமாக மிகச் சரியாக, மார்க்ஸிய வழியில் மார்க்ஸிஸ லெனினிஸ வழியில்

தெளிவுபடுத்தி மக்களை ஒளிபெறச் செய்யவில்லையானால், இன்றைய போராட்டங்களை மக்களுடைய கடந்த கால புரட்சிகரமான பாரம்பரியங்களுடன் இணைப்பதற்கு எதுவும் செய்யாமலிருந்தால் நாமே பாஸிஸ்டு பொய்யர்களிடம் தேசத்தின் கடந்த கால வரலாற்றுச் சிறப்புகள் அனைத்தையும் எடுத்துக் கொடுத்து அவர்கள் மக்களை ஏமாற்றுவதற்கு வழி கொடுத்தவர்களாவோம்.

இல்லை, தோழர்களே! நமக்கு ஒவ்வொரு முக்கிய பிரச்னையின் மீதும் அக்கறையுண்டு. தற்காலத்தையும் எதிர் காலத்தையும் பற்றி மட்டுமல்ல, நமது மக்களின் கடந்த காலத்தைப் பற்றிய பிரச்னைகள் மீதும் நமக்கு அக்கறையுண்டு, கம்யூனிஸ்டுகளாகிய நாம் தொழிலாளர்களின் சொந்த தொழில் நலன்களை மட்டும் அடிப்படையாகக் கொண்ட குறுகிய கொள்கையைக் கடைப்பிடிப்பவர்களல்ல; நாம் குறுகிய எண்ணம் கொண்ட தொழிற்சங்க ஊழியர்களல்ல; அல்லது மத்திய காலத்து கைவினைஞர்களின் பட்டரைத் தலைவர்களுமல்ல; நாம் ஆக முக்கியமான, நவீன சமுதாயத்தின் மகத்தான வர்க்கமான தொழிலாளி வர்க்கத்தின் வர்க்க நலன்களின் பிரதிநிதிகள். அந்த வர்க்கம் மனிதகுலத்தை முதலாளித்துவக் கொடும் தொல்லைகளிலிருந்து விடுவிக்கும் வரலாற்றுக் கடமையை மேற்கொண்டிருக்கிறது. அந்த வர்க்கம் உலகத்தின் ஆறில் ஒரு பாகத்தில் முதலாளித்துவ நுகத்தடியிலிருந்து மக்களை விடுவித்து அங்கு ஆளும் வர்க்கமாக அமைந்திருக்கிறது. சுரண்டப்படும் எல்லோருடைய, உழைக்கும் பகுதி அனைவருடைய அதாவது எந்த முதலாளித்துவ நாட்டிலுமுள்ள மிகப் பெரும்பாலான மக்களுடைய இன்றியமையாத நல உரிமைகளை நாம் பாதுகாக்கிறோம்.

கம்யூனிஸ்டுகளாகிய நாம் பூர்ஷுவா தேசீயவாதத்திற்கு அதன் எல்லா வடிவங்களுக்கும் கோட்பாட்டில் விட்டுக் கொடுக்காத எதிராளிகளாகும். ஆனால் அதே சமயத்தில் நாம் தேசீய எதிர் மறுப்பு வாதத்தையும் ஆதரிப்பவர்களல்ல. அதை நாம் நிச்சயமாகச் செய்யவும் முடியாது. பாட்டாளி வர்க்க சர்வதேசீயத்தின் உணர்வில் தொழிலாளர் களையும் சகல உழைக்கும் மக்களையும் போதனைப்படுத்த வேண்டியது ஒவ்வொரு கம்யூனிஸ்டுக் கட்சியினுடைய அடிப்படைக் கடமைகளில் ஒன்றாகும். ஆனால் உழைக்கும் மக்களின் விரிவான ஜனப் பகுதியின் தேசீய உணர்வுகளைப் பற்றி ஏளனமாகப் பேசலாம் என்று நினைத்தால் அவர் ஒரு உண்மையான போல்ஷிவிக் அல்ல. அவர் தேசீயப் பிரச்னையைப் பற்றிய லெனினுடைய போதனையைப் பற்றி எதையும் புரிந்து கொள்ளவில்லை.

லெனின் எப்போதும் பூர்ஷுவா தேசீய வாதத்தை உறுதியாகவும் விடாப்பிடியாகவும் எதிர்த்துப் போராடினார். 1914-ம் ஆண்டில் அவர் எழுதிய "மகா ரஷ்யர்களின் தேசீயப் பெருமையைப் பற்றி" என்னும் கட்டுரையில் தேசீய உணர்வுகளைப் பற்றி பிரச்னைகளைப் பற்றிய சரியான அணுகும் முறைக்கான உதாரணத்தைக் கொடுத்துள்ளார். அவர் அதில் எழுதியதாவது:

"வர்க்க போதம் உள்ள மகா-ரஷ்ய பாட்டாளிகளாகிய நாம் தேசீயப் பெருமையான உணர்வுகளுக்கு இடம் கொடுக்காதவர்களா? நிச்சயமாக இல்லை. நாம் நமது தாய்மொழியை நேசிக்கிறோம், நமது தாய்நாட்டை நேசிக்கிறோம். நாம் மற்றெந்த குழுவைக் காட்டிலும் அதிகமாக நமது நாட்டின் உழைக்கும் மக்கள் பகுதியை (ஜனத்தொகையில் பத்தில் ஒன்பது பகுதியினர்) புத்திசாலித்தனம் மிக்க ஜனநாயக வாதிகள், சோஷலிஸ்டுகள் ஆகியோரின் மட்டத்திற்கு உயர்த்துவதற்காக வேலை செய்து கொண்டிருக்கிறோம். நாம் மற்ற யாரைக் காட்டிலும் அதிகமாக, நமது அழகுமிக்க தாய்நாடு, ஜாரிஸ்டு கொலையாளிகள், பிரபுக்கள், முதலாளிகள் ஆகியோரின் வன்முறை, ஒடுக்கு முறை, அவமதிப்பு அடிமைத்தனத்திலிருப்பதைக் கண்டு துயரப்படுகிறோம், கவலைப் படுகிறோம். இந்த வன்முறைக் கொடுமைகளை எதிர்த்து நாமும், மகா-ரஷ்ய மக்களும் நிற்கிறோம் என்பதில், ராடிஷ்சேவ், டிஸம்பரிஸ்டுகள், எழுபதாம் ஆண்டு காலத்திய புரட்சிகரப் படிப்பாளிகள் ஆகியோரும் நிற்கிறார்கள் என்பதில், 1905-ம் ஆண்டில் மகா-ரஷ்ய தொழிலாளி வர்க்கம் மக்களுடைய வலுவான ஒரு புரட்சிகரக் கட்சியை உண்டாக்கி இருக்கிறார்கள் என்பதிலும் பெருமைப்படுகிறோம்......

"நம்மிடம் தேசீயப் பெருமை நிரம்பி இருக்கிறது. காரணம் மகா-ரஷ்ய தேசமும் ஒரு புரட்சிகரமான வர்க்கத்தை உண்டாக்கி இருக்கிறது என்பதை அறியும்போது, சுதந்திரத்திற்காகவும், சோஷலிசத்திற்காகவும் பல மகத்தான போராட்ட உதாரணங்களை மனித சமுதாயத்திற்கு அளிப்பதற்குக் கூட சாத்தியப்படும் என்பதை நிரூபிப்பதை அறியும் போது நாம் பெருமையடைகிறோம். ரஷ்யாவின் சாதனை திட்டமிட்ட பெரிய படுகொலைகள், எண்ணற்ற பல நேரடியான கொலைத் தண்டனைகள், சித்திரவதைக் கூடங்கள், கடுமையான பஞ்சங்கள், மதகுருக்கள், ஜார்கள், நிலப்பிரபுக்கள், முதலாளிகள் ஆகியோரிடம் அடிபணிந்து நிற்கும் நிலை ஆகியவற்றில் மட்டுமல்ல.

"நமக்கு தேசீயப் பெருமை நிரம்பியிருக்கிறது. எனவே தான் நாம் நமது கடந்தகால அடிமைத்தனத்தை இன்றைய அடிமைத்

தனத்தை குறிப்பாக வெறுக்கிறோம். இந்த அடிமைத்தனமான நிலைமையின் காரணமாய் நம்மை உபயோகித்து அதே நிலப்பிரபுக்கள், முதலாளிகளுடைய உதவியுடன், போலந்தையும் உக்கிரேனையும் நெரித்து நொறுக்க யுத்தத்தை நடத்துகிறார்கள். பாரசீகத்திலும் சீனாவிலும் ஜனநாயக இயக்கத்தின் குரல்வளையை நெரிக்கிறது. ரோமோனோவ்கள், போபிரின்ஸ்கிகள், புரிஷ்கி விச்சுகள் ஆகிய கூட்டத்தை பலப்படுத்தி நமது புரிஷ்கி மகாரஷ்ய தேசீய கவுரவத்திற்கு இழுக்காக அமைத்துள்ளது.

தேசீயப் பெருமைத் தன்மையைப் பற்றி லெனின் இவ்வாறுதான் எழுதினார்.

தோழர்களே! நான் நினைக்கிறேன். ரீச்ஸ்டாக்கில் நெருப்பு வைத்ததாக விசாரணை நடந்த சதிவழக்கில் பாஸிஸ்டுகள் பல்கேரியர்களை காட்டுமிராண்டி மக்கள் என்று அவதூறு செய்த போது, பல்கேரிய மக்களின் உழைக்கும் ஜனப் பகுதியின் தேசீய கவுரவத்தைப் பாதுகாக்க எடுத்த நடவடிக்கையில், உண்மையான காட்டுமிராண்டிகளான மிருகத்தனமான பாஸிஸ்டு கொடுங்கோலர்களை எதிர்த்து வீரத்தோடு போராடிக் கொண்டிருக்கிற பல்கேரிய மக்களின் தேசீய கவுரவத்தைப் பாதுகாப்பதில் நான் தவறவில்லை என்று கருதுகிறேன். அல்லது நான் பல்கேரியனாக இருப்பதில் எந்த அவமானமும் இல்லை, அதற்கு நேர்மாறாக நான் வீரமிக்க பல்கேரிய உழைக்கும் மக்களின் புதல்வன் என்பதில் பெருமை கொள்கிறேன். பிரகடனம் செய்ததில் நான் தவறு செய்யவில்லை என்று கருதுகிறேன்.

தோழர்களே! பாட்டாளி வர்க்க சர்வதேசீயம், நாம் சொல்லப் போனால் ஒவ்வொரு நாட்டிலும் "தன்னைத் தானே இணக்கப்படுத்தி" இருந்து கொண்டு அதன் சுதேசி நாட்டில் ஆழமாக வேர்விட்டுக் கொள்ள வேண்டும். பாட்டாளிவர்க்க வர்க்கப் போராட்டத்தின் தேசீய வடிவங்கள், தனிப்பட்ட நாடுகளில் உள்ள தொழிலாளர் இயக்கம், பாட்டாளி வர்க்க சர்வதேசீயத்திற்கு முரண்பட்டதல்ல. அதற்கு நேர்மாறாக உண்மையில் இந்த வடிவங்களில் தான் பாட்டாளி வர்க்கத்தின் சர்வதேச நலவுரிமைகளை வெற்றிகரமாகப் பாதுகாக்க வேண்டும்.

பாஸிஸ்டு பூர்ஷுவா வர்க்கம் பொது தேசீய நலன்களை பாதுகாப்பதாகக் கூறிக்கொண்டு அந்தப் பெயரில் தங்களுடைய சொந்த நாட்டு மக்களை அடக்கி ஒடுக்கி சுரண்டும் சுயநலக் கொள்கையைத்தான் நடத்திக் கொண்டிருக்கிறது. அதோடு இதர தேசங்களைக் கொள்ளை

அடித்து அடிமைப்படுத்தும் சுயநலக் கொள்கையைத் தான் நடத்திக் கொண்டிருக்கிறது என்பதை எல்லா இடங்களிலும் எல்லா சந்தர்ப்பங் களிலும் மக்களிடத்தில் எடுத்துக்கூறி அம்பலப்படுத்தி ஸ்தூலமாக நிரூபிக்க வேண்டும். ஆனால் நாம் இத்தோடு நிறுத்திக் கொள்ளக் கூடாது. நாம் அதே சமயத்தில் தொழிலாளி வர்க்கத்தின் சொந்தப் போராட்டங்கள் மூலம், கம்யூனிஸ்டுக் கட்சிகளின் செயல்பாடுகளின் மூலம், பாட்டாளி வர்க்கம் எல்லா விதமான அடிமைத்தனத்தையும் தேசீய ஒடுக்குமுறைகளையும் எதிர்த்து எழுவதில் தேசிய விடுதலைக்காகவும் மக்களின் சுதந்திரத்திற்காகவும் உண்மையில் போராடக்கூடிய ஒரே சக்தி என்பதையும் நாம் நிரூபிக்க வேண்டும்.

சுதேசி சுரண்டல்காரர்களையும் ஒடுக்குமுறையாளர்களையும் எதிர்த்து பாட்டாளிகளின் வர்க்கப் போராட்டத்தின் நலவுரிமைகள் தேசத்தின் சுதந்திரமான, மகிழ்ச்சிகரமான நலவுரிமைகளுக்கு முரண் பட்டதல்ல. மாறாக சோஷலிஸப் புரட்சி தேசத்தின் முழுமையான மீட்சியைக் குறிக்கும். மிக உயர்ந்த லட்சியங்களை நோக்கிச் செல்லும் பாதையைத் திறந்துவிடும். பாட்டாளி வர்க்கம் தற்போது தனது வர்க்க ஸ்தாபனத்தைக் கட்டி, அதன் நிலைகளை பலப்படுத்திக் கொண்டுவரும் காரணத்தால், பாஸிஸத்திற்கு எதிராக ஜனநாயக உரிமைகளையும் சுதந்திரங்களையும் பாதுகாத்துக் கொண்டிருக்கும் காரணத்தால் முதலாளித்துவத்தைத் தூக்கி எறிவதற்குப் போராடிக் கொண்டிருப்பதால் அது தேசத்தின் எதிர்காலத்திற்காகப் போராடிக் கொண்டிருக்கிறது.

புரட்சிகரமான பாட்டாளி வர்க்கம் மக்களுடைய கலாச்சாரத்தைக் காப்பாற்றுவதற்காக, தங்களுடைய கொடூரமான வன்முறை மிக்க கரங்களை நீட்டிக் கொண்டிருக்கிற அழிந்து கொண்டிருக்கும் ஏகபோக முதலாளித்துவத் தளைகளிலிருந்து காட்டுமிராண்டித்தனமான பாஸிஸத்திலிருந்து விடுவிப்பதற்காக போராடிக் கொண்டிருக்கிறது. பாட்டாளி வர்க்கப் புரட்சி ஒன்றுதான் கலாச்சாரத்தை நாசத்திலிருந்து தடுக்க முடியும். உண்மையான தேசீயக் கலாச்சாரமாக மேலான நிலைக்கு மலரச் செய்து உயர்த்த முடியும் - தேசீய உருவத்தையும் சோஷலிச உள்ளடக்கத்தையும் கொண்ட கலாச்சாரத்தை மலரச் செய்ய முடியும். அத்தகைய ஒரு கலாச்சாரம் நமது கண்ணுக்கு முன்பாகவே சோவியத் சோஷலிஸ்டு குடியரசுகளில் உருவாக்கப்பட்டிருக்கின்றன.

பாட்டாளி வர்க்க சர்வதேசீயம் தனிப்பட்ட அந்தந்த நாடுகளில் உள்ள உழைக்கும் மக்கள் தங்கள் தேசீய, சமுதாய, கலாச்சார சுதந்திரத்திற்காக நடத்தும் போராட்டத்திலிருந்து முரண்பட்டதல்ல என்பது மாத்திரமல்ல, சர்வதேசப் பாட்டாளி வர்க்கத்தின் கூட்டு

ஒருமைப்பாடும் போராட்ட ஒற்றுமையும், இந்தப் போராட்டத்தின் வெற்றிக்கு அவசியமான ஆதரவையும் கொடுக்க உறுதிப்படுத்துகிறது. சர்வதேசப் பாட்டாளி வர்க்க கூட்டு ஒருமைப்பாடும் போராட்ட ஒற்றுமையும் மகத்தான சோவியத் யூனியனின் வெற்றிகரமான பாட்டாளி வர்க்கத்துடன் நெருக்கமான நேச உறவுக்கு உறுதி அளிக்கிறது. ஏகாதிபத்திய நாடுகளில் உள்ள பாட்டாளி வர்க்கத்துடன் கைகோர்த்துக் கொண்டு போராடுவதன் மூலம்தான், காலனி நாட்டு மக்களும் ஒடுக்கப்பட்ட தேசீய சிறுபான்மையினர்களும் தங்கள் சுதந்திரத்தை அடைய முடியும். ஏகாதிபத்திய நாடுகளில் பாட்டாளி வர்க்கப் புரட்சியின் வெற்றிக்கான ஒரே பாதை ஏகாதிபத்திய நாடுகளிலுள்ள தொழிலாளி வர்க்கம், காலனி நாடுகளிலும், சார்பு நாடுகளிலும் உள்ள தேசீய விடுதலை இயக்கத்துடன் புரட்சிகரமான நேச உறவு வைத்துக் கொள்வதில்தான் இருக்கிறது. காரணம் மார்க்ஸ் போதித்திருப்பதைப் போல் ‘இதர நாடுகளை ஒடுக்கும் எந்த ஒரு நாடும் தானும் சுதந்திரமாக இருக்க முடியாது.”

ஒரு ஒடுக்கப்பட்ட, சார்பு நாட்டிலுள்ள கம்யூனிஸ்டுகள், அவர்களுடைய நாட்டில் நடைமுறையில் வெகுஜன இயக்கத்தில் தங்களுடைய நாட்டை அன்னிய நுகத்தடியிலிருந்து விடுவிப்பதற்காக உண்மையாகவே போராடுகிறார்கள் என்பதைக் காட்டாவிட்டால் அவர்களுடைய சொந்த நாட்டு மக்களிடையில் உள்ள தேசீய வெறித்தனத்தை வெற்றிகரமாக எதிர்த்துப் போராட முடியாது. மறுபக்கத்தில் ஒடுக்கும் நாட்டில் உள்ள கம்யூனிஸ்டுகள் அவர்கள் நாட்டிலுள்ள உழைக்கும் மக்களுக்கு, அவர்களுடைய சொந்த நாட்டு பூர்ஷ்வா வர்க்கத்தின் ஒடுக்குமுறைக் கொள்கையை எதிர்த்து உறுதியாக நின்று போராடாமல், அந்த நாட்டு பூர்ஷ்வா வர்க்கத்தால் அடிமைப் படுத்தப்பட்டுள்ள நாடுகளின் பரிபூரண சுயநிர்ணய உரிமைக்காக உறுதியாக நின்று போராடாமல், சர்வதேசிய உணர்வினடிப்படையில் போதனையளிப்பதற்கு அவசியமானவற்றைச் செய்ய முடியாது. இதை அவர்கள் செய்யாவிட்டால் ஒடுக்கப்பட்ட தேசத்திலுள்ள உழைக்கும் மக்கள் அவர்களுடைய தேசீய தப்பெண்ணங்களிலிருந்து சமாளித்து வரச் செய்வது சுலபமல்ல.

இந்த உணர்வில் நாம் செயல்பட்டால், நம்முடைய சகல வெகுஜன வேலைகளிலும், நாம் தேசீய எதிர் மறுப்பு நிலைக்கும், பூர்ஷ்வா தேசீய வாதத்திற்கும் அப்பாற்பட்டவர்கள் என்பதை மற்றவர்கள் ஒப்புக் கொள்ளக் கூடிய அளவு நிரூபித்தால் அப்போதுதான் பாஸிஸ்டுகளின் ஆரவாரமான தேசப்பற்று வாய்ச் சவடால்களை

எதிர்த்து ஒரு உண்மையான வெற்றிகரமான போராட்டத்தை நடத்த முடியும்.

அதன் காரணமாகத்தான் லெனினிஸ்டு தேசீயக் கொள்கையைச் சரியாகவும், நடைமுறையிலும் செயல்படுத்தி நடத்திக் காட்டுவது தலையாய முக்கியத்துவம் வாய்ந்ததாகும். இது தேசீய வெறித்தனத்தை எதிர்த்துள்ள வெற்றிகரமான போராட்டத்திற்கு, பாஸிஸ்டுகளுக்கு மக்கள்மீதுள்ள தத்துவார்த்த செல்வாக்கின் பிரதான கருவியாக உள்ள அந்த தேசீய வெறித்தனத்தை எதிர்த்துள்ள வெற்றிகரமான போராட்டத்திற்கு கேள்விக்கிடமில்லாத ஒரு அவசியமான ஆரம்ப நிபந்தனை நிலையாகும்.

3. கம்யூனிஸ்டுக் கட்சிகளை கெட்டிப்படுத்துவதும் பாட்டாளி வர்க்கத்தின் அரசியல் ஒற்றுமைக்கான போராட்டமும்

தோழர்களே! ஒரு ஐக்கிய முன்னணியை அமைப்பதற்கான போராட்டத்தில் கம்யூனிஸ்டுக் கட்சியின் தலைமைப் பாத்திரத்தின் முக்கியத்துவம் அசாதாரணமான அளவில் அதிகரிக்கிறது. கம்யூனிஸ்டுக் கட்சிதான் கீழே நின்று தொழிலாளி வர்க்க ஐக்கிய முன்னணியை முன் கையெடுத்து உருவாக்கி ஸ்தாபன ரீதியில் திரட்டி அதை முன் நடத்தும் சக்தியாக இருக்கிறது.

பாஸிஸத்தை எதிர்த்தும் முதலாளித்துவத்தின் தாக்குதலை எதிர்த்தும் ஒரு ஒன்றுபட்ட போராட்டத்திற்காக உழைக்கும் மக்களின் விரிவான ஜனப்பகுதியை ஒன்றுபடுத்த கம்யூனிஸ்டுக் கட்சிகள் உத்திரவாதப் படுத்த வேண்டுமானால், அவர்களுடைய அணிகளையே அத்தனை அம்சங்களிலும் பலப்படுத்தினால்தான் முடியும். அவர்களுடைய முன் கையெடுத்து செயலாற்றும் திறனை வளர்த்து மார்க்ஸிஸ-லெனினிஸக் கொள்கையைக் கடைப்பிடித்து, சரியான யதார்த்தமான நிலைமையையும் வர்க்க சக்திகளின் சேர்மானங்களையும் கணக்கில் எடுத்துக்கொண்டு சரியான நெளிவு சுழிவான உபாயங்களைப் பிரயோகித்தால் தான் முடியும்.

கம்யூனிஸ்டுக் கட்சிகளை கெட்டிப்படுத்துதல்

ஆறாவது காங்கிரஸிற்கும் ஏழாவது காங்கிரஸிற்கும் இடையிலுள்ள காலத்தில் முதலாளித்துவ நாடுகளிலுள்ள நமது கட்சிகள் சந்தேகத்திற்கிடமின்றி அதன் அந்தஸ்தில் உயர்ந்திருக்கின்றன, கணிசமான அளவில் உறுதிப்பட்டிருக்கின்றன. ஆனால் இந்த சாதனையோடு நாம் திருப்தி அடைந்துவிட்டால் அது மிகவும்

அபாயகரமான ஒரு தவறாகும். எந்த அளவுக்கு அதிகமாக தொழிலாளி வர்க்கத்தின் ஐக்கிய முன்னணி விரிவடைகிறதோ அந்த அளவுக்கு அதிகமாக பல சிக்கல்கள் நிறைந்த பிரச்னைகள் பல நம்முன் எழுகின்றன. அதனால் மேலும் அதிகமான அளவில் நமது கட்சிகளை அரசியல் ரீதியிலும் ஸ்தாபன ரீதியிலும் கெட்டிப்படுத்துவதற்காக வேலை செய்ய வேண்டிய அவசியம் அதிகமாகிறது. பாட்டாளி வர்க்கத்தின் ஐக்கிய முன்னணி பெரிய ஒரு தொழிலாளர் படையையே முன்னுக்குக் கொண்டு வந்து நிறுத்துகிறது. அந்தப்படை தன்னுடைய வரலாற்றுக் கடமையை சிறப்பாக நிறைவேற்றுவதற்கு, அதனுடைய குறிக்கோள்களையும் வழி முறைகளையும் சுட்டிக் காட்டுவதற்கு ஒரு தலைமையான சக்தியின் வழிகாட்டல் தலைமை அவசியமாகும். அத்தகைய தலைமையான சக்தி ஒரு பலம் வாய்ந்த பாட்டாளி வர்க்கப் புரட்சிகரக் கட்சியாகத்தான் இருக்க முடியும்.

கம்யூனிஸ்டுகளாகிய நாம் ஒரு ஐக்கிய முன்னணியை ஸ்தாபிப்பதற்கு எல்லாவிதமான முயற்சிகளையும் செய்கிறோம் என்றால் இதைச் செய்வது கம்யூனிஸ்ட் கட்சிகளுக்கு அதிகமான உறுப்பினர்களைச் சேர்க்க வேண்டும் என்னும் குறுகிய நோக்கத்திற்காக அல்ல. ஆனால் நாம் கம்யூனிஸ்ட் கட்சிகளை எல்லா வழிகளிலும் பலப்படுத்த வேண்டும், அவைகளின் உறுப்பினர்களின் எண்ணிக்கையை அதிகரிக்க வேண்டும். அதற்குக் காரணம் நாம் ஐக்கிய முன்னணியை பலப்படுத்த ஆழ்ந்த அக்கறையோடு விரும்புகிறோம். கம்யூனிஸ்டுக் கட்சிகளை பலப்படுத்துவது என்பது ஒரு குறுகிய கட்சிக் காரியமல்ல, அது தொழிலாளி வர்க்கம் முழுவதின் கவலை மிக்கக் கடமையாகும்.

கம்யூனிஸ்டு கட்சிகளின் ஒற்றுமை, புரட்சிகரமான கூட்டு ஒருமைப்பாடு, போராட்ட தயார் நிலை ஆகியவை ஒரு மதிப்புமிக்க மூலதனமாக அமைந்திருக்கிறது. இது நமக்கு மட்டுமல்ல, தொழிலாளி வர்க்கம் முழுவதற்கும் சொந்தமாகும். நாம் எப்போதும் பாஸிஸத்திற் கெதிரான போராட்டத்தில் சமூக-ஜனநாயகக் கட்சிகளுடனும் ஸ்தாபனங் களுடனும் கூட்டாக நின்று முன்செல்வதற்குத் தயாராக இருக்கிறோம். அதே சமயத்தில் சமூக ஜனநாயகத்தின் பூர்ஷுவா வர்க்கத்துடனுள்ள சமரஸக்கொள்கை, சித்தாந்தத்திற்கெதிராக விட்டுக்கொடுக்காத போராட்டத்தை நடத்துகிறோம்.

இவை இரண்டையும் நாம் இணைத்தே செய்து வருகிறோம், இனியும் அதைத் தொடர்ந்து செய்து கொண்டிருப்போம். மேலும் நமது அணிகளுக்கிடையிலும் சமூகஜனநாயக சித்தாந்தம் ஊடுருவுவதை எதிர்த்தும் போராடுவதற்குத் தயாராக இருப்போம்.

ஐக்கிய முன்னணிக் கொள்கையை தைரியமாகவும் உறுதியாகவும் செயல்படுத்திச் செல்வதில் நமது அணிகளுக்குள்ளேயே நாம் சில சிக்கல்களை சந்திக்கிறோம். அம்மாதிரி சிக்கல்களை என்ன விலை கொடுத்தும் குறுகிய காலத்திற்குள் அதி விரைவிலேயே நீக்கிவிட வேண்டும்.

கம்யூனிஸ்ட் அகிலத்தின் ஆறாவது காங்கிரஸிற்குப் பிறகு முதலாளித்துவ நாடுகளிலுள்ள எல்லா கம்யூனிஸ்டுக் கட்சிகளும் முதலாளித்துவ உறுதிப்பாட்டு நிலைகளுக்கு சந்தர்ப்பவாத முறையில் ஒத்துப்போகக்கூடிய எந்த ஒரு போக்கையும் எதிர்த்தும், சீர்திருத்தவாத மற்றும் சட்ட வாத பிரமைகளான நோய்கள் பீடிப்பதை எதிர்த்தும் ஒரு வெற்றிகரமான போராட்டத்தை நடத்தின. நமது கட்சிகள் பலவேறு வகைப்பட்ட வலதுசாரி சந்தர்ப்ப வாதிகளை நமது அணிகளிலிருந்து நீக்கின. அதன் மூலம் அவர்களுடைய போல்ஷிவிக் ஒற்றுமையையும் போராடும் ஆற்றலையும் பலப்படுத்தின. செக்டேரியனிசத்தை எதிர்த்து நடத்தப்பட்ட போராட்டம் அதிகமாக வெற்றிகரமாக இல்லை. அடிக்கடி அது சரியானபடி இல்லாமல் இருந்தது. செக்டேரியனிசம். கம்யூனிஸ்டு அகிலத்தின் ஆரம்ப நாட்களில் இருந்ததைப் போல பழைய முறைகளில், வெளிப்படையான முறைகளில் தன்னைக் காட்டிக் கொள்ளவில்லை. ஆனால் அவர்கள் பெயரளவில் போல்ஷ்விக் ஆய்வுத் தத்துவங்களை அங்கீகரித்துக் கொண்டு ஒரு போல்ஷ்விக் வெகுஜனக் கொள்கையின் வளர்ச்சிக்கு இடையூறு செய்கிறார்கள். நமது காலத்தில் அது லெனின் கூறியதைப் போல "சிறு பிள்ளைவாதமாக இன்னும் இருக்கவில்லை; ஒரு ஆழமாக வேர் விட்டுள்ள பெரும் தீங்காகப் பெருகியுள்ளது. அதை அசைத்துச்சாய்க்க வேண்டும். இல்லாவிட்டால் பாட்டாளி வர்க்கத்தின் ஐக்கிய முன்னணியை ஸ்தாபிக்கும் பிரச்னையையும் சீர்திருத்தவாத நிலையிலுள்ள மக்களை அதிலிருந்து விடுவித்து புரட்சியின் பக்கம் கொண்டு வந்து தலைமை தாங்குவதுமான பிரச்னையையும் தீர்ப்பது சாத்தியமில்லாது போய்விடும்.

தற்கால நிலைமையில் செக்டேரியனிசம், அதாவது சுய திருப்தி கொண்ட செக்டேரியனிசம், நமது நகல் தீர்மானத்தில் அப்படித்தான் அவர்களுக்கு பெயர் குறிப்பிட்டுள்ளோம், வேறு எதைக் காட்டிலும் ஐக்கிய முன்னணி அமைவதற்கான போராட்டத்திற்கு முட்டுக்கட்டை போடுகிறது. செக்டேரியனிசம் தன்னுடைய குறுகிய குருட்டுத் தனமான கோட்பாட்டைக் கொண்டு திருப்தி கொள்கிறது. மக்களின் எதார்த்த வாழ்க்கையிலிருந்து வேறுபட்டு நிற்கிறது. அது தொழிலாளி

வர்க்க இயக்கத்தின் மிகவும் சிக்கலான பிரச்னையைத் தீர்ப்பதற்கும் மிகவும் எளிய சுலபமான முறைகளை ஒரே அச்சான வகைத் திட்டங்களைக் கொண்டு திருப்தி கொண்டு விடுகிறது. செக்டேரியனிசம். தனக்கு எல்லாம் தெரியும் என்று கருதிக் கொண்டு, மக்களிடமிருந்து கற்றுக்கொள்வதை, தொழிற்சங்க இயக்கத்திலிருந்து பாடங்கள் கற்றுக்கொள்வதை மேலெழுந்த வாரியாக தேவைப்படாத ஒன்றாகக் கருதுகிறது. சுருக்கமாகக் கூறப்போனால் செக்டேரியனிசம் அந்த மலைகள் எல்லாம் வெறும் படிக்கட்டுகள் தான் என்று கூறுகிறார்கள். சுய திருப்தி கொண்ட செக்டேரியனிசம் கம்யூனிஸ்ட் கட்சியினால் தொழிலாளி வர்க்கத்திற்கு தலைமை கொடுப்பது என்பது தானாக வருவதில்லை என்பதை புரிந்து கொள்ள மாட்டார்கள், புரிந்து கொள்ளவும் முடியாது. தொழிலாளி வர்க்கத்தின் போராட்டத்தில் கம்யூனிஸ்ட் கட்சியின் தலைமையை கஷ்டப்பாடு பட்டுத்தான் உருவாக்கி சாதிக்க வேண்டும். இந்தக் காரியத்திற்காக, கம்யூனிஸ்டுகளின் தலைமைப் பாத்திரத்தைப்பற்றி ஆரவாரம் செய்தால் போதாது. அன்றாடம் வெகுஜன வேலையைக் கவனமாகச் செய்வதன் மூலமும் ஒரு சரியான கொள்கையின் மூலமும் அரும்பாடுபட்டு உழைக்கும் வெகுஜனங்களின் நம்பிக்கையைப் பெற வேண்டியது அவசியமாகும். இதைச் செய்ய வேண்டுமானால் நம்முடைய அரசியல் வேலையில் கம்யூனிஸ்டுகளாகிய நாம் மக்களுடைய வர்க்க உணர்வு நிலையின் சரியான வளர்ச்சிமட்டத்தை மிகவும் கவனமாகக் கணக்கில் எடுத்துக் கொள்வதன் மூலம் தான், எந்த மட்டத்திற்கு மக்கள் புரட்சித் தன்மையில் வளர்ச்சி பெற்றுள்ளார்கள் என்பதைக் கணக்கில் எடுத்துக் கொண்டால்தான், நம்முடைய விருப்பங்களின் அடிப்படையில் அல்லாமல் உண்மை நிலவரங்களினடிப்படையில் யதார்த்தமான நிலைமையை மிகவும் நிதானமாக மதிப்பிடுவதன் மூலம்தான் சாத்தியமாகும். மிகவும் பொறுமையுடன் படிப்படியாக நாம் வேலை செய்து விரிவான மக்கள் பகுதி கம்யூனிஸ்டு நிலைக்கு வருவதற்கு சுலபப்படுத்த வேண்டும். நாம் லெனினுடைய வார்த்தைகளை மறந்துவிடக் கூடாது. அவர் மிகவும் பலமான முறையில் நமக்கு எச்சரிக்கை விடுக்கிறார்:" ...இதுதான் முழுசான குறிப்பிட்ட விஷயம் நமக்கு காலங்கடந்தவை என்று எதைக் கருதுகிறோமோ அவை வர்க்கத்திற்குக் காலங்கடந்தவையல்ல, மக்களுக்குக் காலங்கடந்தவையல்ல." *(இடதுசாரி கம்யூனிசம்-சிறு பிள்ளைவாதம்.)*

தோழர்களே! நம்முடைய அணிகளிடையே இத்தகைய வெறும் குருட்டுத்தனமான கோட்பாட்டாளர்கள் சிலர் இருக்கத்தான்

செய்கிறார்கள் என்பது உண்மையல்லவா? அவர்கள் எல்லா காலங்களிலும் எல்லா இடங்களிலும் ஐக்கிய முன்னணிக் கொள்கையில் அபாயத்தைத் தவிர வேறு எதையும் உணரவில்லை என்பது உண்மையல்லவா? அத்தகைய தோழர்களுக்கு ஐக்கிய முன்னணி முழுவதும் நிவாரணமில்லாத துன்பமாகும். ஆனால் இந்த செக்டேரியன் "கோட்பாட்டிலேயே நிற்பது" என்பது மக்களுடைய போராட்டங்களை நேரடியாகத் தலைமை தாங்குவதற்குள்ள கஷ்டங்களைச் சமாளிப்பதில் உள்ள அரசியல் விரக்தியைத் தவிர வேறில்லை.

செக்டேரியனிசம் வெளிப்படுவது குறிப்பாக மக்களின் புரட்சிகரப் பக்குவ நிலையைப் பற்றி அதிகமாக மதிப்பிடுவது, மக்கள் சீர்திருத்தவாத நிலைகளை உதறிக் கொண்டிருக்கும் வேகத்தைப்பற்றி அதிகமாகக் கணிப்பது, பல கடினமான கட்டங்களைத் தாண்டுவதில் செய்யும் முயற்சி, இயக்கத்தின் சிக்கல் நிறைந்த கடமைப்பாடுகளை நிறைவேற்றிச் செல்வதற்கான முயற்சியின் வேகத்தைப் பற்றி அதிகப்படியாக மதிப்பிடுவது முதலியவற்றிலாகும். நடைமுறையில் வெகுஜன மக்களைத் திரட்டித் தலைமை தாங்கும் வழிமுறைகளுக்குப் பதிலாக, ஒரு குறுகிய கட்சிக் குழுவைத் திரட்டி அதற்குத் தலைமை தாங்கும் முறையாகும். வெகுஜன மக்களுக்கும், அவர்களுடைய ஸ்தாபனங்களுக்கும், தலைவர்களுக்கும் இடையிலுள்ள பாரம்பரியமான இணைப்புகளின் பலம் குறைத்து மதிப்பிடப்பட்டது. மக்கள் இந்தத் தொடர்புகளை அறுத்துக் கொள்ளவில்லையானால் உடனே அவர்கள் பாலுள்ள அணுகும் முறை மிகவும் கடுமையாக்கப்பட்டு பிற்போக்குத் தலைவர்கள்பால் எப்படி நடந்துகொள்வார்களோ அவ்வாறு நடந்து கொள்கிறார்கள். எல்லா நாடுகளுக்கும் ஒரே மாதிரியான உபாயங்களையும் கோஷங்களையும் கையாளுகிறார்கள். தனிப்பட்ட நாடுகளின் யதார்த்த நிலைமையின் தனித்தன்மையான அம்சங்களை கணக்கில் எடுத்துக் கொள்வதில்லை. மக்களுக்கிடையிலேயே அவர்களுடைய நம்பிக்கையைப் பெறுவதற்காக கடுமையான போராட்டத்தை நடத்த வேண்டிய அவசியத்தை அசட்டை செய்து விடுகிறார்கள். தொழிலாளர்களின் பகுதி கோரிக்கைகளுக்கான போராட்டம், சீர்திருத்தவாத தொழிற்சங்கங்களிலும் பாஸிஸ்டு வெகுஜன ஸ்தாபனங்களிலும்கூட செய்ய வேண்டிய வேலைகளைப் பற்றி புறக்கணித்து விடுகிறார்கள். ஐக்கிய முன்னணிக் கொள்கைக்குப் பதிலாக அந்த இடத்தில் அடிக்கடி வெறும் வேண்டுகோள்கள், வரட்டுத்தனமான பிரச்சாரம் மட்டும் செய்யப்படுகிறது.

சரியான ஆட்களைத் தேர்ந்தெடுப்பதில், மக்களுடன் நெருங்கிய தொடர்புள்ள ஊழியர்களை மக்களுடைய நம்பிக்கைக்குப் பாத்திரமான ஊழியர்களை, வர்க்கப் போராட்டங்களில் சோதிக்கப்பட்டு வார்த்தெடுக்கப்பட்ட புரட்சிகரமான ஆர்வமும் மனஉறுதியும் மிக்க ஊழியர்களை மக்களிடையே ஆற்றும் பணிகளின் நடைமுறை அனுபவங்களை போல்ஷிவிக் உறுதியுடன் கூடிய கோட்பாடுகளுடன் இணைத்து சிறப்பாக செயல்படும் ஊழியர்களைப் பயிற்சி கொடுத்து வளர்ப்பதில் செக்டேரியன் கருத்துக்கள் செய்துள்ள இடையூறும் தொல்லையும் கொஞ்சநஞ்சமல்ல.

இவ்வாறாக செக்டேரியனிசம் கம்யூனிஸ்ட் கட்சிகளின் வளர்ச்சியைக் கணிசமான அளவில் தடுத்துக் குறைத்திருக்கிறது. ஒரு உண்மையான வெகுஜனக் கொள்கையை நிறைவேற்றவிடாமல் சிக்கல்களையும் கஷ்டங்களையும் உண்டாக்கியிருக்கிறது. வர்க்க விரோதியின் கஷ்டங்களைப் பயன்படுத்திக்கொண்டு புரட்சிகரமான இயக்கத்தின் நிலைகளைப் பலப்படுத்திக் கொள்வதைத் தடுத்து நிறுத்தி இருக்கிறது. கம்யூனிஸ்டுக் கட்சிகளின் பக்கம் விரிவான பாட்டாளி வர்க்க மக்கள் பகுதியை வென்றெடுப்பதில் தடங்கலாக இருக்கிறது.

சுய திருப்தி கொண்ட செக்டேரியனிசத்தின் கடைசி மிச்ச சொச்சங்களை சமாளித்து அதிலிருந்து விடுவித்து அதைத் துடைத் தெறிவதில் உறுதியாகப் போராடும் அதே சமயத்தில் வலதுசாரி சந்தர்ப்ப வாதத்தின்பாலும் எல்லா வழிகளிலும் உஷார்த் தன்மையை அதிகப் படுத்த வேண்டும். அதை எதிர்த்துப் போராட வேண்டும். வலதுசாரி சந்தர்ப்பவாதம் வெளிப்படுத்தும் ஒவ்வொரு அம்சத்தையும் எதிர்த்துப் போராட வேண்டும். விரிவான ஐக்கிய முன்னணி வளர்வதை ஒட்டி அந்த விகிதாசாரத்தில் வலதுசாரி சந்தர்ப்பவாத அபாயமும் பெருகும் என்பதை நாம் மனதில் கொண்டு அதை எதிர்த்துப் போராட வேண்டும். ஐக்கிய முன்னணியின் அணிகளில் கம்யூனிஸ்ட் கட்சியின் பங்கைக் குறைப்பதற்கும், சமூக ஜனநாயக சித்தாந்தத்துடன் இணக்கம் ஏற்படுத்திக் கொள்வதுமான போக்குகள் ஏற்கனவே இருந்து கொண்டிருக்கின்றன. ஐக்கிய முன்னணி உபாயங்கள் என்பது கம்யூனிஸ்ட் கட்சியின் கொள்கை எவ்வளவு மிகச்சரியானது என்றும், சீர்திருத்த வாதக்கொள்கைகள் சரியானவை அல்ல என்றும், ஐக்கிய முன்னணி என்பது சமூக-ஜனநாயக சித்தாந்தம் செயல்முறை ஆகியவற்றுள் அடங்கி இணங்கிச் செல்வதல்ல என்பதையும் சமூக-ஜனநாயகத் தொழிலாளர்களுக்கு விளக்கிப் புரிய வைத்துத் தெளிவாக

ஒப்புக்கொள்ள வைக்கும் முறையாகும் என்னும் உண்மையை நாம் பார்க்கத் தவறக்கூடாது. ஐக்கிய முன்னணியை ஸ்தாபிப்பதற்கான ஒரு வெற்றிகரமான போராட்டம் தவிர்க்க முடியாத படி குறிப்பாகக் கோருவது, நமது அணிகளிடையில் கட்சியின் பங்கை மறுக்கும் போக்குகளை எதிர்த்து, சட்டவாத பிரமைகளை எதிர்த்து, தானாகவே எல்லாம் நடக்கும் என்னும் கருத்தைச் சார்ந்து நிற்கும் போக்கை எதிர்த்தும் இடைவிடாமல் போராட வேண்டும் என்பதாகும். பாஸிஸத்தைத் தகர்த்தெறிவது, ஐக்கிய முன்னணியை அமுலாக்குவது ஆகிய இரண்டிலும் தானாகவே எல்லாம் நடந்துவிடும் என்னும் போக்குகளை எதிர்த்தும், உறுதியான நடவடிக்கை எடுக்க வேண்டிய நேரத்தில் ஏற்படும் சின்னஞ்சிறு ஊசலாட்டத்தை எதிர்த்தும் இடைவிடாமல் போராட வேண்டும் என்பதாகும்.

தொழிலாளி வர்க்கத்தின் அரசியல் ஒற்றுமை

தோழர்களே! பாஸிஸத்தை எதிர்த்தும் முதலாளித்துவத்தின் தாக்குதலை எதிர்த்தும் கம்யூனிஸ்டு தொழிலாளர்கள் சமூக-ஜனநாயகத் தொழிலாளர்கள் ஆகியோரின் கூட்டுப் போராட்டத்தின் ஐக்கிய முன்னணியை வளர்ப்பது என்பது அரசியல் ஒற்றுமைப் பிரச்னையையும் தொழிலாளி வர்க்கத்தின் ஒரே ஒரு அரசியல் வெகுஜனக் கட்சி என்னும் பிரச்னையையும் முன் கொண்டு வந்து நிறுத்துகிறது. சமூக ஜனநாயகத் தொழிலாளர்கள் தங்கள் அனுபவத்தின் மூலம் வர்க்கஎதிரியை எதிர்த்து நடத்தும் போராட்டம் என்பது அரசியல் தலைமையின் ஒற்றுமையில் அவசியத்தையும் வற்புறுத்துகிறது என்பதை, இரட்டைத் தலைமை என்பது தொழிலாளி வர்க்கத்தின் கூட்டுப் போராட்டத்தை வளர்ப்பதிலும் மேலும் பலப்படுத்துவதிலும் தடைப்படுத்துகிறது என்பதையும் மேலும் மேலும் அதிகமாகப் புரிந்து கொள்கிறார்கள்.

பாட்டாளி வர்க்கத்தின் வர்க்கப் போராட்டத்தின் நலவுரிமைகளும், பாட்டாளி வர்க்கப் புரட்சியின் வெற்றியும், ஒவ்வொரு நாட்டிலும் பாட்டாளி வர்க்கத்தின் ஒரே கட்சி இருக்க வேண்டியதைத் தவிர்க்க முடியாததாக்குகிறது. இந்த லட்சியத்தை அடைவது நிச்சயமாக அவ்வளவு சுலபமல்ல. அதற்கு மிகவும் கடுமையாக வேலை செய்ய வேண்டும், போராட வேண்டும். அது நீண்ட நெடும் வளர்ச்சிப் போக்காகவும் இருக்கும். கம்யூனிஸ்டுக் கட்சிகள், சமூக-ஜனநாயகக் கட்சிகளின் ஒற்றுமைக்காக தொழிலாளர்களிடம் வளர்ந்துவரும் அவசர உணர்வையும் அல்லது தனிப்பட்ட ஸ்தாபனங்கள் கம்யூனிஸ்ட் கட்சிகளுடன் ஒன்றுபட வேண்டும் என்றுள்ள அவசர உணர்வையும்

அடிப்படையாகக் கொண்டு, உறுதியாகவும் நம்பிக்கையுடனும் இந்த ஒற்றுமைக்காக முன்கையெடுக்க வேண்டும். தொழிலாளிவர்க்க சக்திகள் அனைத்தையும் ஒரே ஒரு புரட்சிகரமான பாட்டாளி வர்க்கக் கட்சியின் இணைத்து ஒன்றிணைக்கும் லட்சியம், உலகத் தொழிலாளர் இயக்கம் தனது அணிகளிடையில் உள்ள பிளவை நீக்கி ஒன்றுபட முனைந்திருக்கும் இந்த நேரத்தில் அது நமது லட்சியமாகும், கம்யூனிஸ்ட் அகிலத்தின் லட்சியமாகும்.

கம்யூனிஸ்டுக் கட்சிகளுக்கும் சமூக-ஜனநாயகக் கட்சிகளுக்குமிடையில் பாஸிஸத்தை எதிர்த்துப் போராடுவதற்கும் முதலாளித்துவ தாக்குதல்களை எதிர்த்தும் யுத்தத்தை எதிர்த்தும் போராடுவதற்கு ஒரு உடன்பாடு கொண்டு வருவதற்கு ஐக்கிய முன்னணியை ஸ்தாபிப்பது போதுமானது. ஆனால் அரசியல் ஒற்றுமை அடைவது என்பது கோட்பாடுகள் அடங்கியுள்ள சிலவகை நிபந்தனை நிலைகளின் அடிப்படையில்தான் சாத்தியப்படும்.

இந்த ஒற்றுமை என்பது கீழ்க்கண்ட நிபந்தனைகளின் படிதான் சாத்தியமாகும்?

முதலாவதாக, பூர்ஷுவா வர்க்கத்திடமிருந்து முழுமையான சுதந்திரம் பெற்றிருக்க வேண்டும். பூர்ஷுவா வர்க்கத்துடன் சமூக-ஜனநாயகக் கட்சியின் கூட்டு கலைக்கப்பட வேண்டும்.

இரண்டாவதாக, பூர்வாங்கமான செயல் ஒற்றுமை ஏற்பட வேண்டும்.

மூன்றாவதாக, பூர்ஷுவா வர்க்கத்தின் ஆட்சி அதிகாரத்தை புரட்சிகரமாக தூக்கி எறிவதையும், சோவியத்துக்களின் வடிவத்தில் பாட்டாளி வர்க்க சர்வாதிகாரத்தை ஸ்தாபிப்பதையும் இன்றியமையாத கடமையாக அங்கீகரிக்க வேண்டும்.

நான்காவதாக, ஒரு ஏகாதிபத்திய யுத்தத்தில் தனது சொந்த நாட்டு பூர்ஷுவா வர்க்கத்தையும் ஆதரிக்க மறுக்க வேண்டும்.

ஐந்தாவதாக, ஜனநாயக மத்தியத்துவத்தின் அடிப்படையில் கம்யூனிஸ்டுக் கட்சியை நிர்மாணிப்பது, அது செயலொற்றுமையையும் லட்சிய ஒற்றுமையையும் உத்திரவாதப்படுத்தும். அது ரஷ்ய போல்ஷிவிக்குகளின் அனுபவத்தில் சோதனை செய்யப்பட்டதாகும்.

இந்த நிபந்தனை நிலைகள் இல்லாமல் தொழிலாளி வர்க்கத்தின் அரசியல் ஒற்றுமை ஏன் சாத்தியமில்லை என்பதை சமூக-ஜனநாயகத் தொழிலாளர்களிடம் பொறுமையாகவும் தோழமை பூர்வமாகவும்

விளக்கிக் கூற வேண்டும் . இந்த நிபந்தனை நிலைகளின் உண்மையான அர்த்தத்தையும் முக்கியத்துவத்தையும் அவர்களுடன் சேர்ந்து நின்று நாம் விவாதிக்க வேண்டும்.

பாட்டாளி வர்க்கத்தின் அரசியல் ஒற்றுமையை அடைவதற்கு, பூர்ஷுவா வர்க்கத்திடமிருந்து பூரணமான சுதந்திரமும், பூர்ஷுவா வர்க்கத்துடன் சமூக-ஜனநாயக வாதிகளுக்குள் கூட்டைக் கலைப்பதும் ஏன் அவசியமாகிறது?

ஏன் என்றால், தொழிலாளி வர்க்கத்தின் அனுபவம் முழுவதும் குறிப்பாக ஜெர்மனியில் கூட்டு சர்க்கார் கொள்கையின் பதினைந்து ஆண்டு அனுபவமும் வர்க்க சமரஸக் கொள்கை, பூர்ஷுவா வர்க்கத்தைச் சார்ந்து நிற்கும் கொள்கை தொழிலாளி வர்க்கத்தின் தோல்விக்கும் பாஸிஸத்தின் வெற்றிக்கும் தான் இட்டுச் சென்றிருக்கிறது என்பதையே காட்டுகிறது. வெற்றிக்கான ஒரே வழி பூர்ஷுவா வர்க்கத்திற்கெதிரான விட்டுக் கொடுக்காத வர்க்கப் போராட்ட வழியாகும், போல்ஷிவிக்குகளின் வழியாகும்.

அரசியல் ஒற்றுமைக்கு பூர்வாங்க நிபந்தனை நிலையாக முதலில் செயல் ஒற்றுமையை ஏன் ஸ்தாபிக்க வேண்டும்?

ஏன் என்றால், செயல் ஒற்றுமை, முதலாளித்துவம் பாஸிஸம் ஆகியவற்றின் தாக்குதலை முறியடிப்பதற்கு, முதலாளித்துவத்தைத் தூக்கி எறிவதற்கான பொதுவான அரசியல் திட்ட அடிப்படையில் பெரும்பாலான தொழிலாளர்கள் ஒன்றுபடுவதற்கு முன்பாகவே சாத்தியமும் அவசியமுமாகும். அதே சமயத்தில் பாட்டாளி வர்க்கத்தின் போராட்டத்திற்கான பிரதான கொள்கை வழி, குறிக்கோள்களைப் பற்றிய ஒன்றுபட்ட கருத்துக்களை உருவாக்கி ஒழுங்குபடுத்திச் செல்வது, இவையில்லாமல், கட்சிகளை ஒன்றுபடுத்துவது என்பது சாத்தியமில்லை என்பதற்கு அநேகமாக சற்று அதிகமான கால அவகாசம் தேவைப்படுகிறது. கருத்தொற்றுமை என்பது எல்லாவற்றிற்கும் மேலாக சிறப்பாக இன்று ஏற்கனவே நிகழ்ந்து கொண்டிருக்கும் வர்க்க விரோதிக்கு எதிரான கூட்டுப் போராட்டத்தில் தான் உருவாக்கி ஒழுங்குபடுத்தப்படுகிறது. ஒரு ஐக்கிய முன்னணி அமைப்பதற்கு முன்பாக உடனடியாக ஒற்றுமை ஏற்பட வேண்டும் என்று பிரேரேபிப்பது என்பது குதிரைக்கு முன்பாக வண்டியைக் கொண்டு போய் நிறுத்திக் கொண்டு வண்டி தானாகவே முன் செல்லும் என்று கற்பனை செய்வதாகும். நமக்கு அரசியல் ஒற்றுமை என்பது பல சமூக-ஜனநாயகக் கட்சித் தலைவர்களுக்கு உள்ளது போல

அரசியல் சூழ்ச்சி திட்டமல்ல. அதனால் தான் நாம் அரசியல் ஒற்றுமைக்கான போராட்டத்தில், மிக முக்கியமான கட்டங்களில் ஒன்றாக செயல் ஒற்றுமையைக் கொண்டு வர வேண்டும் என்று வற்புறுத்துகிறோம்.

பூர்ஷுவா வர்க்கத்தைப் புரட்சிகரமாகத் தூக்கி எறிவதன் அவசியத்தையும் சோவியத் ஆட்சியின் வடிவத்தில் பாட்டாளி வர்க்க சர்வாதிகாரத்தை அமைக்க வேண்டியதன் அவசியத்தையும் அங்கீகரிக்க வேண்டியதன் அவசியம் ஏன்?

ஏன் என்றால், மகத்தான அக்டோபர் புரட்சியின் அனுபவம் ஒரு பக்கம், யுத்த பிற்காலம் முழுவதிலும் ஜெர்மனி, ஆஸ்திரியா, ஸ்பெயின் ஆகிய நாடுகளில் நாம் கற்றுக் கொண்டுள்ள கசப்பான படிப்பினைகள் மறுபக்கம் ஆகியவை, பாட்டாளி வர்க்கத்தின் வெற்றி என்பது பூர்ஷுவா வர்க்கத்தை புரட்சிகரமாகத் தூக்கி எறிவதன்மூலம் தான் சாத்தியம் என்பதை உறுதிப்படுத்தியிருக்கின்றன. பூர்ஷுவா வர்க்கம் சமாதானமான முறைகளில் சோஷலிசத்தை ஸ்தாபிப்பதற்கு பாட்டாளி வர்க்கத்தை அனுமதிக்காது, அதற்கு பதிலாக தொழிலாளர் இயக்கத்தை ரத்தக் கடலில் தான் மூழ்கடிக்கும். அக்டோபர் புரட்சியின் அனுபவம் தெளிவாக வெளிப்படுத்தியிருப்பது, பாட்டாளி வர்க்கப் புரட்சியின் அடிப்படை உள்ளடக்கம் பாட்டாளி வர்க்க சர்வாதிகாரமாகும். அதாவது தூக்கி எறியப்பட்ட சுரண்டும் கூட்டத்தின் எதிர்ப்பை முறியடிப்பதும், ஏகாதிபத்தியத்திற்கெதிரான போராட்டத்தில் புரட்சியை ஆயுதபாணியாக்குவதும், புரட்சியை சோஷலிசத்தின் முழு வெற்றியை நோக்கி இட்டுச் செல்வதாகும். பாட்டாளி வர்க்க சர்வாதிகாரத்தை மிகச் சிறிய மைனாரிட்டியை எதிர்த்து சுரண்டும் கூட்டத்தை எதிர்த்து மிகப்பரந்த மெஜாரிட்டியின் சர்வாதிகாரமாக ஸ்தாபித்து சாதிப்பதற்கு இவ்வாறாகத் தான் அதைக் கொண்டுவர முடியும் - சோவியத்துக்கள் அவசியமாகும். தொழிலாளி வர்க்கத்தின் சகல பகுதிகளும் விவசாயிகளின் அடிப்படை ஜனப்பகுதியும் இதர உழைக்கும் மக்களும் உள்ளிட்ட அனைவரையும் தழுவி நிற்கும் சோவியத்துக்கள் அவசியமாகும். இவர்களுடைய விழிப்பில்லாமல், புரட்சிகரமான போராட்டத்தில் இவர்களை சேர்த்துக் கொள்ளாமல் பாட்டாளி வர்க்கத்தின் வெற்றியை உறுதிப்படுத்த முடியாது.

ஒரு ஏகாதிபத்திய யுத்தத்தில் பூர்ஷுவா வர்க்கத்தை ஆதரிக்க மறுக்க வேண்டியது அரசியல் ஒற்றுமைக்கு ஒரு நிபந்தனை நிலையாக இருப்பது ஏன்?

ஏன் என்றால், பூர்ஷுவா வர்க்கம் தங்களுடைய கொள்ளையடிக்கும் நோக்கத்திற்காக, மிகப் பெரும்பாலான மக்களின் நலவுரிமைகளுக்கு எதிராக ஏகாதிபத்திய யுத்தங்களை நடத்துகிறது. வேறுவேறு பெயர்களில் வேண்டுமானால் அந்த யுத்தங்களை நடத்தலாம். ஆனால் அதன் நோக்கம் கொள்ளை நோக்கமாகும். எல்லா ஏகாதிபத்திய வாதிகளும் யுத்தத்திற்கான தங்களுடைய கடுவேகத் தயாரிப்புகளை ஒன்றிணைக்கிறார்கள். தங்களுடைய சொந்த நாடுகளில் உள்ள உழைக்கும் மக்களை சுரண்டுவதையும் ஒடுக்குவதையும் மிகமிக அதிகமாக தீவிரப்படுத்துகிறார்கள் இத்தகைய யுத்தத்தில் பூர்ஷுவா வர்க்கத்திற்கு ஆதரவு கொடுப்பது என்பது நாட்டிற்கும் சர்வதேசத் தொழிலாளி வர்க்கத்திற்கும் துரோகமிழைப்பதாகும்.

இறுதியாக ஜனநாயக மத்தியத்துவத்தின் அடிப்படையில் கட்சியை நிர்மாணிப்பது அரசியல் ஒற்றுமையின் ஒரு நிபந்தனை நிலையாவது ஏன்?

ஏன் என்றால், ஜனநாயக மத்தியத்துவத்தின் அடிப்படையில் கட்டப்பட்ட ஒரு கட்சிதான் லட்சிய ஒற்றுமையை செயலொற்றுமையை உத்திரவாதப்படுத்த முடியும். பூர்ஷுவா வர்க்கத்தின்மீது பாட்டாளி வர்க்கத்தின் வெற்றிக்கு இட்டுச் செல்ல முடியும். பூர்ஷுவா வர்க்கத்தின் கையில் மிகவும் பலம்வாய்ந்த கருவியான மத்தியத்துவப் படுத்தப்பட்ட அரசாங்க எந்திரம் இருக்கிறது என்பதை கவனத்தில் கொள்ள வேண்டும். ஜனநாயக மத்தியத்துவக் கோட்பாட்டைச் செயல்படுத்தியது லெனின் கட்சியான ரஷ்ய போல்ஷிவிக் கட்சியின் அனுபவம் என்றும் மகத்தான வரலாற்று சோதனையின் நின்று நிமிர்ந்து வெளிப்பட்டதாகும்.

மேலே குறிப்பிட்டுள்ள நிபந்தனை நிலைகளினடிப்படையில் அரசியல் ஒற்றுமைக்குப் பாடுபட வேண்டிய அவசியத்தை இது விளக்கிக் கூறுகிறது.

தொழிலாளி வர்க்கத்தின் அரசியல் ஒற்றுமைக்காக நாம் நிற்கிறோம். எனவே, ஐக்கிய முன்னணிக்காக நிற்கக் கூடிய, மேலே குறிப்பிட்டுள்ள கோட்பாடுகளின்படி ஒற்றுமையை மனப்பூர்வமான ஆதரவைத் தரும் எல்லா சமூக ஜனநாயகவாதிகளுடனும் மிகவும் நெருக்கமாகச் சேர்ந்து வேலை செய்யத் தயாராக இருக்கிறோம்.

நாம் ஒற்றுமைக்காக நிற்கும் காரணத்தால் "இடது சாரி" வாய்ச்சவடால்காரர்களை எதிர்த்து உறுதியாகப் போராட வேண்டும். அந்த "இடதுசாரி" வாய்ச்சவடால் சூரர்கள் சமூக-ஜனநாயகத்

தொழிலாளர்களிடம் பிரமைகள் நீங்கி உள்ளதைப் பயன்படுத்திக் கொண்டு ஒரு புதிய சோஷலிஸ்டு கட்சியை அல்லது ஒரு புதிய அகிலத்தை உருவாக்கி கம்யூனிஸ்டு இயக்கத்திற்கு எதிராகத் திருப்பிவிட்டு தொழிலாளி வர்க்கத்திடம் உள்ள பிளவின் ஆழத்தை நீடிக்க வைத்துக் கொண்டிருக்கிறார்கள்.

சமூக-ஜனநாயகத் தொழிலாளர்களிடம் கம்யூனிஸ்டுகளுடன் ஒரு ஐக்கிய முன்னணிக்கான முயற்சி வளர்ந்து கொண்டிருக்கிறது. அதை நாம் வரவேற்கிறோம். இந்த உண்மையில் அவர்களுடைய புரட்சிகரமான உணர்வின் வளர்ச்சியைக் காண்கிறோம். தொழிலாளி வர்க்கத்திடம் உள்ள பிளவு மங்கி வருவதன் தொடக்கத்தைக் காண்கிறோம். நமது கருத்துப்படி செயல் ஒற்றுமை மிகவும் அவசர அவசியமானதாகும். அதுதான் பாட்டாளி வர்க்கத்தின் அரசியல் ஒற்றுமையை ஸ்தாபிப் பதற்கான உண்மையான பாதையும் கூட. எனவே நாம் பிரகடனம் செய்வது: கம்யூனிஸ்டு அகிலமும் அதன் அங்கங்களும் இரண்டாவது அகிலத்துடனும் அதன் அங்கங்களுடனும் முதலாளித்துவத்தின் தாக்குதலை எதிர்த்தும் பாஸிஸத்தை எதிர்த்தும் ஒரு ஏகாதிபத்திய யுத்த அபாயத்தை எதிர்த்தும் உள்ள போராட்டத்தில் தொழிலாளி வர்க்க ஒற்றுமையை ஸ்தாபிப்பதற்கு பேச்சு வார்த்தை நடத்துவதற்குத் தயாராக இருக்கிறோம்.

முடிவுரை

தோழர்களே! நான் என்னுடைய அறிக்கையை முடிக்கிறேன். ஆறாவது காங்கிரஸிற்குப் பிறகு நிலைமையில் ஏற்பட்டுள்ள மாற்றங்களையும், நம்முடைய போராட்டங்களின் படிப்பினை களையும் கணக்கில் எடுத்துக் கொண்டு, நமது கட்சிகளில் ஏற்கனவே ஏற்பட்டுள்ள ஸ்திரத்தன்மையின் அளவையும் சார்ந்து நின்று நாம் இன்று பல பிரச்னைகளை கிளப்பிக் கொண்டிருக்கிறோம். பிரதானமாக ஐக்கிய முன்னணியைப் பற்றிய பிரச்னை, சமூக ஜனநாயகத்துடன் சீர்திருத்தவாத தொழிற்சங்கங்களுடன், இதர வெகுஜன ஸ்தாபனங்களுடன் அணுகும் முறை முதலிய பிரச்னைகள் முன் வந்துள்ளன.

சில அப்பாவிகள் இருக்கிறார்கள். அவர்கள் நாம் நம்முடைய அடிப்படைப் பிரச்னைகளிலிருந்து விலகிச் செல்வதாகக் கருதுகிறார்கள். போல்ஷிவிக் நேர்க்கோட்டிலிருந்து ஒரு வகையான வலது திருப்பம் ஏற்படுவதாகக் கருதுகிறார்கள்; நல்லது. எனது நாட்டில் பல்கேரியாவில் அவர்கள் கூறுகிறார்கள் பட்டினி கிடப்பவன் எப்போதும்

பணியாரத்தைப் பற்றியே கனவு காண்கிறான் என்று, அந்த அரசியல் கோழிகள் என்ன வேண்டுமானால் நினைத்துக் கொள்ளட்டும்.

அதைப் பற்றி அதிகமாக நமக்குக் கவலையில்லை. நமக்கு முக்கியமானது உலகம் முழுவதிலும் உள்ள விரிந்த மக்கள் பகுதிகளும், நமது கட்சிகளும், நாம் எதற்காக பாடுபட்டுக் கொண்டிருக்கிறோம் என்பதை சரியாகப் புரிந்து கொள்ள வேண்டும்.

நமது கொள்கைகளையும் தந்திர உபாயங்களையும் மாறிக் கொண்டிருக்கும் நிலைமைகளுக்குத் தக்கபடியும் உலகத் தொழிலாளர் இயக்கத்தில் ஏற்பட்டிருக்கும் மாற்றங்களுக்குத் தக்கபடியும் சரியானபடி புனரமைத்துக் கொள்ளாவிட்டால் மார்க்ஸ், எங்கெல்ஸ், லெனின் ஆகியோரின் உண்மையான சீடர்கள் என்ற பெயருக்குத் தகுந்தபடி நாம் புரட்சிகரமான மார்க்சிஸ்டுகள், லெனினிஸ்டுகளாக இருக்கமாட்டோம்.

நம்முடைய சொந்த அனுபவங்களிலிருந்தும் மக்களுடைய அனுபவங்களிலிருந்தும் நாம் கற்றுக் கொள்ளாவிட்டால் நாம் உண்மையான புரட்சிக்காரர்களாக இருக்க முடியாது.

முதலாளித்துவ நாடுகளிலுள்ள நமது கட்சிகள் தொழிலாளி வர்க்கத்தின் உண்மையான அரசியல் கட்சிகளாக வெளிவந்து செயல்பட வேண்டுமென்று நாம் விரும்புகின்றோம். அந்தந்த நாடுகளின் வாழ்க்கையில் உண்மையில் ஒரு அரசியல் அம்சமாக நம் கட்சிகள் விளங்க வேண்டுமென்றும் எல்லா காலங்களிலும் ஒரு செயலூக்கம் உள்ள போல்ஷிவிக் வெகுஜன கொள்கையை கடைப்பிடிக்க வேண்டு மென்றும் வெறும் பிரச்சாரம், விமர்சனம் ஒரு பாட்டாளி வர்க்க சர்வாதிகாரத்திற்கான போராட்டத்திற்கான வெறும் வேண்டுகோள்களை விடுப்பதுடன் மட்டும் இருக்கக் கூடாதென்றும் நாம் விரும்புகின்றோம்.

நாம் முன்கூட்டி வகுக்கப்பட்ட செயற்கை சூத்திரங்களுக்கு எதிரிகள். ஒவ்வொரு தருணத்திலும் ஒவ்வொரு இடத்திலும் உள்ள ஸ்தூலமான நிலைமையை கணக்கில் எடுத்துக்கொள்ள வேண்டும் என்று விரும்புகிறோம். எந்த இடத்திலும், எல்லா இடத்திலும் ஒரே வார்ப்பிலான ஒரே மாதிரியான முறைகளைக் கையாளக் கூடாது. வேறுபட்ட நிலைமைகளில் கம்யூனிஸ்டுகளின் நிலை ஒரே மாதிரியாக இருக்கக் கூடாது என்பதை நாம் மறந்துவிடக் கூடாது.

வர்க்கப் போராட்டத்தின் வளர்ச்சியின் எல்லாக் கட்டங்களையும் மக்கள் தங்களுடைய வர்க்க உணர்வுகளின் வளர்ச்சிக் கட்டங்களிலும் மிகவும் நிதானத்துடன் கணக்கில் எடுத்துக் கொள்ள வேண்டுமென்று

விரும்புகிறோம். அதன் மூலம் தான் புரட்சிகரமான இயக்கத்தின் ஒவ்வொரு கட்டத்தினுடைய ஸ்தூலமான பிரச்னைகளை அந்தக் கட்டத்திற்கு உகந்த முறையில் கணித்து அப்பிரச்னையைத் தீர்க்கமுடியும்.

வர்க்க விரோதியை எதிர்த்து போராடுவதற்காகவும் பாட்டாளி வர்க்க வெகு ஜனங்களிடமிருந்தும் இதர சகல உழைக்கும் மக்களிடமிருந்தும் புரட்சிகரமான முன்னணிப் படை தனிமைப் படுவதைத் தவிர்க்க வழி காண்பதற்கும் பூர்ஷுவா வர்க்கத்திற்கு எதிராகவும் பாஸிசத்திற்கு எதிராகவும் ஆன போராட்டத்தில் தங்களது இயல்பான நேச சக்திகளிடமிருந்து தொழிலாளி வர்க்கம் தானும் மிகவும் மோசமான முறையில் தனிமைப்படுவதை தவிர்க்கவும் கூட நாம் விரிவான ஜனப் பகுதிகளுடன் இணைந்த ஒரு பொது மொழியைக் காண விரும்புகிறோம்.

நாம் மேலும் மேலும் அதிகமாக விரிவான மக்கள் பகுதிகளை புரட்சிகரமான வர்க்கப் போராட்டத்தில் கொண்டு வரவும் அவர்களுடைய சொந்த அதி முக்கிய நல உரிமைகள் மற்றும் அவசியத் தேவைகள் ஆகியவற்றிலிருந்து தொடங்கி அதை தொடங்குமிடமாகக் கொண்டு அவர்களுடைய சொந்த அனுபவங்களின் அடிப்படையில் அவர்களை பாட்டாளி வர்க்கப் புரட்சிக்கு இட்டுச் செல்ல விரும்புகிறோம்.

பெரும் புகழ்மிக்க இரஷ்ய போல்ஷிவிக்குகளின் உதாரணங்களைப் பின்பற்றி கம்யூனிஸ்டு அகிலத்தின் தலைமையான கட்சியான சோவியத் யூனியன் கம்யூனிஸ்டுக் கட்சியின் முன் உதாரணமாகக் கொண்டு ஜெர்மன், ஸ்பெயின், ஆஸ்திரியா, மற்றும் இதர நாட்டு கம்யூனிஸ்டுகளின் புரட்சிகரமான பெரும் வீரத்தை பேருண்மையான புரட்சிகரமான எதார்த்த வாதத்துடன் இணைத்து முக்கியமான அரசியல் பிரச்னைகளுடன் சேர்ந்த புத்தகப் பூச்சிகளின் ஒட்டு வேலைகளின் கடைசி மிச்ச சொச்சங்களுக்கு ஒரு முடிவுகட்ட விரும்புகிறோம்.

நமது கட்சிகளை அவர்கள் எதிர்நோக்கும் அதிக சிக்கல் நிறைந்த அரசியல் பிரச்னைகளைத் தீர்க்கும் வகையில் சகல துறைகளிலும் பயிற்சி கொடுத்து தயார் செய்ய விரும்புகிறோம். இதற்காக அவர்களுடைய தத்துவார்த்த ஞானத்தை மேலும் மேலும் உயர்த்த விரும்புகிறோம். பத்தாம் பசலி குருட்டுத் தத்துவவாதங்களில் அன்றி உயிரோட்டமுள்ள மார்க்ஸிச - லெனினிச உணர்வில் பயிற்சி அளிக்க விரும்புகிறோம்.

நமது அணிகளிலிருந்து சகலவிதமான சுய திருப்தி கொண்ட செக்டேரியனிசத்தை துடைத்தெறிய விரும்புகிறோம். செக்டேரியனிசம் நாம் மக்களிடம் செல்லும் பாதையை அடைத்துவிடும் உண்மையான போல்ஷிவிக் வெகுஜனக் கொள்கையை செயல்படுத்துவதைத் தடுத்துவிடும்.

வலதுசாரி சந்தர்ப்பவாதத்தின் திண்ணிய ‘வெளிப்பாடுகளை எதிர்த்துள்ள போராட்டத்தை ஒவ்வொரு வழியிலும் தீவிரப்படுத்த விரும்புகிறோம். இந்தத் துறையில் ஒரு மாதத்து நமது வெகுஜனக் கொள்கையையும் போராட்டத்தையும் செயல்படுத்தும்போது குறிப்பாக நிகழ்கிறது என்பதை மனதில் கொள்ள வேண்டும்.

ஒவ்வொரு நாட்டிலுள்ள கம்யூனிஸ்டுகளும் பாட்டாளி வர்க்கத்தின் முன்னணிப்படை என்ற முறையில் தங்களுடைய சொந்த அனுபவங்களிலிருந்து கிடைக்கக் கூடிய எல்லாப் படிப்பினைகளையும் உடனுக்குடன் கவனத்தில் கொண்டு செயலில் பயன்படுத்த விரும்புகிறோம். வர்க்கப் போராட்டமென்னும் கொந்தளிப்பு மிக்க பெரும் கடலில் எவ்வாறு பிரயாணம் செய்ய வேண்டும் என்பதை வெகு வேகமாக புரிந்துகொள்ள வேண்டுமென்று விரும்புகிறோம். வெறும் பார்வையாளராக கடற்கரையில் அமர்ந்திருக்கக் கூடாது. அல்லது பொங்கியெழும் அலைகளைப் பதிவு செய்துகொண்டு நல்லகாலம் வரும் என்று எதிர்பார்த்துக் கொண்டு சும்மா இருக்கக் கூடாது. இதைத்தான் நாம் விரும்புகிறோம்.

இவை அனைத்தையும் நாம் விரும்புவதற்குக் காரணம் இந்த வழியில்தான் சகல உழைக்கும் மக்களின் தலைமையில் நின்று தொழிலாளி வர்க்கம் கோடி பலம் கொண்ட புரட்சிகரமான பெரும் படையாக பிணைந்து நின்று கம்யூனிஸ்ட் அகிலத்தின் தன்னுடைய வரலாற்றுக் கடமையை உறுதியுடன் நின்று நிறைவேற்ற முடியும். பாஸிஸத்தையும் அதனுடன் சேர்ந்து முதலாளித்துவத்தையும் இந்த மண்ணின் முகத்திலிருந்து துடைத்தெறிய முடியும்.

2. பாஸிஸத்திற்கெதிராக தொழிலாளி வர்க்கத்தின் ஒற்றுமை

கம்யூனிஸ்டு அகிலத்தின் ஏழாவது உலக காங்கிரஸில்
ஆற்றிய முடிவுரை, 1935 ஆகஸ்டு 13

தோழர்களே! என்னுடைய அறிக்கையின் மீது முழுமையான விவாதம் நடைபெற்றிருக்கிறது. அது, இந்தக் காங்கிரஸானது முதலாளித்துவத்தின் தாக்குதலுக்கும் பாஸிஸத்தின் தாக்குதலுக்கும் எதிராக ஒரு ஏகாதிபத்திய யுத்த அபாயத்திற்கும் எதிராக தொழிலாளி வர்க்கப் போராட்டத்தின் நம் முன்புள்ள அடிப்படையான உபாயங்கள் பற்றிய பிரச்னைகள் மீதும் கடமைப்பாடுகள் மீதும் எவ்வளவு அதிகமாக அக்கறை காட்டியிருக்கிறது என்பதை எடுத்துக் காட்டியிருக்கிறது.

எட்டு நாட்களாக நடைபெற்றுள்ள விவாதத்தைத் தொகுத்துக் கூறும்போது நாம் கூற முடியும், அறிக்கையில் கண்டுள்ள எல்லா பிரதானமான கருத்துரைகளும் காங்கிரஸின் ஒரு மனதான அங்கீகாரத்தைப் பெற்றிருக்கிறது. எந்த ஒரு பேச்சாளரும் நாம் பிரேரேபித்து உள்ள உபாய வழியை ஆட்சேபிக்கவில்லை . அல்லது நாம் சமர்ப்பித்த தீர்மானத்தை மறுக்கவில்லை.

இந்தக் காங்கிரஸில் ஏற்பட்டுள்ள அளவு சித்தாந்த ஒற்றுமையும் அரசியல் ஒற்றுமையும் இதற்கு முன் கம்யூனிஸ்டு அகிலத்தின் முந்திய எந்தக் காங்கிரஸிலும் ஏற்பட்டதில்லை என்பதை நான் துணிந்து கூற முடியும். இந்தக் காங்கிரஸில் ஏற்பட்டுள்ள ஒருமனதான கருத் தொற்றுமை, மாறியுள்ள சூழ்நிலைமைகளுக்குத் தக்கபடியும், கடந்த பல ஆண்டுகளாக நமக்குக் கிடைத்துள்ள ஏராளமான வளமான அறிவூட்டத்தக்க அனுபவங்களின் அடிப்படையிலும் நமது கொள்கையையும் உபாயங்களையும் திருத்தி அமைத்துக் கொள்ள வேண்டிய அவசியத்தை சுட்டிக் காட்டுகிறது. இந்த நிலை பற்றி நமது அணிகள் முழுமையாக அங்கீகரித்துள்ளார்கள் என்பதையும் சுட்டிக் காட்டுகிறது.

இந்த ஒருமனதான கருத்தொற்றுமையை, இன்று சர்வதேசப் பாட்டாளி வர்க்க இயக்கத்தின் ஆகப் பெரிய உயர்ந்த உடனடியான

பிரச்னையான பாஸிஸத்திற்கெதிரான போராட்டத்தில் தொழிலாளி வர்க்கத்தின் அனைத்து பகுதிகளின் செயலொற்றுமையை ஸ்தாபிப்பது என்னும் பிரச்னைக்கு வெற்றிகரமாகத் தீர்வு காண்பதற்குள்ள முக்கியமான நிபந்தனை நிலைகளில் ஒன்றாக சந்தேகத்திற்கிடமின்றிக் கருதலாம்.

இந்தப் பிரச்னையை வெற்றிகரமாகத் தீர்ப்பதற்குத் தேவையானது: முதலாவதாக கம்யூனிஸ்டுகள் மார்க்ஸிஸ லெனினிஸ பகுப்பாராய்ச்சி என்னும் ஆயுதத்தை மிகத்திறமையாக இயக்குகிறார்கள். எதார்த்த நிலைமைகளையும் வர்க்க சக்திகளின் சேர்க்கையைப் பற்றியும் நன்கு ஆராய்ந்தறிந்து அவைகளின் வளர்ச்சிக்குத் தக்கபடி அவர்களுடைய வேலைகளையும் போராட்டத்திட்டங்களை அமைத்துக்கொள்கிறார்கள். நமது தோழர்களிடம் அடிக்கடி காணப்படுகின்ற பலவீனங்களை சாரமற்ற திட்டங்கள், உயிரற்ற சூத்திரங்கள், ரெடிமேட் மாதிரி முறைகள் முதலிய பலவித பலவீனங்களை கருணையின்றி களைந்தெறிய வேண்டும். போதுமான ஞானமில்லாமல் அல்லது போதுமான அளவில் மார்க்ஸிஸ-லெனினிஸ ஆய்வு இல்லாமல் அதற்குப் பதிலாக பொதுவான வாசகங்களை வைத்துக் கொண்டு எந்தவிதமான விளக்கமும் இல்லாமல், சூழ்நிலைமை என்ன என்பதைக் கணக்கிடாமல் வர்க்க சக்திகளின் உறவுகள் எந்த அளவில் இருக்கின்றன, பாட்டாளி வர்க்கம் மற்றும் வெகுஜன தொழிலாளி வர்க்கத்தின் புரட்சிகரமான பக்குவ நிலை எந்த அளவுக்கு இருக்கிறது என்பதைக் கணக்கில் கொள்ளாமல், குறிப்பிட்ட நெருக்கடியிலிருந்து மீள்வதற்கு ஒரு புரட்சிகரமான வழியைக் காட்டக்கூடிய அளவில் கம்யூனிஸ்டு கட்சியின் செல்வாக்கைப் பற்றி அளவிடாமல் "நெருக்கடியிலிருந்து மீள்வதற்குப் புரட்சிகரமான வழி" என்றெல்லாம் வெறும் வாசகங்களை மட்டும் கூறிவரும் ஒரு நிலவரங்களுக்குக் கம்யூனிஸ்டுகள் ஒரு முடிவு கட்ட வேண்டும். இத்தகைய ஒரு ஆய்வு இல்லாமல் இந்த கோஷங்கள் எல்லாம் வெறும் சொரக் குடுக்கையாக சொத்தைச் சங்கு போல வெறும் வார்த்தைகளாகத் தான் இருக்கும். இவை நம்முடைய அன்றாடக் கடமைப்பாடுகளை தெளிவற்றதாகத்தான் ஆக்கும். ஒரு திண்மையான ஸ்தூலமான மார்க்ஸிஸ லெனினிஸ ஆய்வு இல்லாமல், பாஸிஸம் பற்றிய பிரச்னையை, பாட்டாளி வர்க்க ஐக்கிய முன்னணி, மக்கள் கூட்டணி பற்றிய பிரச்னைகளை பூர்ஷ்வா ஜனநாயகத்தின்பால் நமது அணுகும் முறை பற்றிய பிரச்னையை, ஒரு ஐக்கிய முன்னணி சர்க்கார் பற்றிய பிரச்னையை, தொழிலாளி வர்க்கத்திடையில் குறிப்பாக சமூக ஜனநாயகத் தொழிலாளர்களுக்கிடையில் ஏற்பட்டுக் கொண்டிருக்கும் வளர்ச்சிப்

போக்கு பற்றிய பிரச்னையை இன்னும் இது போன்ற எண்ணற்ற பிரச்னைகளை வாழ்க்கை முன்னிருத்தும் பிரச்னைகளை வர்க்கப் போராட்டம் இன்று நம் முன்னிறுத்தும் பிரச்னைகளை எதிர்காலத்தில் முன்னிறுத்தவிருக்கும் பிரச்னைகளை முன்வைத்து விளக்கவும் அதைத் தீர்க்கவும் முடியாது.

இரண்டாவதாக, நமக்கு உயிரூக்கமிக்க ஆட்கள் வேண்டும். வெகுஜனத் தொழிலாளர்களிடமிருந்து தோன்றிவளர்ந்துள்ள, அவர்களுடைய அன்றாடப் போராட்டங்களிலிருந்து தோன்றி வெளிவந்துள்ள ஆட்கள். தீவிரமாகப் போர்க்குணத்துடன் செயல்படும் பாட்டாளி வர்க்கத்தின் லட்சியத்தில் முழுமனதுடன் ஈடுபாடு கொண்டுள்ள ஆட்கள், 'நம்முடைய காங்கிரஸின் - முடிவுகளை செயல்படுத்துவதற்கு தங்கள் கருத்தையும் கரங்களையும் முழுதும் ஈடுபடுத்தும் ஆட்கள் நமக்கு வேண்டும். போல்ஷிவிக், லெனினிஸ்டு ஊழியர்கள் இல்லாமல், பாஸிஸத்திற்கு எதிரான போராட்டத்தில் உழைக்கும் மக்களை எதிர்நோக்கும் எண்ணற்ற பிரச்னைகளைத் தீர்க்க முடியாது.

மூன்றாவது, மார்க்ஸிஸ-லெனினிஸ தத்துவத்தை ஒரு திசை காட்டு கருவியாகக் கொண்டுள்ள ஆட்கள் நமக்குத் தேவை. தத்துவம் இல்லாமல் அதைத் திறனோடு பயன்படுத்தாமல் இருந்தால் அந்த ஆட்கள் குறுகிய கண்ணோட்டத்தோடு கூடிய குறுகிய பார்வையுள்ள வெறும் நடைமுறைவாதிகளாக இருப்பார்கள், தொலைநோக்கு இல்லாதவர்களாக இருப்பார்கள். ஒவ்வொரு காரியத்திற்கு காரியம் முடிவுகள் எடுப்பார்கள். மக்கள் எங்கு செல்கிறார்கள், உழைக்கும் மக்களை எங்கு நாம் தலைமை தாங்கி இட்டுச் செல்கிறோம் என்பதைக் காட்டும் போராட்டத்தின் விரிவான தொலைக்காட்சியை இழந்து விடுவோம்.

நான்காவது, நமது தீர்மானங்களை செயல்படுத்துவதற்கு வெகு ஜனங்களுடைய ஸ்தாபனம் தேவை. நமது சித்தாந்த அரசியல் செல்வாக்கு மட்டும் போதாது. இயக்கம் தானாகவே வளர்ச்சியடையும் என்று நம்பி இருக்கும் நிலைக்கு ஒரு முடிவு கட்ட வேண்டும். இது நமது அடிப்படை பலவீனங்களில் ஒன்றாகும். விடாப்பிடியாக, உறுதியாக நீண்ட நெடும் நாட்களுக்கு மிகவும் பொறுமையுடன் இன்னும் சொல்லப்போனால் சில சமயங்களில் வெளித்தோற்றத்தில் நன்றியில்லாத வேலையாக நம் பக்கத்தில் ஸ்தாபன வேலை இல்லாமல் வெகுஜன மக்களை கம்யூனிஸ்டு கரைக்குக் கொண்டு வர முடியாது என்பதை நினைவில் கொள்ள வேண்டும். வெகுஜனங்களை ஸ்தாபன

ரீதியில் திரட்டுவதற்கு, சாத்தியப்படுவதற்கு நமது தீர்மானங்களை கம்யூனிஸ்டுகளின் சொந்த சொத்தாக மட்டும் வைத்துக் கொள்ளாமல் விரிவான உழைக்கும் மக்களின் வெகுஜனப் பகுதியின் சொத்தாகவும் ஆக்கும் லெனினிஸ்டு கலையை நாம் முயன்று பெறவேண்டும். நாம் வெகுஜனங்களிடம் புத்தக சூத்திரங்களின் மொழியிலல்லாமல் வெகு ஜனங்களின் லட்சியத்திற்காக நிற்கும் போராட்ட வீரர்களின் மொழியில் கோடிக்கணக்கான மக்களின் அடி ஆழ சிந்தனைகளையும் உணர்வுகளையும் பிரதிபலிக்கும் ஒவ்வொரு வார்த்தையையும் கருத்தையும் வெளிப்படுத்தும் மொழியில் பேசுவதற்குக் கற்றுக் கொள்ள வேண்டும்.

பிரதானமான இந்தப் பிரச்னைகளைப் பற்றித்தான் விவாதத்திற்கு நான் அளிக்கும் பதிலில் விளக்கப்போகிறேன்.

தோழர்களே! காங்கிரஸானது புதிய உபாய வழிகளை மிகுந்த உற்சாகத்துடனும் ஒருமனதுடனும் வரவேற்றிருக்கிறது. உற்சாகமும் ஒருமனதான முடிவுகளும் மிகச் சிறந்ததுதான். ஆனால் இன்னும் சிறந்தது நம்மை எதிர் நோக்கும் கடமைப்பாடுகள்பால் மிக்க ஆழமாக கருத்தூன்றி விமர்சன பூர்வமாக அணுகுவதுடன், நிறைவேற்றப்பட்ட தீர்மானங்களைப் பற்றி தெளிவும் பாண்டித்யமும் ஏற்பட்டு அதனுடனும், ஒவ்வொரு நாட்டிலும் உள்ள குறிப்பிட்ட சூழ்நிலைமைகளில் இந்தத் தீர்மானங்களை செயல்படுத்தும் வழிகளையும் முறைகளையும் சாதனங்களையும் பற்றி ஒரு உண்மையான தெளிவான ஞானம் ஏற்பட்டு அதனுடனும் இணைப்பதாகும்.

எப்படியிருந்தாலும் இப்போது நமக்கு முன்பாக ஏக மனதாகத் தீர்மானங்களை நிறைவேற்றியிருக்கிறோம். ஆனால் சிரமம் என்னவென்றால், நாம் பெரும்பாலும் இந்தத் தீர்மானங்களைப் பெயரளவில் தான் நிறைவேற்றுகிறோம். அதிகமாகப் போனால் தொழிலாளி வர்க்கத்தின் முன்னணிப் பகுதியாக உள்ள ஒரு சிறு கூட்டத்தின் சொத்தாகத்தான் அவைகளை வைத்திருக்கிறோம், நம்முடைய தீர்மானங்கள் கோடிக்கணக்கான மக்களின் ரத்தமும் சதையுமாக ஆகவில்லை. அல்லது அவர்களுடைய செயலுக்கு வழிகாட்டியாக ஆகவில்லை.

நிறைவேற்றப்படும் தீர்மானங்கள் சம்பிரதாயமான அணுகும் முறைகளைப் பற்றி இத்தகைய ஏற்கனவே இறுதியாகக் கைவிட்டு விலக்கிவிட்டோம் என்று உறுதியாகக் கூற முடியுமா? இல்லை, கூற முடியாது. இந்தக் காங்கிரஸில் கூட சில தோழர்களின் பேச்சுக்களில்

சம்பிரதாயத்தின் பழைய முறைகளின் மிச்சசொச்சங்கள் வெளிப்பட்டன. உண்மை நிலையையும் உயிருள்ள அனுபவங்களையும் ஸ்தூலமாக அலசி ஆராய்வதற்குப் பதிலாக சில வகையான புதிய திட்டங்களை சில வகையான புதிய மிக மிக லேசான உயிரற்ற சூத்திரங்களை, இல்லாததை உண்மையில் இருப்பதாகக் கூறி அதைப் பிரதிநிதித் துவப்படுத்த அந்த சூத்திரங்களை முன் வைக்கும் போக்கு அவ்வப்போது வெளிப்பட்டிருக்கிறது.

பாஸிஸத்திற்கு எதிரான போராட்டம் ஸ்தூலமானதாக இருக்க வேண்டும்

பாஸிஸத்தைப் பற்றிப் பொதுவாகக் குணாம்சப்படுத்திக் கூறினால் போதாது. அது எவ்வளவு சரியாக இருந்தாலும் போதாது. பாஸிஸத்தின் வளர்ச்சியைப் பற்றிய விசேஷ அம்சங்களை, தனிப்பட்ட பல நாடுகளில் அதன் பல்வேறு கட்டங்களில் பாஸிஸ சர்வாதிகாரம் எடுக்கும் பல்வேறு வடிவங்களைக் கணக்கில் எடுத்துக் கொண்டு அவற்றை விவரமாகப் படித்தறிய வேண்டியது அவசியமாகும். ஒவ்வொரு நாட்டிலும் உள்ள தேசீயத் தனித்தன்மைகளை, பாஸிஸத்தின் குறிப்பிட்ட தேசீய அம்சங்களை ஆராய்ந்து படித்தறிந்து உறுதிப்படுத்த வேண்டியது அவசியம். அதற்குத் தக்கபடி பாஸிஸத்திற்கெதிரான சரியான சக்தியான போராட்ட வடிவங்களையும் முறைகளையும் வகுத்துக்கொள்ள வேண்டும்.

லெனின் இடைவிடாது விடாப்பிடியாக "ஒரே மாதிரிச் சட்டமான முறைகளுக்கும், உபாய விதிகளையும் போராட்ட விதிமுறைகளையும் ஒரே மட்டப்படுத்தி ஒரே மாதிரி அடையாளம் வைப்பதற்கும்" எதிராக எச்சரிக்கை செய்தார். இந்த எச்சரிக்கை குறிப்பாகப் பொருந்துவது, மக்களுடைய தேசீய உணர்வுகளையும் தப்பெண்ணங்களையும் மிகவும் சாதுர்யமாகவும் மறைபொருளாகவும் சூழ்ச்சியாகவும் ஏமாற்றிப் பயன்படுத்தும், முதலாளித்துவ எதிர்ப்புச் சாயல்களை பெரு முதலாளி களுடைய நலன்களுக்குச் சாதகமாகப் பயன்படுத்தும் ஒரு எதிரியை எதிர்த்துப் போராடும் பிரச்னை வரும்போதாகும். அத்தகைய எதிரியை எல்லாக் கோணங்களிலிருந்தும் மிகவும் சரியாகத் தெளிவாக அடையாளம் கண்டு புரிந்து கொள்ள வேண்டும். எந்தவிதமான தாமதமும் இல்லாமல் அந்த எதிரியின் பல்வேறுவிதமான சூழ்ச்சிகளைப் புரிந்து அதற்கு பதிலளிக்க வேண்டும். அவனுடைய மறைமுகமான அசைவுகளைக் கண்டுபிடிக்க வேண்டும். எந்த நேரத்திலும் எந்த அரங்கத்திலும் அவனுக்கு பதிலடி கொடுப்பதற்கு நாம் தயாராக இருக்க வேண்டும். அவனுடைய கழுத்தை மிகவும் வேகமாகவும்

மிகவும் சரியாகவும் நெருக்குவதற்கு ஏதாவது உதவுமானால் அதை அந்த விரோதியிடமிருந்தும் நாம் கற்றுக்கொள்ள தயங்கக் கூடாது.

பாஸிஸத்தின் வளர்ச்சியைப் பற்றி எல்லா நாடுகளுக்கும் எல்லா மக்களுக்கும் பொருத்தமானதென ஒரு வகையான அனைத்து அம்சங்களும் அடங்கிய ஒரு திட்டத்தை வரைந்து வைப்பது மிகவும் தவறாகும். அத்தகைய ஒரு திட்டம் நமக்கு உதவி செய்யாது. அது மட்டுமல்லாமல் அது உண்மையான போராட்டத்தை நடத்துவதற்கு இடையூறுதான் விளைவிக்கும். எல்லாம் போக அதன் விளைவு சில பகுதி மக்களைத் தாறுமாறான முறையில் பாஸிஸ முகாமிற்குள் கொண்டு போய்விடும். அந்த மக்கள்பால் நாம் சரியாக அணுகி இருந்தால் அவர்களை ஒரு குறிப்பிட்ட வளர்ச்சிக் கட்டத்தில் பாஸிஸத்திற்கு எதிரான போராட்டத்தில் கொண்டு வந்து சேர்த்துவிட முடியும், அல்லது குறைந்த பட்சம் அவர்களை நடுநிலைப்படுத்தவாவது முடியும்.

உதாரணத்திற்கு பிரான்ஸிலும் ஜெர்மனியிலும் பாஸிஸத்தின் வளர்ச்சியைப் பற்றி எடுத்துக் கொள்வோம். சில தோழர்கள் நம்புகிறார்கள், பொதுவாகப் பேசும்போது ஜெர்மனியைப் போல பிரான்ஸில் அவ்வளவு சுலபமாக பாஸிஸம் வளர முடியாது என்று. இந்தக் கருத்தில் உள்ள உண்மை என்ன, அல்லாதது என்ன? பிரான்ஸில் உள்ளதைப் போல ஜெர்மனியில் ஆழமாக வேர்விட்ட ஜனநாயக மரபுகள் இல்லை என்பது உண்மைதான், பிரான்ஸில் பதினெட்டாம், பத்தொன்பதாம் நூற்றாண்டுகளில் பல புரட்சிகள் நிகழ்ந்திருக்கின்றன. பிரான்ஸ் யுத்தத்தில் ஒரு வெற்றியடைந்த தேசம் என்பதும், வெர்சேல்ஸ் ஒப்பந்தத்தை இதர நாடுகளின்மீது திணித்த ஒரு நாடு என்பதும், ஜெர்மனிக்கு ஏற்பட்ட அளவுக்கு பிரெஞ்சு மக்களின் தேசீய உணர்வு அவமானப்படுத்தப்படவில்லை என்பதும் இந்தப் பிரச்னை ஜெர்மனியில் மிகப்பெரிய பங்கை ஆற்றியிருக்கிறது என்பதெல்லாம் உண்மைதான். பிரான்ஸில் விவசாயிகளின் அடிப்படை வெகுஜனப் பகுதி எல்லாம் குறிப்பாகத் தென் பகுதியில் குடியரசுக்கு ஆதரவாக, பாஸிஸத்திற்கு எதிர்ப்பாக உள்ளவர்கள் என்பதும் உண்மைதான். ஜெர்மனியில் இதற்கு நேர்மாறான நிலை, அங்கு பாஸிஸம் அதிகாரத்திற்கு வருவதற்கு முன்பேகூட விவசாயிகளில் கணிசமான பகுதியினர் பிற்போக்குக் கட்சிகளின் செல்வாக்கின் கீழ் இருந்தனர் என்பதும் உண்மையே.

ஆனால் தோழர்களே! பிரான்ஸிலும் ஜெர்மனியிலும் பாஸிஸ்டு இயக்கத்தின் வளர்ச்சியில் இன்றுள்ள வேறுபாடுகள் எப்படியிருந்த போதிலும், பிரான்ஸில் பாஸிஸ்டு தாக்குதலைத் தடுத்து நிறுத்தக்கூடிய அம்சங்கள் இருந்த போதிலும் அங்கு இடைவிடாமல் பாஸிஸ்டு

அபாயம் வளர்ந்து வருவதைக் கவனிக்காமல் இருப்பது குறுகிய பார்வையாகும், அல்லது ஒரு பாஸிஸ திடீர் அதிகாரப் பிடித்தலுக்கான சாத்தியப்பாடுகளை குறைத்து மதிப்பிடுவதாகும். மேலும் பாஸிஸம் வளருவதற்கான வேறு பல சாதகமான அம்சங்கள் பிரான்ஸில் இருக்கின்றன. பொருளாதார நெருக்கடி இதர நாடுகளைக் காட்டிலும் பிரான்ஸில் பின்னால்தான் தொடங்கியது என்பதையும் அது இப்போது மேலும் மேலும் ஆழமாகவும் தீவிரமாகவும் அடைந்து வருகிறது என்பதையும் இந்த நிலை பாஸிஸ்டு வாய்ச் சவடால் கூத்தாட்டத்திற்கு பெரிதும் ஊக்கமளிக்கிறது என்பதையும் யாரும் மறந்து விடக்கூடாது. ராணுவத்திலும் அதிகாரிகளுக்கிடையிலும் பிரெஞ்சு பாஸிஸ்டுகள் பலமான நிலைகளைக் கொண்டிருக்கிறார்கள், ஜெர்மனியில் ராணுவத்திலும் அரசாங்க நிர்வாக அங்கங்களிலும், தேசீய சோஷலிஸ்டுகள் தாங்கள் அதிகாரத்திற்கு வருவதற்கு முன்னால் அவ்வளவு அதிகமான பிடிப்பு இல்லை. மேலும் வேறு எந்த நாட்டிலும் பிரான்ஸில் இருப்பதைப்போல பார்லிமெண்டரி ஆட்சி முறை இவ்வளவு அதிகமாக ஊழல் நிறைந்ததாக இல்லை. அந்த ஊழல் மீது மக்களுடைய கோபாவேசம் இவ்வளவு அதிகமாக பிரான்ஸைப் போல் வேறு எந்த நாட்டிலும் இல்லை. பிரெஞ்சு பாஸிஸ்டுகள் இந்த ஊழல் நிலைமையை பூர்ஷுவா ஜனநாயகத்திற்கெதிரான அவர்களுடைய போராட்டத்தில் வெறும் வாய்ச்சவடாலாக பெரிதும் பயன்படுத்திக் கொள்கிறார்கள் என்பதை நாம் அறிவோம். மேலும் பிரெஞ்சு பூர்ஷுவா வர்க்கம் ஐரோப்பாவில் தனக்குள்ள அரசியல், ராணுவத் தலைமைப் பாத்திரம் எங்கே போய்விடுமோ என்னும் பயத்தில் பாஸிஸத்தின் வளர்ச்சிக்கு மேலும் அதிகமாக உதவுகிறது என்பதை நாம் மறந்துவிடக்கூடாது.

தோழர்கள் தோரேயும், சாச்சினும் இங்கே, பிரான்ஸில் பாஸிஸ்டு எதிர்ப்பு இயக்கம் பெற்றுள்ள வெற்றிகளைப் பற்றிப் பேசினார்கள். அதில் பெரும் மகிழ்ச்சி அடைகிறோம். ஆயினும் அந்த வெற்றிகள் பிரான்ஸில் உழைக்கும் மக்கள் பாஸிஸத்திற்கு பிரான்ஸ் செல்லும் பாதையைத் தடுத்து அடைப்பதில் திட்டவட்டமான வெற்றிகளை சாதித்து விட்டார்கள் என்பதை இன்னும் சுட்டிக் காட்டவில்லை. எனவே பாஸிஸத்தை எதிர்த்துள்ள போராட்டத்தில் பிரஞ்சு தொழிலாளி வர்க்கத்தின் கடமைப்பாடுகளின் முக்கியத்தின் மிகுதியை மற்றும் ஒருமுறை நாம் வலியுறுத்திக் கூறவேண்டியது அவசியம். இதைப்பற்றி ஏற்கனவே என்னுடைய அறிக்கையில் நான் கூறியுள்ளேன்.

இதர நாடுகளில் பாஸிஸத்திற்கு ஒரு விரிவான வெகுஜன அடிப்படை இல்லாத நாடுகளில் பாஸிஸம் பலவீனமாக இருக்கிறது

என்று பிரமைகளை வளர்ப்பது இன்னும் ஆபத்தானதாகும். பல்கேரியா, யுகோஸ்லேவியா, பின்லாந்து முதலிய நாடுகளின் உதாரணங்கள் உள்ளன. இந்த நாடுகளில் பாஸிஸத்திற்கு விரிவான வெகுஜன அடிப்படை இல்லாவிட்டாலும் அரசின் ராணுவத்தை ஆதாரமாகக் கொண்டு பாஸிஸம் அதிகாரத்திற்கு வந்தது. பின்னர் அரசாங்க எந்திரத்தை சாதகமாக வைத்துக் கொண்டு தனது தளத்தை விஸ்தரித்துக் கொள்ள முயன்றது.

தோழர் தத் கூறும்போது, பலவேறு நாடுகளில் உள்ள பாஸிஸ்டு இயக்கத்தின் விசேஷமான அம்சங்களைக் கணக்கில் எடுத்துக் கொள்ளாமல் பொதுவான வகையில் பாஸிஸத்தைக் கருதிக் கூட்டுவது என்னும் போக்கு நம்மிடையே இருக்கிறது. பூர்ஷுவா வர்க்கத்தின் எல்லா பிற்போக்கு நடவடிக்கைகளையும் பாஸிஸம் என்று அழைக்கும் அளவுக்குத் தவறான போக்கு இன்னும் கம்யூனிஸ்ட் அல்லாத முகாம் அனைத்தையும் பாஸிஸம் என்று அழைக்கும் அளவுக்கு வெகு தூரம் செல்லும் தவறான போக்கு நம்மிடையே இருக்கிறது என்று தத் கூறிய கருத்து மிகவும் சரியானதாகும். இந்தப் போக்கின் விளைவு பாஸிஸத்திற்கெதிரான போக்கை பலவீனப்படுத்துமே தவிர பலப்படுத்தாது.

இப்போதும்கூட பாஸிஸத்தைப் பற்றி ஒரே மாதிரியான குருட்டு விட்டமான அணுகும் முறையின் மிச்ச சொச்சங்கள் இருக்கின்றன. ரூஸ்வெல்டினுடைய "புதிய சமூகப் பொருளாதார ஏற்பாடு" கிரேட் பிரிட்டனில் உள்ள "தேசீய சர்க்கார்" ஏற்பாட்டைக் காட்டிலும் அதிகத் தெளிவான வெளிப்படையான பாஸிஸத்தை நோக்கிச் செல்லும் பூர்ஷுவா வர்க்கத்தின் வளர்ச்சியின் வடிவமாகும் என்று சில தோழர்கள் வலுவாகக் கூறுகிறார்கள். இந்தக் கருத்து ஒரே மாதிரியான குருட்டு விட்டம் அணுகும் முறைக்கு உதாரணமல்லவா? பொதுவாகப் பயன் படுத்தப்படுகின்ற பழக்கமான திட்டங்கள் பற்றி பகுதியளவாகவே பார்க்க வேண்டும். அமெரிக்க நிதி மூலதனத்தின் ஆகப் பிற்போக்கான வட்டாரங்கள் ரூஸ்வெல்ட்டைக் கடுமையாகத் தாக்குகின்றன. அவர்கள்தான் அமெரிக்க ஐக்கிய நாடுகளில் பாஸிஸ்டு இயக்கத்திற்கும் ஊக்கமளிக்கிறார்கள், உருவாக்குகிறார்கள் என்பதையும் பார்க்க மறுக்கலாகாது. இந்த வட்டாரங்களின் மோசடித் தனமான மாய்மால வார்த்தைகளுக்குப் பின்னால் தான் அமெரிக்க ஐக்கிய நாடுகளில் உண்மையான பாஸிஸத்தின் தொடக்கம் இருக்கிறது என்பதைப் பார்க்காமல் இவர்களுடைய "அமெரிக்க பிரஜை களின் ஜனநாயக உரிமைகளைப் பாதுகாப்பது" என்னும் வாய் ஜாலங்களுக்குப்

பின்னால் பாஸிஸம் மறைந்து கிடப்பதைப் பார்க்காமல் இருப்பது தொழிலாளி வர்க்கத்தை அதன் படுமோசமான எதிரியை எதிர்த்து நடத்தும் போராட்டத்திற்கு தவறான வழியில் கொண்டு செல்வதற்கு ஒப்பாகும்.

காலனி, அரைக் காலனி நாடுகளிலும்கூட விவாதத்தில் குறிப்பிட்டதைப்போல சில பாஸிஸ்டுக் குழுக்கள் வளர்ந்து கொண்டிருக்கின்றன. ஆனால் அவை எந்த வகையிலும் ஜெர்மனி, இத்தாலி, மற்றும் இதர முதலாளித்துவ நாடுகளில் நாம் பழக்கமாகப் பார்த்திருக்கிற பாஸிஸ வகையைச் சேர்ந்ததல்ல இங்கு மிகவும் தனித் தன்மையாக உள்ள பொருளாதார அரசியல் வரலாற்று நிலைமைகளை படித்தறிய வேண்டும்; கணக்கில் எடுத்துக்கொள்ள வேண்டும். அந்த நிலைமைகளுக்குத் தக்கபடி பாஸிஸம் தனக்கென ஒரு வடிவத்தை எப்படி எடுத்துக் கொண்டிருக்கிறது, இனி எதிர்காலத்தில் எவ்வாறு எடுக்கும் என்பதையும் படித்தறிய வேண்டும்.

உண்மையான வாழ்க்கையின் நிலைத் தோற்றங்களை ஸ்தூலமாக அணுகுவதற்கு முடியாமல் சில தோழர்கள் சிந்தனைச் சோம்பலின் காரணமாய் உண்மை நிலைமை மற்றும் வர்க்க சக்திகளின் உறவு நிலைமையைப் பற்றி கவனமாகவும் திண்ணமாகவும் படித்தறிதலுக்குப் பதிலாக பொதுவான பொறுப்பற்ற சூத்திரங்களை முன் வைக்கிறார்கள். இவர்களை நினைக்கும்போது கூர்மையாகச் சரியாகக் குறி பார்த்துச் சுடக்கூடிய குறி தவறாது சுடுபவர்களை நினைவுபடுத்த வில்லை, ஆனால் சில “கிறுக்குப் பிடித்த” துப்பாக்கி வீரர்களை எப்போதும் தவறாமல் குறிதவறும் அந்த வீரர்களை மேலேயோ, அல்லது குறிக்குக் கீழேயோ, சமீபத்திலோ அல்லது தூரத்திலோ சுட்டுக் கொண்டு எப்போதும் குறிதவறும் அந்த நபர்களையே நமக்கு நினைவுக்கு வருகிறது. ஆனால் நாம் தோழர்களே! தொழிலாளர் இயக்கத்திலுள்ள கம்யூனிஸ்டு போர் வீரர்கள் என்ற முறையில் தொழிலாளி வர்க்கத்தின் புரட்சிகரமான முன்னணிப்படை என்ற முறையில் குறிதவறாது சுடுபவர்களாக தவறாது குறிபார்த்து அடிப்பவர்களாகவே இருக்க விரும்புகிறோம்.

பாட்டாளி வர்க்க ஐக்கிய முன்னணி அல்லது பாஸிஸ்டு எதிர்ப்பு மக்கள் முன்னணி

சில தோழர்கள் தேவையில்லாமல் எதைத் தொடங்குவது-பாட்டாளி வர்க்க ஐக்கிய முன்னணியா அல்லது பாஸிஸ்டு எதிர்ப்பு மக்கள் முன்னணியா என்னும் பிரச்னையைப் போட்டு மூளையைக் குழப்பிக் கொள்கிறார்கள்.

சில தோழர்கள், ஒரு உறுதியான பாட்டாளி வர்க்க ஐக்கிய முன்னணியை உருவாக்காமல் அதுவரை பாஸிஸ்டு எதிர்ப்பு மக்கள் முன்னணியை அமைக்கும் வேலையை ஆரம்பிக்க முடியாது என்று கூறுகிறார்கள்.

இதர சில தோழர்கள் வாதிடுகிறார்கள்: பாட்டாளி வர்க்க ஐக்கிய முன்னணியை ஸ்தாபிப்பதற்கு சமூக-ஜனநாயகத்தின் பிற்போக்குப் பகுதியிலிருந்து பல நாடுகளில் கடும் எதிர்ப்பு இருப்பதால், உடனடியாக முதலில் மக்கள் முன்னணியைக் கட்டுவதைத் தொடங்குவோம், பின்னர் அதன் அடிப்படையில் ஒன்றுபட்ட தொழிலாளி வர்க்கத்தை வளர்க்கலாம், அதுதான் நல்லது என்கிறார்கள்.

இரு தரப்பாரும் ஒன்றைப் புரிந்து கொள்ளத் தவறிவிட்டார்கள். ஒன்றுபட்ட பாட்டாளி வர்க்க முன்னணியும், பாஸிஸ்டு எதிர்ப்பு மக்கள் முன்னணியும் உயிருள்ள தர்க்க ரீதியான போராட்டத்தில் இணைக்கப்பட்டவைகளாகும். அவை ஒன்றையொன்று ஊடும்பாவும் போல் பின்னப்பட்டதாகும், பாஸிஸத்தை எதிர்த்து நடைபெறும் நடைமுறை போராட்டத்தின் வளர்ச்சிப் போக்கில் அவை ஒன்றிலிருந்து ஒன்றிற்குச் செல்லக் கூடியதாகும். அவைகளை ஒன்றையொன்று வேறுபடுத்தும் சீனச்சுவர் ஒன்றுமில்லை.

பாஸிஸ எதிர்ப்பு மக்கள் அணியின் தலைமையான சக்தியாக உள்ள தொழிலாளி வர்க்கத்தின் செயல் ஒற்றுமையை அடையாமல் ஒரு உண்மையான பாஸிஸ எதிர்ப்பு மக்கள் முன்னணியை ஸ்தாபிப்பது சாத்தியமாகும் என்று கருத முடியாது. அதே சமயத்தில் பாட்டாளி வர்க்கத்தின் ஒன்றுபட்ட அணி மேலும் வளருவதற்கு அது பாஸிஸத்தை எதிர்த்துள்ள ஒரு மக்கள் முன்னணியாக மாற்றம் பெற்றால்தான் பெரும்பாலும் சாத்தியமாகும். கணிசமான அளவில் அதைச் சார்ந்தே இருக்கிறது.

தோழர்களே! நீங்கள் இத்தகைய வகையான ஒரு முன்னேற்பாடாகச் செய்யப்பட்ட தத்துவங்களின் பக்தன் என்று உங்களை சற்று நினைத்துக் கொள்ளுங்கள். நமது தீர்மானத்தை உற்றுநோக்கி ஒரு உண்மையான ஒரு பகட்டுப் படிப்பாளியின் வேகத்தோடு தன்னுடைய ஆசைத் திட்டத்தை முன் வைக்கிறார்.

முதலாவதாக, கீழேயிருந்து ஸ்தல அளவிலான ஒன்றுபட்ட பாட்டாளி வர்க்க அணி;

பின்னர் கீழேயிருந்து பிரதேச அளவிலான ஐக்கிய முன்னணி;

அதன் பிறகு மேலிருந்து ஐக்கிய முன்னணி, அதே கட்டங்களைத் தாண்டி உருவாக்குவது;

பிறகு தொழிற்சங்க இயக்கத்தில் ஒற்றுமையைக் கொண்டு வருவது;

அதன் பிறகு இதர பாஸிஸ்டு எதிர்ப்பு கட்சிகளைச் சேர்ப்பது;

இதைத் தொடர்ந்து மேலேயிருந்தும் கீழேயிருந்தும் விரிவடைந்த மக்கள் அணியை உருவாக்குவது,

அதன் பிறகு இயக்கம் இன்னும் மேல் மட்டத்திற்கும் உயர்த்தப்பட வேண்டும், அரசியல் படுத்தப்படவேண்டும், புரட்சிகரமாக்கப்பட வேண்டும். இத்தியாதி, இத்தியாதி.

தோழர்களே, இது சுத்தமான முட்டாள்தனம் என்று நீங்கள் கூறுவீர்கள். இதில் உங்களுடன் எனக்கு உடன்பாடு உண்டு. ஆனால் துரதிருஷ்டவசமாக ஏதாவது ஒரு வடிவத்தில் இத்தகைய செக்டேரியன் மடத்தனம் அடிக்கடி நம்முடைய அணிகளில் காணப்படுகிறது.

இந்த விஷயம் உண்மையில் எப்படி நிற்கிறது? எல்லா இடங்களிலும் பாஸிஸத்திற்கெதிரான போராட்டத்தில் ஒரு பரந்த மக்கள் அணியை கொண்டுவர நாம் பெருமுயற்சி எடுக்க வேண்டியது அவசியமாகும். ஆனால் பல நாடுகளில் பாட்டாளி வர்க்கத்தின் போராட்ட ஒற்றுமை அணியைக் கட்டுவதற்குச் சமூக-ஜனநாயகப் பகுதியிலுள்ள பிற்போக்காளர் கொடுக்கும் எதிர்ப்பைத் தகர்ப்பதற்கு தொழிலாளர்களின் வெகுஜனப் பகுதிகளை ஒன்றுதிரட்டுவதில் வெற்றி பெற்றால் ஒழிய மக்கள் அணி என்பது வெறும் பொதுவான பேச்சாகத்தான் இருக்குமே ஒழிய அதற்கப்பால் செல்லாது. பிரதானமாக கிரேட் பிரிட்டனில் இந்த நிலைமை தானிருக்கிறது. அங்கு ஜனத்தொகையின் பெரும்பகுதியின் தொழிலாளி வர்க்கம் தான், அங்கு பெரும்பாலான தொழிலாளி வர்க்கம் தொழிற்சங்கங்களின் தலைமையையும் லேபர் கட்சியின் தலைமையையும் பின்பற்றுகிறது. பெல்ஜியத்திலும் ஸ்காண்டிநேவிய நாடுகளிலும் நிலைமை இப்படித்தான் இருக்கிறது. அங்கு எண்ணிக்கையில் சிறியதாக உள்ள கம்யூனிஸ்டு கட்சிகள் விரிவான பலமான வெகு ஜனப்பகுதியைக் கொண்ட தொழிற்சங்கங்களையும் எண்ணிக் கையில் மிகப் பெரிய அளவில் உள்ள சமூக ஜனநாயகக் கட்சிகளையும் எதிர்நோக்க வேண்டியதிருக்கிறது.

இந்த நாடுகளில் கம்யூனிஸ்டுகள் மக்கள் அணி என்ற பொதுவான கோஷத்தின் போர்வையில் ஒரு ஒன்றுபட்ட பாட்டாளி வர்க்க அணியை ஸ்தாபிப்பதற்கான போராட்டத்தில் வழுவுவார்களானால்

அவர்கள் ஒரு மிகப் பெரிய மோசமான அரசியல் தவறைச் செய்தவர்களாவார்கள். இங்கு மக்கள் அணி என்பது வெகுஜன தொழிலாளி வர்க்க ஸ்தாபனங்கள் பங்கு கொள்ளாமல் அமைக்க முடியாது. இந்த நாடுகளில் உண்மையான மக்கள் முன்னணியைக் கொண்டுவர, கம்யூனிஸ்டுகள் தொழிலாளர் வெகுஜனப் பகுதிகளிடத்தில் மிகப்பெரிய அளவில் அரசியல், ஸ்தாபன வேலைகளைச் செய்ய வேண்டும். இந்த மக்களுடைய பழைய முன்கூட்டியுள்ள தப்பெண்ணங்களைக் களைய வேண்டும். அவர்கள் ஏற்கனவே, அவர்கள் உள்ள பெரிய சீர்திருத்தவாத ஸ்தாபனங்களே பாட்டாளி வர்க்க ஒற்றுமையின் மொத்த உருவமாக உள்ளது என்று கருதுகிறார்கள். இந்த தவறான கருத்துக்களை அவர்களிடமிருந்து போக்க வேண்டும். இந்த மக்களிடம், கம்யூனிஸ்டுகளுடன் ஒரு ஐக்கிய முன்னணியை ஸ்தாபிப்பது என்பது இந்த மக்கள் வர்க்கப் போராட்டத்தின் பக்கம் திசைதிரும்புவது என்று அர்த்தம் என்பதை அவர்களைப் புரியவைத்து ஒப்புக் கொள்ளச் செய்ய வேண்டும். இந்தத் திருப்பம்தான் முதலாளித்துவத்தின் தாக்குதலை எதிர்த்தும் பாஸிஸத்தை எதிர்த்தும் உள்ள போராட்டத்தின் வெற்றிக்கு உத்திரவாதமளிக்கும். விரிவான கடமைப்பாடுகளை வகுத்துக் கொள்வதன்மூலம் நம்முடைய கஷ்டங்களை நாம் சமாளித்துவிட முடியாது. அதற்கு நேர்மாறாம் இந்தக் கஷ்டங்களை நீக்கப் போராடும் போது நாம் சொல்லளவில் மட்டும் அல்லாமல் செயலளவிலும் பாஸிஸத்திற்கெதிரான, முதலாளித்துவத்தின் தாக்குதல்களுக்கு எதிரான, ஏகாதிபத்திய யுத்த பயமுறுத்தலுக் கெதிரான போராட்டத்திற்கு ஒரு உண்மையான மக்கள் முன்னணியை உருவாக்குவதற்கான தளத்தைத் தயார் செய்ய வேண்டும்.

போலந்தைப் போன்ற நாடுகளில் பிரச்னை வேறுபட்டதாகும். அங்கு தொழிலாளர் இயக்கத்துடன் அதன் பக்கத்தில் ஒரு பலமான விவசாயிகள் இயக்கமும் வளர்ந்து கொண்டிருக்கிறது. அங்கு விவசாய மக்கள் தங்கள் சொந்த ஸ்தானபங்களைக் கொண்டிருக்கிறார்கள். அந்த ஸ்தாபனங்கள் விவசாய நெருக்கடியின் விளைவாய் மிகவும் தீவிரமடைந்து கொண்டிருக்கிறார்கள். அங்கு தேசீய ஒடுக்குமுறை தேசீய சிறுபான்மையினரிடம் கோபாவேசத்தை உண்டாக்கிக் கொண்டிருக்கிறது. இங்கு மக்கள் முன்னணியின் போராட்ட வளர்ச்சி, ஒன்றுபட்ட பாட்டாளி வர்க்க முன்னணியின் வளர்ச்சியோடு அதற்கு ஈடாக முன் செல்லும். சில சமயங்களில் இந்த மாதிரி நாடுகளில் ஒரு பொதுவான மக்கள் முன்னணிக்கான இயக்கம் ஒரு தொழிலாளி வர்க்க முன்னணி இயக்கத்தையும் முந்தி முன் சென்று விடக்கூடும்.

ஸ்பெயினைப் போன்ற ஒரு நாட்டை எடுத்துக் கொள்ளுங்கள். அங்கு பூர்ஷுவா-ஜனநாயகப் புரட்சியின் நிகழ்ச்சிப் போக்கு நடந்து கொண்டிருக்கிறது. இங்கு பாட்டாளி வர்க்கம் பலவேறு சிறு சிறு ஸ்தாபனங்களில் பிரிந்து கிடக்கிறது. அதனால் இங்கே லெர்ரௌக்ஸ், கில் ரோபிள்ஸ் ஆகியோருக்கு எதிராக ஒரு தொழிலாளர் விவசாயிகளின் கூட்டு முன்னணியை உருவாக்குவதற்கு முன்பாகவே தொழிலாளி வர்க்கத்தின் முழுமையான போராட்ட ஒற்றுமையை ஸ்தாபிக்க வேண்டும் என்று அறுதியிட்டுக் கூற முடியுமா? இந்த மாதிரியாக இந்தப் பிரச்னையைத் தீர்க்க முனைந்தால் நாம் பாட்டாளி வர்க்கத்தை விவசாயிகளிடமிருந்து பிரித்துத் தனிமைப்படுத்தி விடுவோம். காரியாம்சத்தில் நாம் விவசாயப் புரட்சி என்னும் கோஷத்தை வாபஸ் பெற்றுவிடுகிறோம் என்று பொருள். இதனால் மக்களின் விரோதிகளுக்கும் தொழிலாளர்களுக்கும் விவசாயிகளுக்கும் இடையில் ஒற்றுமை யின்மையை உண்டாக்குவதும் தொழிலாளி வர்க்கத்திற்கு எதிராக விவசாயிகளைத் திருப்பி விடுவதும் சுலபமாகி விடுகிறது. இருப்பினும், தோழர்களே, இது அஸ்டூரியாஸில் 1934-ம் ஆண்டில் நடைபெற்ற அக்டோபர் சம்பவங்களின்போது தொழிலாளி வர்க்கம் தோல்வி அடைந்ததற்கான முக்கியமான காரணங்களில் ஒன்றாகும் என்பது அனைவரும் நன்கு அறிந்ததே.

அது எப்படியிருப்பினும் பாட்டாளி வர்க்கம் குறைவான எண்ணிக்கையில் உள்ள, விவசாயிகளும் நகரப் புறத்துக் குட்டி பூர்ஷுவாக்களும் அதிகமாக உள்ள எல்லா நாடுகளிலும்கூட ஒன்றை நாம் மறந்துவிட முடியாது. அங்கு தொழிலாளி வர்க்கம் தன்னுடைய ஒரு உறுதியான ஐக்கிய முன்னணியை அமைப்பதற்கு ஒவ்வொரு முயற்சியையும் செய்ய வேண்டியது இன்னும் அதிகமாக அவசியமாகும். அதன்மூலம் அது சகல உழைக்கும் மக்களின்பால் ஒரு தலைமையான அம்சமாக இடம் பெற ஏதுவாகும்.

இவ்வாறாக, தோழர்களே! பாட்டாளி வர்க்க முன்னணி, மக்கள் முன்னணி என்னும் பிரச்னைகளைப் பார்த்துப் பரிசீலிக்கும்போது எல்லா இடங்களுக்கும் எல்லா மக்களுக்கும் எல்லா நாடுகளுக்கும் பொருந்தும்படியான ஒரு சர்வரோக நிவாரணியாக எதுவும் இருக்க முடியாது. இந்த சர்வ அம்சம் அனைத்துக்கும் பொருந்தும் நிலை என்பது எல்லா நாடுகளுக்கும் ஒரே மாதிரியான முறையைக் கையாளுவது என்பது பற்றி சரியாகக் கூற அனுமதித்தால் நான் கூறுவேன். அது மடமையாகும். அந்த மடமைக்கு அதுவும் அது நிமிர்ந்து நடைபோட்டு வரும்போது இன்னும் குறிப்பாக இத்தகைய சர்வரோக நிவாரணத்

திட்டங்களை வைத்து அந்தப் பெயரில் மிடுக்கு நடைபோட்டு வரும்போது அதற்குச் சரியானபடி சாட்டையடி கொடுக்க வேண்டும்.

சமூக ஜனநாயகத்தின் பங்கும் பாட்டாளி வர்க்க ஐக்கிய முன்னணியின்பால் அதன் மனப்பான்மையும்

தோழர்களே! நம்மை எதிர் நோக்கிக் கொண்டிருக்கும் உபாயங்கள் பற்றிய பிரச்னைகளின் காரணமாய், சமூக ஜனநாயகம் தற்காலத்தில் இன்னும் பூர்ஷுவா வர்க்கத்தின் பிரதான கொத்தளமாக இன்னும் இருக்கிறதா? அப்படியானால் எங்கே என்னும் கேள்விக்கு ஒரு சரியான விடையை அளிக்க வேண்டியது முக்கியமாகும்.

இந்த விவாதத்தில் பங்கு கொண்ட சில தோழர்கள் (தோழர்கள் ப்ளோரின், தத்) இந்தப் பிரச்னையைத் தொட்டார்கள். ஆனால் அதற்கு அதிக முக்கியத்துவம் இருக்கிறது. எனவே அதற்கு ஒரு முழுமையான பதில் அவசியம். காரணம் இந்தப் பிரச்னையைப் பற்றி பலவேறு விதமான கருத்துக்களைக் கொண்ட தொழிலாளர்களும் குறிப்பாக சமூக ஜனநாயகத் தொழிலாளர்கள் கேட்டுக் கொண்டிருக்கிறார்கள். அதை அவர்களால் கேட்காமலும் இருக்க முடியாது.

பல நாடுகளில் பூர்ஷுவா அரசின் கீழ் சமூக ஜனநாயகத்தின் நிலைமையும் பூர்ஷுவா வர்க்கத்தின்பால் அதன் மனப்பான்மையும் ஒரு மாற்றத்தை அடைந்து கொண்டிருக்கிறது.

முதலாவதாக, இன்றைய நெருக்கடி சகல பகுதி தொழிலாளர் களையும், மேட்டுக்குடி தொழிலாளர்கள் என்று கூறப்படும் வசதி மிக்க தொழிலாளர்களையும் கூட பாதித்து அசைத்து விட்டிருக்கிறது. இந்தப் பகுதிதான் சமூக ஜனநாயகத்தின் பிரதான ஆதரவாளர்கள். இந்தப் பகுதிகளும் கூட பூர்ஷுவா வர்க்கத்துடன் வர்க்க சமரஸம் செய்து கொள்ளும் கொள்கைக்கான சூழ்நிலை, விரும்பத்தக்க நிலை இருக்கிறதா என்பதைப் பற்றி மேலும் மேலும் மறுபரிசீலனை செய்யத் தொடங்கியிருக்கிறது.

இரண்டாவதாக, நான் என்னுடைய ரிப்போர்ட்டில், சுட்டிக் காட்டியுள்ளதைப்போல பல நாடுகளில் பூர்ஷுவா வர்க்கம் நிர்ப்பந்த மாகவே பூர்ஷுவா ஜனநாயக முறைகளையும் தூக்கி எறிந்துவிட்டு, நேரடியான பயங்கரமான சர்வாதிகாரத்தில் இறங்கியிருக்கிறது. அதன்மூலம் நிதி மூலதனத்தின் அரசாங்க அமைப்பில் சமூக ஜனநாயகத்திற்கு முன்னர் கொடுத்திருந்த நன்னிலையை மறுத்துக் கொண்டிருக்கிறது என்பது மட்டுமல்ல; சமூக ஜனநாயகத்தின் சட்ட

பூர்வமான அந்தஸ்தையும் மறுத்து சில சூழ்நிலைமைகளில் அடக்கி ஒடுக்கவும் செய்கிறது.

மூன்றாவதாக, ஜெர்மனி, ஆஸ்திரியா, ஸ்பெயின் ஆகிய நாடுகளில் தொழிலாளர்களுக்கு ஏற்பட்ட தோல்வியினால் கிடைத்த படிப்பினைகளின் செல்வாக்கின்கீழ் இந்தத் தோல்விக்கு பெரும்பாலும் பூர்ஷுவா வர்க்கத்துடன் வர்க்க சமரஸம் செய்து கொள்ளும் சமூக ஜனநாயகக் கொள்கைதான் காரணம், மறுபக்கத்தில் சோவியத் யூனியனில் போல்ஷிவிக் கொள்கையின் விளைவாகவும், புரட்சிகரமான மார்க்ஸிஸத்தைப் பிரயோகம் செய்ததன் பலனாகவும் சோஷலிசம் வெற்றி பெற்றுள்ளதன் செல்வாக்கின் கீழும் சமூக ஜனநாயகத் தொழிலாளர்கள் புரட்சிகரமான தன்மையை அடைந்து கொண்டிருக்கிறார்கள், பூர்ஷுவா வர்க்கத்திற்கெதிரான வர்க்கப் போராட்டத்தின் பக்கம் திரும்பத் தொடங்கியிருக்கிறார்கள்.

இந்த இரு சூழ்நிலைகளும் இணைந்துள்ளதன் விளைவாக இப்போது பல நாடுகளிலும் சமூக ஜனநாயகத்திற்கு பழைய பங்கை பூர்ஷுவா வர்க்கத்தின் கொத்தளமாக நின்று ஆற்றிய வேலைகளை இன்று தொடர்ந்து செய்ய முடியாத நிலை மேலும் மேலும் ஏற்பட்டுக் கொண்டிருக்கிறது.

இதை நாம் புரிந்து கொள்ளத் தவறுமோமானால் குறிப்பாக சில நாடுகளில் அதுவும் பாஸிஸ்டு சர்வாதிகாரம் சமூக ஜனநாயகத்திற்கு அதன் சட்டபூர்வமான அந்தஸ்தை மறுத்துள்ள நாடுகளில் மிகவும் கேடு விளைவிப்பதாகும். இந்தக் கண்ணோட்டத்திலிருந்து நாம் பார்த்தால் சில ஜெர்மன் தோழர்களின் சுய விமர்ஸனப் பேச்சு மிகவும் சரியானதாகும். அந்தத் தோழர்கள் தங்களுடைய பேச்சுக்களில், சமூக ஜனநாயகத்தைப் பற்றிய பழைய காலங்கடந்துபோன சூத்திரங்களையும் தீர்மானங்களையும் தொங்கிக் கொண்டிருக்கும் போக்கைக் கைவிட வேண்டும் என்றும், சமூக ஜனநாயகத்தின் நிலைகளில் ஏற்பட்டுவரும் மாற்றங்களைப் புறக்கணிக்கும் போக்கைக் கைவிட வேண்டும் என்றும் கூறினார்கள். அது மிகவும் சரியானதாகும். இந்த மாற்றங்களை நாம் புறக்கணித்தோம் என்றால் தொழிலாளி வர்க்கத்தின் ஒற்றுமையைக் கொண்டுவர வேண்டும் என்னும் நமது கொள்கையைத் திருத்திக் கூறுவதில் போய் முடியும். சமூக-ஜனநாயகக் கட்சிகளில் உள்ள பிற்போக்கு நபர்களுக்கு ஐக்கிய முன்னணியை நாச வேலை செய்வதற்கு சுலபமான சூழ்நிலையை ஏற்படுத்திவிடும்.

சமூக ஜனநாயகக்கட்சிகளின் அணிகளுக்கிடையில் பல நாடுகளிலும் புரட்சிகரமான குணம் ஏற்பட்டுக்கொண்டிருக்கும்

வளர்ச்சிப்போக்கு நிகழ்ந்து கொண்டிருக்கிறது. இந்த வளர்ச்சி எல்லா நாடுகளிலும் ஒரே மாதிரியாக இல்லை. மற்றொன்றையும் நாம் மறந்துவிடக் கூடாது. புரட்சிகரமான குணம் ஏற்பட்டுக் கொண்டிருக்கும் சமூக ஜனநாயகத் தொழிலாளர்கள் உடனடியாக பெருவாரியாக உறுதியான வர்க்கப் போராட்டத்திற்கு வந்து விடுவார்கள் என்றோ, எந்த விதமான இடைக்காலமெல்லாம் நேரடியாக கம்யூனிஸ்டுகளுடன் ஒற்றுமைக்கு வந்து விடுவார்கள் என்றோ நாம் ஊகித்துக் கொள்ளக் கூடாது. பல நாடுகளில் இது ஏறத்தாழ மிகவும் கஷ்டமானது. சிக்கல் நிறைந்தது. நீண்டகால நிகழ்ச்சிப் போக்காக இருக்கக் கூடியது. அது பெரும்பாலும் நமது கொள்கையும் உபாயமும் எந்த அளவுக்குச் சரியாக இருக்கிறதோ சாராம்சத்தில் அதையும் சார்ந்திருக்கிறது. சில சமூக ஜனநாயகக் கட்சிகளும் ஸ்தாபனங்களும் பூர்ஷுவா வர்க்கத்துடன் வர்க்க சமரஸம் செய்து கொண்டிருந்த நிலையிலிருந்து மாறிச் செல்லும்போது சிறிது காலத்திற்கு சுதந்திரமான ஸ்தாபனங்களாகவும் அல்லது கட்சிகளாகவும் நீடித்து நிற்கும். இந்த சாத்தியப்பாடும் இருக்கும் என்பதையும் கணக்கில் கொள்ளவும் வேண்டும். அத்தகைய நேரத்தில் இந்த, இத்தகைய சமூக-ஜனநாயக ஸ்தாபனங்களை அல்லது கட்சிகளை பூர்ஷுவா வர்க்கத்தின் கொத்தளங்களாக நாம் நினைக்கக் கூடாது. அத்தகைய கருத்துக்கு இடமில்லை.

இந்த சமூக ஜனநாயகத் தொழிலாளர்கள் பூர்ஷுவா வர்க்கத்துடன் வர்க்க சமரஸம் செய்து கொள்ளும் சித்தாந்தத்தின் செல்வாக்கின் கீழ் இதுவரை இருக்கின்றவர்கள். பல பத்தாண்டுகளாக இந்த சித்தாந்தம் அவர்களிடம் நிலைத்து நிலைபெற்றிருந்தது. அந்த சித்தாந்தத்திடமிருந்து அவர்கள் தானாகவே வெளியே வந்து விடுவார்கள் என்றோ புறநிலைக் காரணங்களால் மட்டுமே அவர்கள் தானாகவே சரியான நிலைக்கு வந்துவிடுவார்கள் என்று நாம் எதிர்பார்க்கக் கூடாது, இல்லை. அது நமது வேலையாகும், கம்யூனிஸ்டுகளுடைய வேலையாகும். நாம் தான் அவர்களுக்கு அவர்கள் சீர்திருத்தவாத சித்தாந்தப் பிடிப்பிலிருந்து விடுவித்து விலகிக் கொள்வதற்கு உதவி செய்யவேண்டும். கம்யூனிசத்தின் கோட்பாடுகளையும் வேலைத் திட்டங்களையும் விளக்கி விவரித்துச் சொல்லும் வேலையை மிகவும் பொறுமையுடன் செய்ய வேண்டும். தோழமை பூர்வமாக அதைச் செய்ய வேண்டும். தனிப்பட்ட சமூக-ஜனநாயகத் தொழிலாளர்களின் வளர்ச்சி மட்டத்திற்குத்தக்கபடி அவைகளை மேற்கொள்ள வேண்டும். சமூக ஜனநாயகத்தைப் பற்றி நமது விமர்ஸனம் ஸ்தூலமாகவும் முறைப்படுத்தப்பட்டதாகவும் இருக்க வேண்டும். அவைகள் அந்த சமூக ஜனநாயகத் தொழிலாளர்களின்

மக்களின் அனுபவங்களின் அடிப்படையில் அமைய வேண்டும். வர்க்க எதிரியை எதிர்த்து கம்யூனிஸ்டுகளுடன் சேர்ந்து நின்று கூட்டாக போராட்டங்கள் நடத்துவதன்மூலம் அவர்களுக்குக் கிடைக்கும் அனுபவங்களைப் பயன்படுத்திக் கொள்வதன்மூலம் பிரதானமாக சமூக ஜனநாயகத் தொழிலாளர்களின் புரட்சிகரமான வளர்ச்சியைத் துரிதப்படுத்தவும் அதற்கு வசதி செய்யவும் சாத்தியப்படும் என்பதையும் அவ்வாறு செய்வது அவசியமாகும் என்பதையும் மனதில் கொள்ள வேண்டும். பாட்டாளி வர்க்க ஐக்கிய முன்னணியில் பங்கு கொள்வதன் மூலம் தான் சமூக ஜனநாயகத் தொழிலாளர்கள் தங்கள் சந்தேகங்களையும் தயக்கங்களையும் கைவிடுவார்கள். இதைத் தவிர வேறு சரியான சிறந்த மார்க்கம் இல்லை.

சமூக ஜனநாயகத் தொழிலாளர்கள் மாத்திரமல்ல, ஒரு புரட்சிகரமான வர்க்க நிலையை மேற்கொள்வதற்கு உண்மையிலேயே விரும்பக்கூடிய சமூக ஜனநாயகக் கட்சிகள் ஸ்தாபனங்களின் தலைமையான உறுப்பினர்களும், வர்க்க எதிரிக்கு எதிராக நம்மோடு சேர்ந்து நின்று போராடுவதை சுலபப்படுத்த நமக்குள்ள சக்தியனைத்தும் பயன்படுத்த வேண்டும். அதே சமயத்தில் எந்த சமூக ஜனநாயக ஊழியரும் அவர் கீழ்மட்ட ஊழியராக இருந்தாலும் சரி, சாதாரண தொழிலாளியாக இருந்தாலும் சரி, பிற்போக்கான சமூக ஜனநாயகத் தலைவர்களின் சீர்குலைவு உபாயங்களைத் தொடர்ந்து உயர்த்திப் பிடிப்பவர்களாக இருந்தால், ஐக்கிய முன்னணிக்கு எதிராக முன்வந்தால் அதன் மூலம் நேரடியாகவோ அல்லது மறைமுகமாகவோ வர்க்க விரோதிக்கு உதவி செய்பவராக உள்ளவர் என்ற முறையில் அவர்கள் தொழிலாளி வர்க்கத்திற்கு முன்னால் வர்க்க சமரஸம் என்னும் சமூக ஜனநாயகக் கொள்கையை ஆதரிப்பதற்கு வரலாறு பூர்வமாகப் பொறுப்பாளியாக இருந்த தலைவர்களுக்கு, பல ஐரோப்பிய நாடுகளில் 1918-ல் புரட்சிக்கு படுகுழி தோண்டி பாஸிஸத்திற்கு வழிவகுத்துக் கொடுப்பதற்குப் பொறுப்பாளிகளாக இருந்த தலைவர்களுக்கு இணையான குற்றவாளிகள் என்பதை நாம் பிரகடனம் செய்கிறோம்.

ஐக்கிய முன்னணியின்பால் உள்ள மனப்பான்மை என்ன என்பது தான் சமூக ஜனநாயகத்தின் பிற்போக்குப் பகுதிகளுக்கும், புரட்சிகரமாக ஆகிக் கொண்டிருக்கும் பகுதிகளுக்கும் இடையிலுள்ள எல்லைக் கோடாகும். பிந்தையவர்களுக்கு நாம் செய்யும் உதவி பூர்ஷுவா முகாமுடன் சேர்ந்து நின்று பிற்போக்கு முகாமில் பங்கு கொள்ளும் சமூக ஜனநாயகவாதிகளை எதிர்த்து எவ்வளவு அதிகமாக வலுவுடன் போராடுகிறோமோ அந்த அளவுக்கு சக்தி உள்ளதாக இருக்கும். சமூக

ஜனநாயகக் கட்சிகளுடன் சேர்ந்து ஒரு ஐக்கிய முன்னணிக்கு கம்யூனிஸ்டுகள் எவ்வளவு உறுதியாக நின்று போராடுகிறார்களோ அந்த அளவுக்கு விரைவில் இடதுசாரி முகாமிற்குள் பல வேறு நபர்களிடம் சுயமாக நிர்ணயித்துக் கொள்ளும் திடம் வளரும். வர்க்கப் போராட்டத்தின் அனுபவம், ஐக்கிய முன்னணி இயக்கத்தில் சமூக-ஜனநாயகவாதிகள் பங்கெடுத்து வேலைசெய்வது அந்த முகாமில் வெறும் சொல்லளவில் "இடதுசாரிகள்" என்பவர்கள் யார், உண்மையான இடதுசாரிகள் யார் என்பதை நிரூபித்துக் காட்டும்.

ஐக்கிய முன்னணி சர்க்கார்

ஒவ்வொரு நாட்டிலும் சமூக ஜனநாயகக் கட்சி அல்லது அவைகளைச் சேர்ந்த தனிப்பகுதிகள் பூர்ஷுவா அரசில் முன்னர் அவர்கள் வகித்த பாத்திரத்தை மாற்றிக் கொண்டிருக்கிறார்களா என்பதற்கான முக்கிய அடையாளம் பொதுவாகக் கூறப்போனால் பாட்டாளி வர்க்க ஐக்கிய முன்னணியை நடைமுறையில் நிறைவேற்றிக் கொண்டு வரும் வேலையின்பால் சமூக ஜனநாயகவாதிகளின் மனப்பான்மை எப்படியிருக்கிறது என்பதாகும். அவ்வாறு மாறியிருந்தால் அது எந்த அளவுக்கு மாறியிருக்கிறது என்பதற்கு ஐக்கிய முன்னணி சர்க்கார் என்னும் பிரச்னையில் சமூக ஜனநாயகவாதிகளின் மனப்பான்மை எப்படி இருக்கிறது என்பது தான் இந்த விஷயத்தில் மிகவும் குறிப்பான தெளிவான பரிசோதனையாகும்.

ஐக்கிய முன்னணி சர்க்காரை உருவாக்குவது என்னும் பிரச்னை உடனடியான நடைமுறைப் பிரச்னையாக வந்துவிட்டது என்னும் நிலைமை ஏற்படுமானால், ஒரு குறிப்பிட்ட நாட்டில் இந்தப் பிரச்னை சமூக ஜனநாயகத்தின் கொள்கைக்கு ஒரு தீர்மானமான பரிசோதனையாக அமையும், பாஸிஸத்தை நோக்கியும், தொழிலாளி வர்க்கத்திற்கு எதிராகவும் சென்று கொண்டிருக்கும் பூர்ஷ்வா வர்க்கத்துடன் சேர்ந்து நிற்கப்போகிறதா அல்லது பிற்போக்கையும், பாஸிஸத்தையும் எதிர்த்து சொல்லளவில் மட்டுமல்ல செயலளவிலும் புரட்சிகரமான பாட்டாளி வர்க்கத்துடன் சேர்ந்து நிற்கப்போகிறதா என்பது ஒரு பரிசோதனையாக அமையும். இவ்வாறுதான் ஐக்கிய முன்னணி சர்க்கார் அமையும் போதும் அது அதிகாரத்தில் இருக்கும்போதும் பிரச்னைகள் வந்து முன்நிற்கும்.

ஐக்கிய முன்னணி சர்க்கார் அல்லது பாஸிஸ்டு எதிர்ப்பு மக்கள் முன்னணி சர்க்கார் அமைவதற்கான நிலைமைகள் அதன் குணாம்சம் ஆகியவை பற்றி என்னுடைய அறிக்கையில் ஒரு பொதுவான உபாய

வழிக்குத் தேவையானவைகளைக் கூறியிருக்கிறேன் என்று நினைக்கிறேன். இதற்கும் மேல் நாம் எதிர்பார்ப்பது, இத்தகைய சர்க்கார்கள் அமைவதற்குச் சாத்தியமான எல்லா வடிவங்களையும் எல்லா நிலைமைகளையும் சுட்டிக் காட்டுவது என்பது வெறும் பலனற்ற அனுமானத்தில் நம்மை இழந்து விடுவதாகும்.

இந்தப் பிரச்னையில் மிகவும் லேசாகக் கருதுவது அல்லது வறட்டுத்தனமான திட்டங்களை செயல்படுத்துவது ஆகியவைகளை எதிர்த்து ஒரு எச்சரிக்கைக் குறிப்பைக் கூறவிரும்புகிறேன். எந்த ஒரு திட்டத்தைக் காட்டிலும் வாழ்க்கை மிகவும் பின்னல் நிறைந்ததாகும். உதாரணமாக, பாட்டாளி வர்க்க சர்வாதிகாரத்தை ஸ்தாபிக்கும் பாதையில் ஐக்கிய முன்னணி சர்க்கார் ஒரு தவிர்க்க முடியாத கட்டம் என்று ஊகிப்பது தவறாகும். இதைப்போல இதற்கு முன்னர் பாஸிஸ்டு நாடுகளில் எந்த இடைநிலைக் கட்டங்களும் இல்லை, பாஸிஸ்டு சர்வாதிகாரத்தைத் தொடர்ந்து அதை நீக்கி விட்டு உடனே பாட்டாளி வர்க்க சர்வாதிகாரம் நிலை பெறும் என்பதும் நிச்சயம் என்று கூறப்பட்டதும் தவறாகும்.

இந்தப் பிரச்னை முழுவதன் சாரம் என்னவென்றால், பாட்டாளி வர்க்கம் தானே தீர்மானமான நேரத்தில் பூர்ஷுவா வர்க்கத்தை நேரடியாக தூக்கி எறிவதற்கும் தன்னுடைய சொந்த அதிகாரத்தை ஸ்தாபிப்பதற்கும் தயார்தானா, அது தன்னுடைய நேசசக்திகள் முழுவதையும் தனக்கு ஆதரவாகத் திரட்டி அதை அந்தக் கட்டத்தில் தன் பக்கம் நிறுத்தி வைக்க முடியுமா? அல்லது ஐக்கிய பாட்டாளி வர்க்க அணியின் இயக்கமும் பாஸிஸ்டு எதிர்ப்பு மக்கள் முன்னணியின் இயக்கமும் குறிப்பிட்ட கட்டத்தில் பூர்ஷுவா வர்க்கத்தின் சர்வாதி காரத்தை அழித்தொழிக்க நேரடியாக முன் செல்லாமல் பாஸிஸத்தை அடக்கி ஒடுக்கி அல்லது தூக்கி எறியும் நிலையில் மட்டும் இருக்குமா? இதில் பிந்தைய பிரச்னையில் இந்த ஒரு காரணத்திற்காக மட்டுமே ஒரு ஐக்கிய முன்னணி அல்லது மக்கள் முன்னணி சர்க்காரை உருவாக்கவும் ஆதரிக்கவும் மறுப்பது ஒரு சகிக்க முடியாத அரசியல் குறுகிய கண்ணோட்டமாகும். அது கருத்தூன்றிய புரட்சிகரமான அரசியல் அல்ல.

இன்னும் இதைப் போலவே பாஸிஸம் இன்னும் அதிகாரத்திற்கு வராத நாடுகளில் ஒரு ஐக்கிய முன்னணி சர்க்காரை ஸ்தாபிப்பது என்பது பாஸிஸம் ஆதிக்கத்தில் உள்ள நாடுகளில் அத்தகைய சர்க்கார்களை அமைப்பதிலிருந்து வேறுபட்டது என்பதையும் புரிந்து

கொள்வது கஷ்டமல்ல. பிந்தைய நாடுகளில் ஒரு ஐக்கிய முன்னணி சர்க்கார் என்பது பாஸிஸ்டு ஆட்சியை தூக்கி எறியும் இயக்கப் போக்கின் மூலம்தான் உருவாக்க முடியும். பூர்ஷுவா ஜனநாயகப் புரட்சி வளர்ச்சி அடைந்து கொண்டிருக்கும் நாடுகளில் ஒரு மக்கள் முன்னணி சர்க்கார் தொழிலாளி வர்க்கமும் விவசாயிகளையும் கொண்ட அவர்களின் ஜனநாயக சர்வாதிகார சர்க்காராக ஆகக்கூடும்.

நான் ஏற்கனவே என்னுடைய அறிக்கையில் சுட்டிக் காட்டியிருப்பதைப் போல, கம்யூனிஸ்டுகள் ஒரு ஐக்கிய முன்னணி சர்க்காரை அந்த சர்க்கார் எந்த அளவுக்கு மக்களுடைய விரோதிகளை எதிர்த்துப் போராடுகிறதோ, எந்த அளவுக்கு கம்யூனிஸ்டுக் கட்சிக்கும் தொழிலாளி வர்க்கத்திற்கும் செயல் சுதந்திரத்தை அளிக்கிறதோ அந்த அளவுக்கு ஆதரிப்பதற்கு தங்கள் முழுசக்தியளவிற்கு அனைத்தும் செய்யும். கம்யூனிஸ்டுகள் அந்த சர்க்காரில் நேரடியாகப் பங்கு கொள்வார்களா என்பது அந்த நேரத்தில் எப்படிப்பட்ட மெய்யான சூழ்நிலை இருக்கிறது என்பதைப் பொறுத்தே நிர்ணயிக்கப்படும். அத்தகைய பிரச்னைகள் எழும்போது, அவைகள் பரிசீலனை செய்யப்பட்டு தீர்மானிக்கப்படும். முன் கூட்டியே ரெடிமேட் ஏற்பாடு செய்வது சாத்தியமில்லை.

பூர்ஷுவா ஜனநாயகத்தின்பால் நமது மனப்பான்மை

தோழர் லென்ஸ்கி தன்னுடைய பேச்சில் உழைக்கும் மக்களுக்கு எதிராக பாஸிஸம் தொடுத்துள்ள தாக்குதல்களை எதிர்த்து பதிலடி கொடுக்க மக்களை ஒன்று திரட்டும் போது போலிஷ் கட்சிக்கு அதே சமயத்தில் "ஆக்கபூர்வமான ஜனநாயக கோரிக்கைகளை உருவாக்குவதில் பலவித சந்தேகங்களும் நம்பிக்கையின்மைகளும் இருந்தன. இது மக்களிடம் ஜனநாயகப் பிரமைகளை உண்டாக்கிவிடும்" என்று கருதியது என்று சுட்டிக் காட்டினார். இதில் போலந்து கட்சிக்கு மட்டு மல்ல, வேறு பல கட்சிகளுக்கும், இத்தகைய ஆக்கபூர்வமான ஜனநாயக கோரிக்கைகளை உருவாக்கும் பயம் பல வேறு வடிவங்களில் இருந்தது.

இத்தகைய பயம் எங்கிருந்து கிளம்புகிறது, தோழர்களே! இது பூர்ஷுவா ஜனநாயகம் சம்மந்தமாக நமது மனப்பான்மை ஒரு தவறான, வர்க்க ரீதியல்லாத கருத்திலிருந்து எழுகிறது. கம்யூனிஸ்டுகளாகிய நாம் சோவியத் ஜனநாயகத்தை மிகச் சிறந்த ஜனநாயகமாக உயர்த்திப் பிடிப்பவர்கள். அதனுடைய தலைசிறந்த உதாரணம் சோவியத் யூனியனில் செயல்படும் பாட்டாளி வர்க்க சர்வாதிகாரமாகும். அங்கு

சோவியத்துக்களின் ஏழாவது காங்கிரஸின் தீர்மானப்படி அனைவருக்கும் சம அந்தஸ்தான ஓட்டுரிமை நேரடியான ரகசிய வாக்குரிமை அமுலாக்கப்படும் என்று பிரகடனம் செய்யப் பட்டிருக்கிறது. இதே சமயத்தில் தான் பல முதலாளித்துவ நாடுகளில் பூர்ஷுவா ஜனநாயகத்தின் கடைசி மிச்ச சொச்சங்களும் துடைத்தெறியப் பட்டிருக்கின்றன. சோவியத் ஜனநாயகம் பாட்டாளி வர்க்கப் புரட்சியின் வெற்றியை முன்னுத்தேசிக்கிறது. உற்பத்தி சாதனங்களில் தனிஉடமையை மாற்றி பொது உடமையை உறுதிப்படுத்துகிறது. மிகப் பெரும்பாலான மக்கள் சோஷலிசத்திற்கான பாதையைத் தீர்மானித்துக் கொள்கிறார்கள்.) இந்த ஜனநாயகம் ஒரு இறுதி வடிவத்தை அடைந்து விடுவதில்லை. அது வளருகிறது, தொடர்ந்து வளர்ச்சி அடைந்து கொண்டேயிருக்கிறது. மேலும் மேலும் சோஷலிஸ நிர்மாணத்தின் சாதனைகள் பெருகுவதை ஒட்டி, ஒரு வர்க்கமற்ற சமுதாயத்தை நிர்மாணிப்பதை ஒட்டி பொருளாதார வாழ்விலும் மக்களுடைய உள்ளங்களிலும் முதலாளித்துவத்தின் மிச்ச சொச்சங்களை துடைத்தெறிவதை ஒட்டி சோவியத் ஜனநாயகம் வளர்ந்து கொண்டே இருக்கிறது.

ஆனால் இன்று பலவேறு நாடுகளிலும் பூர்ஷுவா ஆட்சி முறை ஒப்பனை செய்யப்பட்டுக் காட்சி அளிக்கிறது. இந்த வடிவங்களின்பால் முதலாளித்துவத்தின் கீழ் வாழ்ந்து கொண்டிருக்கும் கோடிக்கணக்கான தொழிலாளி மக்களின் மனப்பான்மை என்ன என்பதைத் தீர்மானிக்க வேண்டியதிருக்கிறது. நாம் அராஜகவாதிகள் அல்ல. ஒரு குறிப்பிட்ட நாட்டில் எந்த வகையான அரசியல் ஆட்சி முறை இருக்கிறது; பூர்ஷுவா ஜனநாயக வடிவத்தில், அதில் ஜனநாயக உரிமைகள் சுதந்திரங்கள் பெரும் அளவில் கட்டுப் படுத்தப்பட்டும் வெட்டிச் சுருக்கப்பட்டும் கூட இருக்கலாம். அத்தகைய பூர்ஷுவா ஜனநாயக வடிவத்தில் உள்ள ஒரு பூர்ஷுவா சர்வாதிகாரமாக இருக்கிறதா அல்லது ஒரு பகிரங்கமான பாஸிஸ்டு வடிவத்திலான பூர்ஷுவா சர்வாதிகாரமாக இருக்கிறதா என்பதில் எப்படியிருந்தால் என்னவென்று ஒரு அசட்டை மனப் பான்மையில் நாம் இருக்க முடியாது. சோவியத் ஜனநாயகத்தை உயர்த்திப் பிடிக்கும் அதேசமயத்தில் தொழிலாளி வர்க்கம் பல ஆண்டு காலம் விடாப்பிடியான வீரச்சமர் புரிந்து சாதித்துள்ள பல ஜனநாயக உரிமைகளை ஒவ்வொரு அங்குலமும் தற்காத்து பாதுகாத்து நிற்போம். இந்த சாதனைகளை மேலும் மேலும் விஸ்தரிக்க உறுதியுடன் போராடுவோம்.

பிரிட்டிஷ் தொழிலாளி வர்க்கம் தன்னுடைய உரிமை, தங்கள் தொழிற்சங்கங்களுக்கு சட்ட பூர்வமான அந்தஸ்து, கூட்டம் கூடும்

உரிமை, பேச்சுரிமை, எழுத்துரிமை, ஓட்டுரிமை மற்றும் இதர பல உரிமைகளை அடைவதற்கு எத்தகைய மகத்தான தியாகங்களைச் செய்தது. சாதாரண ஆரம்ப உரிமைகளைப் பெறுவதற்கும், சுரண்டும் கூட்டத்தை எதிர்த்துப் போராடுவதற்கும் தங்களுடைய சக்திகளைத் திரட்டுவதற்குள்ள சட்டபூர்வமான வாய்ப்புக்களைப் பெறுவதற்காக பத்தொன்பதாம் நூற்றாண்டில் பிரான்ஸில் புரட்சிப் போர்க்களங்களில் எத்தனை பல்லாயிரக் கணக்கான தொழிலாளர்கள் தங்கள் இன்னுயிரை ஈந்தார்கள். எல்லா நாடுகளிலும் பாட்டாளி வர்க்கம் பூர்ஷுவா ஜனநாயக உரிமைகளைப் பெறுவதற்கு தன் உதிரத்தைப் பெரும் அளவில் சிந்தியிருக்கிறது. எனவே இயல்பாகவே அந்த உரிமைகளை நிலை நிறுத்துவதற்காகப் பாட்டாளி வர்க்கம் தனது பலம் அனைத்தையும் திரட்டி தொடர்ந்து போராடும்.

பூர்ஷுவா ஜனநாயகத்தின்பால் நமது மனப்பான்மை எல்லா நிலைமைகளிலும் ஒரே மாதிரியாக இருக்காது. உதாரணமாக அக்டோபர் புரட்சியின்போது ரஷ்ய போல்ஷிவிக்குகள், பூர்ஷுவா ஜனநாயகத்தைப் பாதுகாப்போம் என்னும் கோஷத்தின் கீழ், பாட்டாளி வர்க்க சர்வாதிகாரத்தை ஸ்தாபிப்பதை எதிர்த்துக் கொண்டிருந்த அரசியல் கட்சிகள் அத்தனையையும் எதிர்த்து ஒரு ஜீவமரணப் போராட்டத்தை நடத்தியது. இந்தக் கட்சிகளை எதிர்த்து போல்ஷிவிக்குகள் போராடினார்கள். காரணம், அங்கு அன்று பூர்ஷுவா ஜனநாயகம் என்னும் பதாகையைச் சுற்றி நின்று சகல எதிர்ப் புரட்சி சக்திகளும் பாட்டாளி வர்க்கத்தின் வெற்றியை எதிர்த்து சவால் விட்டுக் கொண்டு இருந்தன. முதலாளித்துவ நாடுகளில் இன்றுள்ள நிலைமை முற்றிலும் மாறுபட்டதாகும். இப்போது, பாஸிஸ்டு எதிர்ப்புரட்சி பூர்ஷுவா ஜனநாயகத்தைத் தாக்கி ஒரு படுமோசமான காட்டு மிராண்டித்தனமான சுரண்டல் ஆட்சியை ஸ்தாபிக்கவும் தொழிலாளி வர்க்கத்தை அடக்கி ஒடுக்கவும் தொடங்கி இருக்கிறது. இன்று பல முதலாளித்துவ நாடுகளில் உள்ள தொழிலாளி மக்களுக்கு முன்னால் ஒரு முடிவான தீர்மானத்தை எடுக்க வேண்டிய அவசியம் உண்டாகியுள்ளது. எதைத் தேர்ந்தெடுப்பது? பூர்ஷுவா ஜனநாயகமா அல்லது பாட்டாளி வர்க்க சர்வாதிகாரமா என்பதல்ல, பூர்ஷுவா ஜனநாயகமா அல்லது பாஸிஸமா என்பதாகும்.

இத்துடன் முதலாளித்துவம் உறுதிப்பட்டுக் கொண்டு வந்த ஆரம்ப காலத்திலிருந்தும் இன்று ஒரு மாறுபட்ட நிலைமையாகும். அந்த சமயத்தில் பாஸிஸ்டு அபாயம் இன்றுள்ளதைப் போல் அவ்வளவு கூர்மையாக இல்லை. அந்த சமயத்தில் பூர்ஷுவா ஜனநாயகத்தின்

வடிவில் தான் பூர்ஷுவா சர்வாதிகாரம் இருந்தது. இந்நிலைதான் பல நாடுகளில் புரட்சிகரமான தொழிலாளர்களுக்கு முன்பாக இருந்தது. பூர்ஷுவா ஜனநாயகத்தை எதிர்த்துத்தான் அவர்கள் தங்கள் தாக்குதல்களைக் குவிக்க வேண்டியதிருந்தது. ஜெர்மனியில் வெய்மெர் குடியரசை எதிர்த்துப் போராடினார்கள். காரணம் அது குடியரசு என்பதால் அல்ல. அது ஒரு பூர்ஷுவாக் குடியரசாக இருந்தது. பாட்டாளி வர்க்கத்தின் புரட்சிகரமான இயக்கத்தை நசுக்குவதில் குறிப்பாக 1918-20 ஆண்டுகளிலும் 1923-ம் ஆண்டிலும் அது ஈடுபட்டிருந்தது.

ஆனால் பாஸிஸ்டுகள் தலைதூக்கத் தொடங்கிய காலத்தில் கம்யூனிஸ்டுகள் அதே பழைய நிலையை நீடித்து அனுசரிக்க முடியுமா. உதாரணமாக 1932-ல் ஜெர்மனியில் பாஸிஸ்டுகள் லட்சக்கணக்கான தங்கள் அதிர்ச்சிப்படைகளை தொழிலாளி வர்க்கத்திற்கெதிராக உருவாக்கி ஆயுத பாணிகளாக்கிக் கொண்டிருந்த காலத்தில் கம்யூனிஸ்டுகள் பழைய நிலையைக் கைக்கொள்ளமுடியுமா? நிச்சயமாக முடியாது. பல நாடுகளிலும் கம்யூனிஸ்டுகளின் தவறு, குறிப்பாக ஜெர்மனியில் நிலைமையில் ஏற்பட்ட மாற்றங்களைக் கவனிக்க அவர்கள் தவறி விட்டார்கள். பழைய கோஷங்களையே தொடர்ந்து சொல்லிக் கொண்டிருந்தார்கள். சில ஆண்டுகளுக்கு முன்பு சரியாக இருந்த அதே உபாயங்களையே கையாண்டார்கள். குறிப்பாக பாட்டாளி வர்க்க சர்வாதிகாரத்திற்கான போராட்டம் உடனடிப் பிரச்னையாக இருந்த பொழுது 1918-20-ம் ஆண்டுகளில் போல ஜெர்மனியின் எதிர்ப் புரட்சி சக்திகள் அனைத்தும் வெய்மெர் குடியரசின் பதாகையின்கீழ் திரண்டிருந்த காலத்தில் கையாண்ட அதே உபாயங்களையே இப்போதும் நீடித்து கையாண்டார்கள்.

இன்றைய சந்தர்ப்பத்தில்கூட நமது அணிகளில் ஆக்க முறையான ஜனநாயக கோஷங்களை முன் வைப்பதற்கு ஒரு பயம் இருப்பதைக் காணலாம். இது எதைக் காட்டுகிறது. நமது உபாயங்கள் சம்பந்தமான இவ்வளவு முக்கியமான பிரச்னைகளை அணுகுவதில் மார்க்ஸிய - லெனினிய முறைகளைக் கையாளுவதில் நாம் இன்னும் எவ்வளவு திறமைக் குறைவாக இருக்கிறோம் என்பதையே காட்டுகிறது. ஜனநாயக உரிமைகளுக்கான போராட்டம் தொழிலாளர்களை பாட்டாளி வர்க்க சர்வாதிகாரத்திற்கான போராட்டத்திலிருந்து வேறு பக்கம் திசை திருப்பிவிட்டுவிடும் என்று சிலர் கூறுகிறார்கள். இந்தப் பிரச்னையின் மீது லெனின் என்ன கூறினார் என்பதை இங்கு நினைவுபடுத்துவது தவறல்ல என்று நினைக்கிறேன்.

"ஜனநாயகத்துக்கான போராட்டம் பாட்டாளி வர்க்கத்தை சோஷலிஸப் புரட்சியிலிருந்து வேறு பக்கம் திசை திருப்பிவிட்டு விடக்கூடும் என்று கருதுவது அல்லது தெளிவற்ற நிலைக்கு ஒதுக்கிவிடும் என்றோ அல்லது மறைத்துவிடும் என்றோ அல்லது அவ்வாறு கருதுவது ஒரு அடிப்படையான தவறாகும். அதற்கு நேர்மாறாக சோஷலிஸம் என்பது முழுமையான ஜனநாயகத்தைக் கொண்டு வந்து செயல்படுத்தாமல் வெற்றி பெற்றதாகக் கருதமுடியாது. அதைப்போல பாட்டாளி வர்க்கம் ஜனநாயகத்திற்காக பல முனையான விடாப்பிடியான புரட்சிகரமான போராட்டத்தை நடத்தாமல் பூர்ஷுவா வர்க்கத்தை எதிர்த்து வெற்றி கொள்வதற்குத் தயாராக இருக்க முடியாது." *(சோஷலிஸ்டு புரட்சியும் தேசங்களின் சுய நிர்ணய உரிமையும்)*

இந்த வாசகங்களை எல்லாத் தோழர்களும் மிகவும் உறுதியாக நினைவில் வைத்துக் கொள்ள வேண்டும். வரலாற்றில் பெரும் பெரும் மகத்தான புரட்சிகள் எல்லாம் தொழிலாளி வர்க்கத்தின் சர்வ சாதாரண உரிமைகளைப் பாதுகாப்பதற்கான சிறிய போராட்டங்களிலிருந்துதான் வளர்ந்தன என்பதை மனதில் கொள்ள வேண்டும். ஆனால் ஜனநாயக உரிமைகளுக்கான போராட்டத்தை சோஷலிஸத்திற்கான தொழிலாளி வர்க்கத்தின் போராட்டத்துடன் இணைப்பதற்கு முதலாவதாகவும் முக்கியமானதாகவும் பூர்ஷுவா ஜனநாயகத்தைப் பாதுகாக்கும் பிரச்னையில் முன்னேற்பாடான வறட்டு சூத்திர முறையிலான அணுகும் முறையைக் களைந்தெறிய வேண்டும்.

ஒரு சரியான கொள்கை வழி மட்டும் போதாது

தோழர்களே! கம்யூனிஸ்ட் அகிலத்திற்கும் அதன் பிரிவுகளுக்கும் அடிப்படையான விஷயம் ஒரு சரியான கொள்கை வழியை வகுப்பதாகும் என்பது தெளிவான ஒரு விஷயம். ஆனால் வர்க்கப் போராட்டத்தில் ஸ்தூலமான தலைமைக்கு ஒரு சரியான கொள்கை வழி மட்டும் போதாது.

அதற்குப் பல நிபந்தனை நிலைகளும் பூர்த்தி செய்யப்பட வேண்டும். எல்லாவற்றிற்கும் மேலாக கீழ்க்கண்டவை முக்கியமானதாகும்.

முதலாவதாக ஸ்தாபன உத்திரவாதங்கள்: நிறைவேற்றப்பட்ட தீர்மானங்கள் நடைமுறையில் செயல்படுத்தப்படுவதற்கும் அதற்குக் குறுக்கே நிற்கும் இடையூறுகளை உறுதியாக நின்று சமாளித்து முன்செல்வதற்கு ஸ்தாபன உத்திரவாதம் வேண்டும். சோவியத்

யூனியன் கம்யூனிஸ்டுக் கட்சியின் 12-வது காங்கிரஸில் தோழர் ஸ்டாலின் கட்சியின் கொள்கை வழியை செயல்படுத்துவதற்கு அவசியமான நிலைமைகளைப் பற்றிக் கூறியது நமது இந்தக் காங்கிரஸிற்கு முழுவதும் பொருந்தும்.

தோழர் ஸ்டாலின் கூறியதாவது:

"சில பேர், ஒரு சரியான கொள்கை வழியை வகுத்து விட்டால் போதும், எல்லோருடைய கவனத்தையும் கவரும்படி பிரகடனம் செய்து விட்டால் போதும், பொதுவான கருத்துரைகளையும் தீர்மானங்களையும் வரையறுத்து அவைகளை ஏகமனதாக நிறைவேற்றிவிட்டால் போதும், வெற்றி தானாகவே வந்து விடும், கிடைத்து விடும் என்று கருதுகிறார்கள், நிச்சயமாக இது தவறானதாகும். இது ஒரு பெரிய பிரமையாகும். திருத்த முடியாத அதிகார வர்க்க தோரணை கொண்டவர்கள்தான் அத்தகைய நிலை கொள்ளுவார்கள். கட்சியின் பொதுக் கொள்கையைப் பற்றிய அருமையான தீர்மானங்களும் பிரகடனங்களும் வெறும் ஆரம்பம் மட்டும்தான். காரணம் அவை வெற்றிக்கான விருப்பத்தைத் தான் தெரிவிக்கின்றன. வெற்றியைத் தருவதில்லை, சரியான கொள்கை உருவாக்கப்பட்ட பிறகு வெற்றிக்கான சரியான வழிகள் சுட்டிக்காட்டப் பட்ட பிறகு வெற்றி கிடைப்பது என்பது ஸ்தாபன வேலையைப் பொறுத்தும், கட்சியின் கொள்கை வழியை அமுலாக்குவதற்கான போராட்டத்தை உருவாக்கி அமைப்பதைப் பொறுத்தும், சரியான ஊழியர்களைத் தேர்ந்தெடுப்பதைப் பொறுத்தும் தலைமை அமைப்புகள் முடிவுகளை நிறைவேற்றுவதை சரியாகக் கண்காணிப்பதைப் பொறுத்துமே இருக்கிறது. இவைகளில் குறைபாடுகள் இருந்தால் சரியாக இல்லாமல் இருந்தால் சரியான கொள்கைவழியும் தீர்மானங்களும் முடிவுகளும் பழுதடையும் அபாயத்தையே தாங்கி நிற்கும். இன்னும் அதிகமாக சொல்லப்போனால் சரியான கொள்கை வகுக்கப்பட்ட பிறகு எல்லாமே ஸ்தாபன வேலையைப் பொறுத்தே இருக்கிறது. அந்த அரசியல் கொள்கை உள்பட அது அமுலாக்கப்படுவதும் அதன் வெற்றியும் தோல்வியும் ஸ்தாபன வேலையைப் பொறுத்தே இருக்கிறது."

இந்த வாசகங்களுக்குமேல் அதிகமாக எதுவும் கூறத் தேவையில்லை. இவை நமது கட்சியின் வேலை முழுவதற்கு வழிகாட்டும் கோட்பாடுகளாக அமைந்துள்ளன.

மற்றொரு நிபந்தனை நிலை கம்யூனிஸ்ட் அகிலம் மற்றும் அதன் பிரிவுகளின் தீர்மானங்கள் முடிவுகளை மக்கள் பகுதியினர் தங்களுடைய தீர்மானங்கள் முடிவுகளாக மாற்றுவதற்குள்ள திறனாகும். அது இப்போது

மிகவும் அவசியமாகும். அதிலும் இப்போது பாட்டாளி வர்க்கத்தின் ஒரு ஐக்கிய முன்னணியை உருவாக்கி அமைக்கும் ஒரு பாஸிஸ்டு எதிர்ப்பு மக்கள் முன்னணியில் மக்களின் பரந்த பகுதியினரை ஈர்த்திழுக்கும் விரிவான கடமையை, நாம் எதிர்நோக்கும் இந்த சமயத்தில் இது மிகவும் அவசியமாகும். லெனின் அவர்களுடைய அரசியல் மற்றும் உபாயம் குறித்த மேதாவிலாசம் மிகவும் சரியாகவும் மிகவும் தெளிவாகவும் முனைப்பாகவும் மக்களைத் தங்கள் சொந்த அனுபவத்தின் மூலமாக கட்சியின் சரியான கொள்கையையும், கோஷங்களையும் புரிந்துகொள்ளச் செய்யும் திறமையில் வெளிப்படுகிறது. போல்ஷிவிஸத்தின் வரலாற்றைச் சற்று ஆராய்ந்தோமானால், புரட்சிகரமான தொழிலாளர் இயக்கத்தின் அரசியல் வியூகம் உபாயங்கள் ஆகியவற்றின் மகத்தான அந்த பொக்கிஷத்தை ஆராய்ந்தோமானால் மக்களுக்குத் தலைமை தாங்கும் முறைகளுக்குப் பதிலாக அந்த இடத்தில் கட்சியைத் தலைமை தாங்கும் முறைகளை போல்ஷிவிக்குகள் ஒரு போதும் கையாண்டதில்லை என்பதை நாம் காணலாம்.

அக்டோபர் புரட்சி தொடங்கிய காலத் தொடக்கத்தில் ரஷ்ய போல்ஷிவிக்குகளின் உபாயங்களில் ஒரு குறிப்பிட்ட அம்சத்தை ஸ்டாலின் சுட்டிக் காட்டுகிறார். அப்போது போல்ஷிவிக்குகள் கட்சியின் கோஷங்களுக்கு மக்களை வழிகாட்டி இட்டுச் செல்வதற்கான வழிகளையும் திருப்பங்களையும் கண்டுபிடிப்பதற்கான திறமையைப் பெற்றிருந்தார்கள். "புரட்சியின் நுழைவாயிலுக்கு இயல்பான வழியிலேயே மக்களை இட்டுச் சென்றார்கள். மக்களே தங்களுடைய சொந்த அனுபவத்தின் மூலமே கட்சியின் கோஷங்களின் சரியான தன்மையினை உணர்வதற்கும், அதைச் சரி பார்ப்பதற்கும் அதை அடையாளம் கண்டு அங்கீகரிப்பதற்கும் மக்களுக்கு போல்ஷிவிக்குகள் உதவி செய்தார்கள். அவர்கள் மக்களின் தலைமைக்கும், கட்சியின் தலைமைக்கும் ஒன்றுக்கொன்று வைத்து குழப்பிக் கொள்ளவில்லை. ஆனால் அவற்றிற்கிடையில் வேறுபாட்டை மிகவும் தெளிவாகக் கண்டார்கள். இதன்மூலம் உபாயங்களை கட்சித் தலைமை பற்றிய ஒரு விஞ்ஞானக் கலையாக மட்டுமல்லாமல் கோடானு கோடி உழைக்கும் மக்களின் தலைமை பற்றிய ஒரு விஞ்ஞானக் கலையாகவும் விவரித்தார்கள்.

மேலும் மற்றொன்றையும் நாம் மனதில் கொள்ள வேண்டும். அதாவது நமது முடிவுகளையும் பற்றி மக்கள் புரிந்து கொள்ளக் கூடிய மொழியில் பேசுவதற்கு நாம் கற்றுக் கொள்ளாவிட்டால் அம்முடிவுகளை மக்கள் செமித்து தன்னியலாக்கிக் கொள்ள முடியாது.

நாம் எப்போதுமே மக்களுக்குப் பழக்கமான சுலபமாகப் புரிந்து கொள்ளும் உதாரணங்களைச் சொல்லி, எளிய முறையில், ஸ்தூலமாக பேசுவதற்கு நன்கு தெரிந்து கொண்டிருக்கிறோம் என்று கூற முடியாது. குருட்டுத்தனமாக மனப்பாடம் செய்துள்ள வறட்டுத்தனமான சூத்திரங்களை இன்னும் நம்மால் தவிர்க்க முடியவில்லை. உண்மையில் நம்முடைய அறிவிப்புத் தாள்கள், பத்திரிகைகள் தீர்மானங்கள், விளக்கவுரைகள் முதலியவற்றைப் படித்துப் பார்த்தோமானால் அதிலுள்ள சொல்நடை மொழிநடை மிகவும் கடினமானதாக இருக்கும். நமதுகட்சி ஊழியர்களுக்குக்கூட புரிந்து கொள்வது கடினமாக இருக்கும். இன்னும் சாதாரண அணிகளுக்கும் தொழிலாளர்களுக்கும் சொல்லவே தேவையில்லை.

தொழிலாளர்கள், குறிப்பாக பாஸிஸ்டு நாடுகளில் இந்த பிரசுரங்களை வினியோகிப்பவர்கள் அல்லது படிப்பவர்கள் மிகவும் ஆபத்தான நிலையில் தங்கள் உயிரையே பணயமாக வைத்து அவ்வேலைகளைச் செய்கிறார்கள் என்பதை நாம் கருத்தில் கொள்ள வேண்டும். எனவே அவர்கள் செய்யும் மகத்தான தியாகம் வீண்போகாதபடி, அவர்களுக்கு நன்கு புரியக்கூடிய மொழியில் தெளிவாக எழுத வேண்டிய அவசியத்தை நாம் உணர வேண்டும்.

இதே விஷயங்கள் நமது வாய்மொழிப் பிரச்சாரத்திற்கும் கிளர்ச்சிக்கும் பொருந்தும். நாம் வெளிப்படையாக மனம்விட்டுக் கூறவேண்டுமானால் நம்முடைய பல தோழர்களைக் காட்டிலும் பாஸிஸ்டுகள் கைத்திறன் மிக்கவர்களாகவும் நெளிவு சுழிவு மிக்கவர்களாகவும் உள்ளார்கள் என்பதை ஒப்புக்கொள்ள வேண்டும்.

ஹிட்லர் அதிகாரத்திற்கு வருவதற்கு முன்னால் ஒரு தடவை பெர்லின் நகரத்தில் வேலையில்லாதோர் கூட்டம் ஒன்று நடந்தது. அதை இங்கே நினைவு கூர விரும்புகிறேன். அதே காலத்தில்தான் படுமோசமான கொள்ளை லாப மோசடிக்காரர்களான ஸ்கிளாரெக் சகோதரர்கள் மீதான வழக்கு நடைபெற்றுக் கொண்டிருந்தது. அந்த வழக்கு பல மாதங்களாக நீடித்து நடைபெற்றுக் கொண்டிருந்தது. ஒரு தேசீய சோஷலிஸ்டு பேச்சாளன் ஒருவன் அந்தப் பொதுக் கூட்டத்தில் மிகப் பெரிய வாய்ச்சவடால் அடித்து தனது காரியங்களை சாதித்துக்கொள்ள பேசிக் கொண்டிருந்தான். அவன் பேசும்போது அந்த ஸ்கிளாரெக் சகோதரர்கள் மீது நடைபெறும் வழக்கைப் பற்றிக் குறிப்பிட்டு அவர்களின் மோசடி லஞ்சம் மற்றும் குற்றங்களையெல்லாம் அடுக்கடுக்காய் எடுத்துக்காட்டி வாயளந்து, இந்த வழக்கு பல மாதங்களாக நீடித்து நடத்தப்படுகிறது என்றும் இதற்காக எத்தனை

ஆயிரக்கணக்கான மார்க்குகள் ஜெர்மானிய மக்களின் வரிப்பணம் வீணாக்கப்படுகிறது என்று வர்ணித்து கடைசியில் கூட்டத்தினர் அனைவரும் கைதட்டி ஆரவாரம் செய்ததற்கிடையில் ஸ்கிளாரெக் சகோதரர்கள் போன்ற கொள்ளைக் கூட்டத்தாரை விசாரணை செய்வதன் பேரால் பணத்தை விரயமாக்குவதற்கு பதிலாக அவர்களை சுட்டுப் பொசுக்கிவிட்டு அந்தப் பணத்தை வேலையின்றித் தவிக்கும் தொழிலாளர்களுக்கு நிவாரணமளிக்கலாம் என்று ஆரவாரத்துடன் பேசினார்.

ஒரு கம்யூனிஸ்ட் கூட்டத்தில் எழுந்து தான் பேசுவதற்கு அனுமதி கேட்டார். கூட்டத் தலைவர் முதலில் அனுமதி தர மறுத்தார். ஆனால் கூட்டத்தினர் ஒரு கம்யூனிஸ்டு பேசுவதைக் கேட்க வேண்டும் என்னும் ஆவலில் அவரைப் பேச அனுமதிக்க வேண்டும் என்று வற்புறுத்தவே கூட்டத் தலைவர் அத்தோழரைப் பேச அனுமதித்தார். அவர் பேசுவதற்கு மேடை ஏறியதும் எல்லோரும் ஒரு கம்யூனிஸ்ட் என்ன பேசப் போகிறார் என்று ஆவலுடன் எதிர்பார்த்தனர். அவரும் எழுந்து பேசத் தொடங்கினார். என்ன பேசினார்?

அவர் எழுந்து உரத்த கணீரென்ற குரலில் "தோழர்களே! கம்யூனிஸ்டு அகிலத்தின் விரிவடைந்த கூட்டம் இப்போதுதான் முடிவடைந்திருக்கிறது. அது தொழிலாளி வர்க்கத்தின் முழு மீட்சிக்கு வழிகாட்டியிருக்கிறது. அது நம் முன் வைக்கும் பிரதான கடமை தோழர்களே! தொழிலாளி வர்க்கத்தின் பெரும்பாலான பகுதியினரை நம்பக்கம் கொண்டு வரவேண்டும்..... வேலையில்லாமல் திண்டாடும் தொழிலாளர்களை அரசியல்படுத்த வேண்டும் என்று பிளீனம் சுட்டிக்காட்டியிருக்கிறது. அதை இன்னும் மேல்மட்டத்திற்கு உயர்த்த வேண்டும் என்று பிளீனம் நம்மை அறைகூவி அழைத்திருக்கிறது.... இந்த இயக்கத்தை ஒரு மேலான மட்டத்திற்கு உயர்த்தவேண்டும் என்று பிளீனம் வேண்டிக் கொண்டிருக்கிறது."

இதேபாணியில் அவர் பேசிக் கொண்டே சென்றார். பிளீனத்தினுடைய முடிவுகளை மிகவும் சரியான முறையில் விளக்கிக் கூறிக்கொண்டிருப்பதாகவே அவர் கருதினார்.

ஆனால் இத்தகைய ஒரு பிரசங்கம் வேலையில்லாமல் திண்டாடும் தொழிலாளர் கூட்டத்தில் எடுக்குமா? முதலில் அவர்களை அரசியல் படுத்தி பிறகு அவர்களை புரட்சிகரமாக்கி பிறகு ஒன்றுதிரட்டி அவர்களுடைய இயக்கத்தை ஒரு உயர்ந்த மட்டத்திற்குக் கொண்டு செல்வதற்கு நாம் உத்தேசித்திருக்கிறோம் என்னும் உண்மை வேலை யின்றித் தவிக்கும் அந்த மக்களுக்கு உடனடியான திருப்தியை அளிக்குமா?

நான் அந்த ஹாலின் ஒரு ஓரத்தில் உட்கார்ந்திருந்தேன். பெருத்த ஏமாற்றத்துடன் கூட்டத்தில் கூடியிருந்தவர்களைக் கவனித்தேன். அங்கு கூடியிருந்தவர்கள் ஒரு கம்யூனிஸ்டிடமிருந்து வேலையில்லா தோரும் உடனடி நிவாரணம் கிடைக்க ஒரு நடைமுறையான கண்கூடான வழியைக் கூறுவார் என்று எதிர்பார்த்தார்கள். ஆனால் ஏமாற்றமடைந்து கொட்டாவி விடத் தொடங்கினார்கள். இறுதியில் கூட்டத் தலைவரே தலையிட்டு பேச்சாளரின் பேச்சைச் சுருக்கும்படி நிறுத்தினார். அப்போது கூட்டத்தினர் ஒருவர்கூட ஆட்சேபிக்கவில்லை. அதில் நான் ஆச்சரியப்படவில்லை.

துரதிருஷ்டவசமாக நமது கிளர்ச்சி பிரச்சார வேலையில் இம்மாதிரி பல உதாரணங்கள் இருக்கின்றன. இம் மாதிரி உதாரணங்கள் ஜெர்மனியில் மட்டுமில்லை. இந்த பாணியில் பேசுவது என்பது நமது லட்சியத்தை செயலாற்றுவதற்கு எதிரான எதிர்விளைவுகளை உண்டாக்கும் பேச்சுக்களாகும். இத்தகைய சிறுபிள்ளைத்தனமான கிளர்ச்சி பிரச்சார முறைகளுக்கு ஒரு இறுதியான முற்றுப்புள்ளி வைக்க வேண்டியது அவசியமாகும்.

நான் அறிக்கை சமர்ப்பித்துக் கொண்டிருந்தபோது, கூட்டத் தலைவர் தோழர் குஸினன் அவர்கள் கையில் கூட்டத்திலிருந்த ஒரு தோழர் எனக்கு ஒரு கடிதத்தைக் கொடுத்தார். அந்தக் கடிதம் ஒரு விசேஷமான கடிதமாகும். அதை நான் படிக்கிறேன். கேளுங்கள்:

"காங்கிரஸில் உங்களுடைய பேச்சில் கீழ்க்கண்ட விஷயங்களையும் எடுத்துக் கொள்ளுங்கள். அதாவது கம்யூனிஸ்ட் அகிலத்தில் எதிர்காலத்தில் நிறைவேற்றப்படும் தீர்மானங்கள் முடிவுகள் அனைத்தையும் எழுத்து வடிவத்தில் கொண்டு வந்துவிட வேண்டும். அதனால் அவைகளின் பொருளை பயிற்சி பெற்ற கம்யூனிஸ்டுகள் மட்டுமல்ல, எந்த ஒரு சாதாரணத் தொழிலாளியும் அவைகளைப் படித்து ஆரம்பப் பயிற்சிகூட தேவையில்லாமல் கம்யூனிஸ்டுகள் என்ன விரும்பினார்கள், கம்யூனிசம் எத்தகைய மகத்தான சேவையைச் செய்கிறது என்பதைப் புரிந்துகொள்வார்கள். அவர்களுக்கு நினைவுபடுத்திக் கொண்டிருக்க வேண்டும். அதை மிகவும் பலமாகவே நினைவுபடுத்த வேண்டும். அத்துடன் கம்யூனிஸத்திற்கான கிளர்ச்சி பிரச்சாரம் எல்லோரும் புரிந்து கொள்ளக்கூடிய மொழிநடையில் செய்யப்பட வேண்டும்."

இந்தக் கடிதத்தை யார் எழுதினார்கள் என்பது தெளிவாக எனக்குத் தெரியாது. ஆனால் இந்தத் தோழர் தன்னுடைய கடிதத்தில்

கோடிக்கணக்கான சாதாரணத் தொழிலாளர்களின் கருத்தையும் விருப்பத்தையும் தெரிவித்துள்ளார் என்பதில் சந்தேகமில்லை. நமது தோழர்களில் பலர் நினைக்கிறார்கள். நம்முடைய கிளர்ச்சி பிரச்சாரத்தில். நீண்ட கடுமையான உயர்ந்த பண்டித நடையுள்ள வார்த்தைகளையும் வாசகங்களையும் உபயோகித்தால், அடுக்கான அலங்காரச் சொற்களையும் சூத்திரங்களையும் உபயோகித்தால், சாதாரண மக்கள் புரிந்து கொள்ள முடியாத சொற்களை உபயோகித்தால், அத்தகைய கிளர்ச்சி பிரச்சாரம் தரமானது, மேம்பட்டது என்று நினைக்கிறார்கள். ஆனால் அவர்கள் ஒன்றை மறந்துவிடுகிறார்கள், நமது சகாப்தத்தின் ஆகப்பெரிய மகத்தான தலைவரும் தொழிலாளிவர்க்க தத்துவ மேதையுமான லெனின், மிகவும் சர்வ சாதாரணமான மொழியையே, சாதாரண மக்கள் எளிதில் புரிந்துகொள்ளக்கூடிய மொழியிலேயே எப்போதும் பேசினார், எழுதினார் என்பதை மறந்துவிடுகிறோம்.

ஒவ்வொருவரும் இதை ஒரு விதிமுறையாக, ஒரு போல்ஷிவிக் விதி முறையாக, ஒரு சர்வசாதாரண ஆரம்ப விதி முறையாகக் கொள்ளவேண்டும்.

நீங்கள் எழுதும்போதும் பேசும்போதும் சாதாரண அணிகளில் உள்ள தொழிலாளர்களை நினைவில் கொள்ளுங்கள். அவர்கள் உங்களைப் புரிந்து கொள்ள வேண்டும். உங்களுடைய வேண்டுகோளில் அவர்களுக்கு நம்பிக்கை ஏற்பட வேண்டும். உங்கள் தலைமையை ஏற்று உங்கள் பின் வரத்தயாராக இருக்க வேண்டும். நீங்கள் யாருக்காக எழுதுகிறீர்கள் பேசுகிறீர்கள் என்பதை நினைவில் வைத்துக் கொள்ள வேண்டும்.

ஊழியர்கள்

தோழர்களே! நமது சிறந்த தீர்மானங்கள் கூட. அவைகளை செயல்படுத்துவதற்குத் திறமையான ஆட்கள் இல்லையென்றால் வெறும் காகிதக் குப்பைதான். என்றாலும் துரதிருஷ்டவசமாக நமக்கு முன்புள்ள மிகவும் முக்கியமான பிரச்னைகளில் ஒன்றான ஊழியர் பிரச்னை மீது இந்தக் காங்கிரஸ் அநேகமாக எந்தக் கவனமும் எடுத்துக் கொள்ளவில்லை என்பதை நான் கட்டாயம் குறிப்பிட வேண்டும்.

கம்யூனிஸ்ட் அகிலத்தின் நிர்வாகக் கமிட்டியின் அறிக்கையின் மீது ஏழு நாட்கள் விவாதம் நடைபெற்றது. பல நாடுகளிலிருந்து பலர் பேசினார்கள். ஆனால் அதில் ஒருசிலர் தான் இந்தப் பிரச்னையின்மீது கம்யூனிஸ்ட் கட்சிகளுக்கும் தொழிலாளர் இயக்கத்துக்கும் மிகவும் முக்கியமானதாக உள்ள இந்தப் பிரச்னையின்மீது விவாதத்தில் சுட்டிக்

காட்டினார்கள். அதுவும் லேசாக போகும்போக்கில் குறிப்பிட்டார்கள். நம்முடைய நடைமுறை வேலையில் மக்கள், ஊழியர்கள் அனைத்தையும் தீர்மானிக்கிறார்கள் என்பதை நமது கட்சிகள் இன்னும் சரியாக உணரவில்லை.

தொடர்ந்து நமது போராட்டங்களில் நாம் நமது நல்ல அருமையான ஊழியர்களை இழந்து வருகிறோம். இந்த நிலைமையில் ஊழியர் பிரச்னை பற்றி புறக்கணிக்கும் மனப்பான்மை அனுமதிக்க முடியாததாகும். நாம் ஒரு படிப்பாளி கூட்டமல்ல. ஆனால் ஒரு போர்க்குணம் மிக்க இயக்கமாகும். நமது இயக்கம் இடைவிடாமல் போர்க்களத்தின் முன் வரிசையில் நின்று கொண்டிருக்கும் இயக்கமாகும். நமது ஆற்றல் மிகுந்த துணிச்சல்மிக்க வர்க்க உணர்வு நிறைந்த நபர்கள் எல்லாம் முன்வரிசையில் இருந்து கொண்டிருக்கிறார்கள். இந்த முன்னணித் தோழர்களைத்தான் எதிரிகள் வேட்டையாடுகிறார்கள், கொலை செய்கிறார்கள், சிறைக்கூடங்களில் சித்திரவதைக்கூடங்களில் தள்ளுகிறார்கள், கொடுந்துன்பம் மிக்க படுமோசமான சித்திரவதைக்கு ஆளாக்குகிறார்கள், குறிப்பாக பாஸிஸ்டு நாடுகளில் இந்த நிலைமை கடுமையாக உள்ளது. இதன் காரணமாய் எண்ணிக்கையில் குறையும் நமது அணிகளை இடைவிடாமல் நிரப்பிக் கொண்டிருக்க வேண்டியதும் புதிய பல ஊழியர்களை உருவாக்கிப் பயிற்சி கொடுக்கவேண்டியதும் ஏற்கனவே உள்ள ஊழியர்களைப் பாதுகாக்க வேண்டியதும் இடைவிடாது அவசியமாகிறது.

ஊழியர் பிரச்னை குறிப்பிடத்தக்க மிகவும் அவசரமானதாகும் என்பதற்கு மீண்டும் ஒரு துணைக் காரணம் நமது செல்வாக்கின்கீழ் வெகுஜன ஐக்கிய முன்னணி இயக்கம் பெருஞ் சிறப்பு மிக்கதாக உருவெடுத்துக் கொண்டிருக்கிறது. பல ஆயிரக்கணக்கான புதிய தொழிலாளி வர்க்க தீவிரமான போர்க்குணம் மிக்க நபர்களை இயக்கத்தின் முன்னணிக்குக் கொண்டு வந்து கொண்டிருக்கிறது. மேலும் அவர்கள் இளம் புரட்சிகர முன்னணி வீரர்களாகவும் இப்போதுதான் புரட்சிகர இயக்கத்திற்கு வந்தவர்களாகவும் இதற்கு முன்னர் எப்போதும் அரசியல் இயக்கத்தில் பங்கு கொள்ளாதவர்களாகவும் அந்தப் பெருவெள்ளம் நமது அணிகளில் வந்து நிறைந்து கொண்டிருக்கிறது. அடிக்கடி மேலும் சமூக ஜனநாயகக் கட்சிகளின் முன்னாள் உறுப்பினர்களும் தீவிர ஊழியர்களும் நம்முடன் சேருகிறார்கள். இந்தப் புதிய ஊழியர்கள்பால் நாம் அதிகமான, சிறப்பான கவனத்தைச் செலுத்த வேண்டியதிருக்கிறது. குறிப்பாக சட்ட விரோத நிலையிலுள்ள கம்யூனிஸ்டுக் கட்சிகளில் இது மிகவும்

அவசியமாகிறது. இது மிகவும் அவசியம். காரணம், தங்களுடைய நடைமுறை வேலையில் இந்த ஊழியர்கள் அவர்களுடைய குறைவான தத்துவப் பயிற்சியின் காரணமாய் அவர்கள் தாங்களே தீர்க்க வேண்டிய மிகவும் சிக்கல்மிக்க அரசியல் பிரச்னைகளை அடிக்கடி எதிர்நோக்கி சமாளிக்க வேண்டியவர்களாகிறார்கள்.

ஊழியர்கள் சம்பந்தமாக ஒரு சரியான கொள்கை என்னவாக இருக்க வேண்டும் என்னும் பிரச்னை நமது கட்சிகளுக்கும் இளம் கம்யூனிஸ்ட் லீகிற்கும் இதர எல்லா வெகுஜன ஸ்தாபனங்களுக்கும் புரட்சிகரமான தொழிலாளர் இயக்கம் முழுவதற்கும் ஒரு கருத்தாழம் மிக்க கவலைமிக்க பிரச்னையாகும்.

ஊழியர்கள் சம்பந்தமாக ஒரு சரியான கொள்கையில் என்ன அடங்கியிருக்கிறது?

முதலாவதாக, ஒருவர் அவருடைய மக்களை அறிந்து கொள்ளுதல். உண்மையில் நமது கட்சிகளில் ஊழியர்களைப் பற்றி ஒரு முறையான கவனமான ஆய்வு இல்லை. அண்மையில்தான் பிரெஞ்சு கம்யூனிஸ்டுக் கட்சி, போலந்து கம்யூனிஸ்டுக் கட்சி, கிழக்கில் சீனக் கம்யூனிஸ்டுக் கட்சி ஆகியவை இந்த திசையில் சில வெற்றிகளைச் சாதித்திருக்கிறார்கள். ஜெர்மன் கம்யூனிஸ்டுக் கட்சி அதனுடைய தலைமறைவு காலத்திற்கு முன்பு, அதன் ஊழியர்களைப் பற்றிய ஒரு ஆய்வு நடத்தியது, நமது கட்சிகளின் அனுபவம் அவர்களுடைய ஆட்களைப் பற்றி ஆய்ந்தறியத் தொடங்கிய உடன் அதில் கட்சி ஊழியர்கள் அறவே கவனிக்கப் படவில்லை என்னும் உண்மை கண்டுபிடிக்க முடிந்தது என்பதைத் தெளிவாகக் காட்டியிருக்கிறது. மறுபக்கத்தில் சித்தாந்த ரீதியிலும் அரசியல் ரீதியிலும் தீங்கு விளைவிக்கக்கூடிய பல அன்னிய குணம்படைத்த நபர்கள் அக்கட்சிகளிலிருந்து கழிந்தொழியத் தொடங்கினார்கள், பிரான்ஸில் போல்ஷிவிக் பூதக் கண்ணாடி கொண்டு பார்த்தபோது செலார், பார்பி ஆகியோர் வர்க்க விரோதியின் ஏஜண்டுகள் என்பது தெரியவந்தது. அவர்கள் கட்சியிலிருந்து வெளியேற்றப் பட்டார்கள். இந்த உதாரணத்தை எடுத்துக்காட்டுவது அதைப் புரிந்து கொள்வதற்குப் போதுமானதாகும். ஹங்கேரியில் ஊழியர்கள் பரிசீலனை செய்யப்பட்டபோது ஆத்திரமூட்டி நாசவேலை செய்வோரும், எதிரி ஏஜண்டுகளும் கூடுகட்டி நின்றனர் என்பதைக் கண்டுபிடிக்க முடிந்தது. அவர்கள் வேண்டுமென்றே பெருமுயற்சியுடன் தங்களை அடையாளம் காட்டிக் கொள்ளாதபடி மறைந்திருந்தனர்.

இரண்டாவது, ஊழியர்களை சரியாக உயர்த்துவது, முன்னுக்குக் கொண்டு வருவது. ஊழியர்களை உயர்த்தி முன்னுக்குக் கொண்டு

வருவது என்பது ஏதோ தாற்காலிகமாக எப்போதாவது செய்வது அல்ல. அது கட்சியின் முறையான செயல்பாடுகளில் ஒன்றாக அமைந்திருக்க வேண்டும். உயர்த்தி முன்னுக்குக் கொண்டுவரப்பட்ட ஒரு கம்யூனிஸ்டு விரிவான மக்கள் பகுதியில் தொடர்பு கொண்டுள்ளவரா இல்லையா என்பதைக் கருதாமல் வெறும் கட்சிக் கண்ணோட்டத்தின் அடிப்படையில் மட்டுமே வேலை உயர்வு கொடுப்பது நல்லதல்ல. பலவேறு கட்சி ஊழியர்கள் அவர்கள் குறிப்பிட்ட பணிகளைத் திறமையாக நிறைவேற்றுவதற்குரிய ஆற்றலை அடிப்படையாகக் கொண்டும் வெகுஜனங்களிடம் அவர்களுக்குள்ள செல்வாக்கு பிரபலத்தை அடிப்படையாசவும் கொண்டும் வேலை உயர்வு இருக்க வேண்டும். நமது கட்சிகளில் மிகச்சிறந்த பலன்களை அளித்துள்ள ஊழியர் உயர்வுகளைப்பற்றிய உதாரணங்கள் நம்மிடை இருக்கின்றன. எடுத்துக்காட்டாக ஸ்பெயின் நாட்டு பெண் கம்யூனிஸ்டு இந்த மாநாட்டின் தலைமைக் குழுவில் அமர்ந்திருப்பவர் தோழியர் டோலோரெஸ், இரண்டாண்டுகளுக்கு முன்பு இவர் சாதாரண தோழராக அணிகளில் இருந்து வேலை செய்து வந்தார். ஆனால் வர்க்க எதிரிகளுடன் ஏற்பட்ட முதல் மோதலிலேயே இவர் ஒரு மிகச்சிறந்த கிளர்ச்சிக்காரர் என்றும், போர்க்குணம் மிக்க வீராங்கனை என்றும் நிரூபணமாயிற்று. அதன் பிறகு அவர் கட்சியின் தலைமை அமைப்பிற்கு உயர்த்தப்பட்டார். அவர் அத்தலைமை அமைப்பின் மிகத் தகுதிவாய்ந்த உறுப்பினர் என்பதை நிரூபித்துவிட்டார்.

வேறு பல நாடுகளிலும் இம்மாதிரியான பல முன்னுதாரணங்களை நான் சுட்டிக்காட்ட முடியும், ஆனால் பெரும்பாலான இனங்களில் வேலை உயர்வு முறையாக அல்லாமல், தற்செயலாக இஷ்டத்திற்குத் தாறுமாறாய் கொடுக்கப்படுகிறது. அதனால் அவை எப்போதும் சரியாக இருப்பதில்லை. துரதிருஷ்டவசமான நிலைமைகள் ஏற்பட்டு விடுகின்றன. சில சமயங்களில் வெற்றொழுக்க வீரர்கள், வாய்வீச்சுக் காரர்கள், சவடால் வீரர்கள் உண்மையில் நமது லட்சியங்களுக்குத் தீங்கு விளைவிப்பவர்கள். அவர்கள் முக்கிய தலைமைப் பொறுப்புகளுக்கு உயர்த்தப்பட்டு விடுகிறார்கள்.

மூன்றாவது. நமது ஆட்களுடைய திறமை அனைத்தையும் சிறந்த முறையில் கட்சிக்கு ஆகச் சாதகமான முறையில் பயன்படுத்துவது செயலூக்கமுள்ள தனி உறுப்பினர் ஒவ்வொருவரின் மதிப்பு மிக்க திறமைகள் அனைத்தையும் உறுதிப்படுத்தி அதைப் பயன்படுத்துவதற்கு நம்மால் முடிய வேண்டும். சுத்த சுயம்பிரகாசமானவர் எவருமில்லை. ஒவ்வொருவரையும் அவரவர்கள் எவ்வாறு இருக்கிறார்களோ

அவ்வாறே அவர்களை எடுத்துக்கொண்டு அவர்களுடைய குறைபாடு களையும் பலவீனங்களையும் களைவதற்கு முயற்சிக்க வேண்டும். சிறந்த நேர்மையான கம்யூனிஸ்டுகளைத் தவறான முறையில் பயன் படுத்தப்பட்ட உதாரணங்களை நமது கட்சிகளில் நாம் அறிவோம். அவர்களுக்குரிய தகுதியான வேலைகளைக் கொடுத்திருந்தால் அவர்கள் மிகவும் பயனுள்ளவர்களாக இருந்திருப்பார்கள்.

நான்காவது, ஊழியர்களை சரியானபடி பகிர்ந்து வேலை கொடுத்தல். முதலாவதாக, இயக்கத்தின் பிரதான இணைப்புக்கண்ணி மக்களுடன் தொடர்புள்ள அடிமட்டத்திலிருந்து தோன்றிய முன்கை யெடுத்து உறுதியாகப் பணியாற்றக்கூடிய திறமையான ஆட்களின் கைகளிலே இருக்கின்றன. மிகவும் முக்கியமான மாவட்டங்களில் அத்தகைய செயலூக்கமுள்ள சிறந்த தோழர்கள் போதுமான அளவில் இருக்க வேண்டும். முதலாளித்துவ நாடுகளில் ஒரு இடத்திலிருந்து மற்றொரு இடத்திற்கு ஊழியர்களை மாற்றுவது என்பது அவ்வளவு சுலபமல்ல. அந்த வேலைக்கு பல தடைகளும் கஷ்டங்களும் இருக்கின்றன. போதுமான பண வசதியின்மை, குடும்பப் பிரச்னைகள் முதலிய தொல்லைகள் உள்ளன. இவைகளை சரியானபடி கவனத்தில் எடுத்துக் கொண்டு தீர்க்க வேண்டும். ஆனால் பொதுவாக நாம் இவைகளை சரியாகச் செய்யாதபடி முற்றிலும் புறக்கணித்து விடுகிறோம்.

ஐந்தாவது, ஊழியர்களுக்கு முறையாக இடைவிடாமல் உதவி செய்வது. இந்த உதவி என்பது விரிவான குறிப்பு என்னென்ன, எவ்வாறு செய்ய வேண்டும் என்று அறிவூட்ட வேண்டும். நட்புணர்வு பூர்வமாக அவர்களின் வேலைகளை சரிபார்க்க வேண்டும். குறைபாடுகளையும் தவறுகளையும் திருத்த வேண்டும். தினசரி வேலைகளில் ஸ்தூலமாக உதவி வழிகாட்ட வேண்டும்.

ஆறாவது, ஊழியர்களைப் பேணிக் காப்பதில் கவனம் செலுத்த வேண்டும், சந்தர்ப்ப சூழ்நிலையின் தேவை ஏற்படும்போது உடனுக்குடன் கட்சி ஊழியர்களை பின்னணிக்கு வாபஸ் செய்து அந்த இடத்தில் வேறு தோழர்களை நிறுத்த வேண்டும். கட்சித் தலைமை குறிப்பாக கட்சி சட்ட விரோதமாக்கப்பட்டுள்ள நாடுகளில் கட்சி ஊழியர்களைப் பாதுகாப்பதில் அதிமுக்கிய கவனம் எடுத்துக் கொள்ள வேண்டும் என்று கோர வேண்டும். ஊழியர்களைப் பேணிப் பாதுகாத்தல் என்பதற்கு கட்சியில் மிகவும் திறமைமிக்க ரகஸிய ஸ்தாபன அமைப்பு முறையும் மிகவும் அவசியமான முன் தேவையாகும். நமது சில கட்சிகளில் அவைகள் பெயரளவில், ஸ்தாபன அளவில் ஒழுங்குபடுத்தப்பட்டு, கட்சி

விதிகள் ஏட்டளவில் அமைக்கப்பட்டு புனரமைக்கப்பட்டவுடன், எல்லா விதமான சட்ட விரோதமான நிலைமைகளையும் சமாளிப்பதற்குத் தயாராகிவிட்டது என்று பல தோழர்கள் கருதுகிறார்கள். கட்சி தலைமறைவான பின்னர் புனரமைப்பு வேலையைப் பற்றி முறையாக ஆரம்பிப்பதனால் எதிரியின் நேரடியான பலமான தாக்குதல்களினால் கட்சி அளப்பரிய சேதங்களை எதிர்நோக்கி தியாகங்களை செய்ய வேண்டியதிருக்கிறது. ஜெர்மன் கம்யூனிஸ்ட் கட்சி தலைமறைவு நிலைமைகளுக்கு மாறும்போது எவ்வளவு நஷ்டங்களை சமாளித்து சிரமப்பட்டது என்பதை நாம் நினைவில் கொள்ள வேண்டும். இந்த உதாரணம், இன்று சட்டபூர்வமாக உள்ள," நாளை சட்ட விரோத நிலை ஏற்படக் கூடும் என்றுள்ள கட்சிகளுக்கு ஒரு எச்சரிக்கையாகும்.

ஊழியர்கள் பற்றி ஒரு சரியான கொள்கை இருந்தால்தான் நமது கட்சிகள் தங்கள் முன்புள்ள கிடைக்கக்கூடிய சக்திகள் அனைத்தையும் அதிக பட்சமாக வளர்க்கவும் பயன்படுத்தவும் முடியும். வெகுஜன இயக்கம் என்னும் மிகப் பெரிய சேமிப்பிலிருந்து மேலும் மேலும் தேவையான புதிய சிறந்த செயலூக்கமிக்க ஊழியர்களை ஈர்த்து புது பலத்தைப் பெறமுடியும்.

ஊழியர்களைத் தேர்ந்தெடுப்பதில் நமது பிரதான அளவுகோல் எதுவாக இருக்க வேண்டும்?

முதலாவதாக, தொழிலாளி வர்க்கத்தின் லட்சியத்தில் முழு முதல் பற்று கட்சியின் மீது அளவு கடந்த விஸ்வாசம் வர்க்க விரோதியை எதிர்த்து நேரிட்டு, போர்க்களத்தில், சிறைக் கூடங்களில், நீதி மன்றங்களில் சோதனைகளில் தேர்வு கண்டவர்கள்.

இரண்டாவது, மக்களுடன் மிக நெருக்கமான தொடர்பு. தோழர்கள் மக்களுடைய நலவுரிமைகளில் முழுமையாக ஈடுபட்டவர்களாக இருக்க வேண்டும். மக்களின் வாழ்க்கை நாடித்துடிப்புகளை உணர்ந்தவர்களாக இருக்க வேண்டும். மக்களின் உணர்வுகளையும் தேவைகளையும் உணர்ந்தவர்களாகவும் இருக்க வேண்டும். நமது கட்சி ஸ்தாபனங்களின் தலைவர்களின் அந்தஸ்தும் கவுரவமும் எல்லாவற்றிற்கும் முதன்மையாக மக்கள் தாங்களாகவே அவர்களைத் தங்கள் தலைவர்களாகக் கருதுவதன் அடிப்படையில், மக்கள் தங்கள் சொந்த அனுபவத்தின்மூலம் கட்சித் தலைவர்களின் திறமையை ஆற்றலை போராட்டத்தில் அவர்களுடைய உறுதியை தன்னலமற்ற தியாகத்தைப் பார்த்து மனப்பூர்வமாக ஏற்றுக் கொள்வதனடிப்படையில் அமைய வேண்டும்.

மூன்றாவதாக, குறிப்பிட்ட சந்தர்ப்ப சூழ்நிலையில் ஒருவர் தனது பொறுப்பு நிலையை சுயேச்சையாகக் கண்டு கொள்ளும் ஆற்றல், முடிவுகளை எடுக்கும் பொறுப்பை ஏற்றுக் கொள்வதற்குப் பயப்படாதிருத்தல். பொறுப்பை ஏற்றுக் கொள்வதற்கு பயப்படும் ஒருவர் ஒரு தலைவரல்ல. முன்கையெடுத்து செயலாற்ற முடியாத ஒருவர் "எனக்கு என்ன சொல்லப்படுகிறதோ அதைத்தான் செய்வேன்" என்று கூறும் ஒருவர் ஒரு போல்ஷிவிக் அல்ல. தோல்வி ஏற்படும் போது சோர்வு ஏற்பட்டு அறிவிழக்காமலும், வெற்றி ஏற்படும் போது மண்டைக்கனம் ஏற்படாமலும் முடிவுகளை நிறைவேற்றுவதில் தளர்வில்லாத உறுதியைக் காட்டுபவர் தான் ஒரு உண்மையான போல்ஷிவிக் தலைவராவார். ஊழியர்கள் மிகச் சிறந்த முறையில் விருத்தி அடைவதும், வளருவதும் போராட்டங்களில் ஏற்படும் ஸ்தூலமான பிரச்னைகளை சுயேச்சையாகத் தீர்ப்பதற்கான நிலையில் அவர்களுக்கு இடமளிக்கும்போதும், அவர்களுடைய முடிவுகளுக்கு அவர்கள்தான் முழு பொறுப்பு என்று உணரும் போதும்தான்.

நான்காவது, கட்டுப்பாடும் வர்க்க விரோதிகளுக்கெதிரான போராட்டத்திலும் போல்ஷிவிக் கொள்கை வழியிலிருந்து எந்த விலகலும் திரிபும் இருந்தாலும் அதைக் கடுமையாக விட்டுக் கொடுக்காமல் எதிர்க்கும் குணத்திலும் போல்ஷிவிக் வார்ப்படமாகவும் இருக்க வேண்டும்.

இந்த நிபந்தனை நிலைகளின் மீது நாம் அதிகமாக வலியுறுத்த வேண்டும். இவைதான் ஊழியர்களைச் சரியாகத் தேர்ந்தெடுப்பதை நிர்ணயிக்கின்றன. ஏன் என்றால் நடைமுறையில் யாருக்கு அதிகமாக சலுகை கொடுக்கப்படுகிறது. உதாரணமாக ஒரு தோழர் நல்ல எழுத்தாளராகவோ அல்லது நல்ல பேச்சாளராகவோ இருந்தால் அவருக்கு அதிக சலுகைகள் கொடுக்கப்படுகின்றன. ஆனால் அவர்கள் நல்ல போராட்ட குணம் படைத்தவராகவோ அல்லது செயல்வீரராக இல்லாமலிருந்தாலும் பரவாயில்லை. வெறும் பேச்சுக்கும் எழுத்துக்கு மட்டும் அதிக சலுகை தரப்படுகிறது. வேறு சில அத்தகைய தோழர்கள் நன்றாக எழுத முடியாமலும் பேச்சாளராகவும் இல்லாமலிருக்கலாம். ஆனால் ஒரு உறுதிமிக்க தோழராகவும், முன்கையெடுத்து எந்த வேலையையும் திறம்பட செய்பவராகவும், மக்களுடன் நெருங்கிய தொடர்பு கொண்டவராகவும் போர்க்களத்திற்கு நேரில் செல்லும் ஆற்றலும் போராட்டக்களத்தில் இதரர்களையும் ஈர்த்து தலைமை தாங்கும் ஆற்றல் கொண்டவராகவும் இருக்கலாம். அவர்களுக்கு அதிக சலுகைகள் கொடுக்கப்படுவதில்லை. வெறும் செக்டேரியன்களும்,

குருட்டுத்தனமான கோட்பாட்டுவாதிகளும், வெற்றொழுக்க வாய் வீச்சாளர்களும் குவிந்து உண்மையான வெகுஜன ஊழியர்களும் உண்மையான தொழிற்சங்கத் தலைவர்களும் பின்னுக்குத் தள்ளப்படும் செயல்கள் பலவற்றை நாம் காணவில்லையா?

போல்ஷிவிக் உள்ளுறுதி, புரட்சிகரமான பலம் கொண்ட குணப் பண்பு, அவைகளை செயல்படுத்தும் உள வலிமை ஆகியவற்றுடன் அவர்கள் என்ன செய்ய வேண்டும் என்னும் ஞானத்தையும் நமது தலைமையான ஊழியர்கள் ஒன்றிணைக்க வேண்டும்.

ஊழியர்கள் பிரச்னை பற்றியதன் தொடர்பாக சர்வதேச தொழிலாளர் பாதுகாப்பு நிறுவனம் (ஐ.எல்.டி.) தொழிற்சங்க இயக்கத்திலுள்ள ஊழியர்கள் சம்பந்தமாக என்ன செய்ய வேண்டுமென்று பணித்துள்ளது பற்றி இங்கு நான் எடுத்துக்கூற விரும்புகிறேன். அரசியல் கைதிகளுக்கும், அவர்களுடைய குடும்பங்களுக்கும், வெளி நாடுகளுக்கு வெளியேற்றப்பட்டு அங்கு குடியேறியுள்ள அரசியல் ஊழியர்கள், அடக்குமுறைகளுக் குள்ளாக்கப்பட்ட புரட்சிக்காரர்கள், பாஸிஸ்டு எதிர்ப்பு வீரர்கள் ஆகியோருக்கு சர்வதேசத் தொழிலாளர் பாதுகாப்பு ஸ்தாபனங்கள் அளித்த பொருளாயத, தார்மீக உதவி பல நாடுகளிலுள்ள பல ஆயிரக்கணக்கான அருமையான தொழிலாளி வர்க்கப் போராட்ட வீரர்களின் உயிர்களைக் காப்பாற்றியிருக்கிறது. அவர்களின் பலத்தையும் போராட்டத் திறனையும் பாதுகாத்திருக்கிறது. சிறை சென்றிருக்கும் எங்களைப் போன்றவர்கள், எங்களுடைய சொந்த அனுபவத்தின் மூலமாக நேரடியாக சர்வதேசத் தொழிலாளர் பாதுகாப்பு நிறுவனத்தின் அரிய பணிகளைப் பற்றிய சிறப்புமிக்க பெரும் அளவிலான முக்கியத்தைக் கண்டு கொண்டோம்.

இந்த சர்வதேசத் தொழிலாளர் பாதுகாப்பு நிறுவனம் தனது அரிய பணியின் மூலம் லட்சக்கணக்கான பாட்டாளிகள், மற்றும் விவசாயிகள், படிப்பாளிகளுக்கிடையிலுள்ள புரட்சிகரமான நபர்கள் ஆகியோரின் அபிமானத்தை, பக்தியை, உளம் நிறைந்த நன்றியறிதலை வென்றெடுத்திருக்கிறது.

இன்றைய சூழ்நிலைமைகளில் அதாவது பூர்ஷுவா பிற்போக்கு சக்திகள் வளர்ந்து கொண்டும், பாஸிஸம் வெறிகொண்டு திரிந்து கொண்டும் வர்க்கப்போராட்டம் மிகவும் கூர்மையடைந்து கொண்டுமிருக்கும் இன்றைய சூழ்நிலைமைகளில், சர்வதேசத் தொழிலாளர் பாதுகாப்பு நிறுவனத்தின் பங்கு மிகப்பெரும் அளவு அதிகரித்துக் கொண்டிருக்கிறது. சர்வதேசத் தொழிலாளர் பாதுகாப்பு நிறுவனத்தின்

முன்பு இப்போதுள்ள முக்கிய கடமை, அது எல்லா முதலாளித்துவ நாடுகளிலும் உழைக்கும் மக்களுடைய உண்மையான வெகுஜன ஸ்தாபனமாக ஆக வேண்டும் (குறிப்பாக பாஸிஸ்டு நாடுகளில் அங்குள்ள விசேஷ சூழ்நிலைமைகளுக்குத் தக்கபடி தன்னை அமைத்துக் கொள்ள வேண்டும்). அதாவது அது பாட்டாளி வர்க்க ஐக்கிய முன்னணியின் பாஸிஸ்டு எதிர்ப்பு மக்கள் கூட்டணியின் கோடிக்கணக்கான மக்களைத் தழுவியுள்ள அக்கூட்டணிகளின் ஒருவகை "செஞ்சிலுவை சங்கத்தைப் போல்" இருக்க வேண்டும். பாஸிஸத்திற்கெதிரான போர்க்களத்தில் கடுமையான சமரில் ஈடுபட்டுள்ள, சமாதானத்திற்கும் சோஷலிசத்திற்கும் போராடிக் கொண்டிருக்கிற உழைக்கும் பெருமக்களான ராணுவத்தின் "செஞ்சிலுவை" சங்கமாக இருக்க வேண்டும். சர்வதேசத் தொழிலாளர் பாதுகாப்பு நிறுவனம் வெற்றிகரமாக தனது பங்கைச் செலுத்த வேண்டுமானால் ஆயிரக்கணக்கான தனது சொந்த ஊழியர்களை ஏராளமான தனது சொந்த பொது ஊழியர்களை சர்வதேசத் தொழிலாளர் பாதுகாப்பு நிறுவன ஊழியர்களை பயிற்றுவிக்க வேண்டும். இந்த மிக முக்கியமான ஸ்தாபனத்தின் அதி முக்கியமான கடமைகளுக்கு தங்கள் தகுதி திறன் மூலம் பதிலளிக்கும் வகையில் தங்கள் சீரிய கடமைகளை சிறப்பாக நிறைவேற்றும் வகையில் அவர்கள் பயில்விக்கவேண்டும்.

இங்கு நான் திட்டவட்டமாக மிகக்கூர்மையாக ஒன்று கூற விரும்புகிறேன். பொதுவாகத் தொழிலாளர் இயக்கம் என்று எடுத்துக் கொண்டாலே ஒரு அதிகார வர்க்க முறையிலான அணுகும் முறையும் ஆட்கள்பால் ஒரு இதயமற்ற அணுகும் முறையும் மிகவும் கேடு விளைவிக்கக் கூடியதாகும். இன்னும் சர்வதேசத் தொழிலாளர் பாதுகாப்பு நிறுவனத்தின் பணிகள் துறையில் இத்தகைய அணுகும் முறை இருக்குமானால் அது கிரிமினல் செய்கைக்கு அடுத்த தீமை பயப்பதாகும். தொழிலாளி வர்க்கத்தின் போராட்ட வீரர்கள், பிற்போக்கு சக்திகளின் பாஸிஸத்தின்கீழ் பலியானவர்கள், பாதிக்கப்பட்டவர்கள் சித்திரவதை முகாம்களிலும் கொடுஞ் சிறைக் கோட்டங்களிலும் துன்ப துயரங்களில் வீழ்ந்து கிடக்கும் அந்த அருமைத் தோழர்கள், நாடு கடத்தப்பட்டு பல இடங்களில் வாழ்ந்துவரும் தோழர்களும் அவர்களுடைய குடும்பங்களும் சர்வதேசத் தொழிலாளர் பாதுகாப்பு நிறுவனங்களுடையவும் அதன் செயல் வீரர்களுடையவும் மிகுதியான அனுதாபத்தையும் நல்லாதரவையும் பெற வேண்டியவர்களாகும். சர்வதேசத் தொழிலாளர் பாதுகாப்பு நிறுவனம், பாட்டாளி வர்க்கப் போராட்ட, பாஸிஸ எதிர்ப்புப் போராட்ட இயக்கங்களில் ஈடுபட்டுள்ள

போராட்ட வீரர்களுக்கு உதவுவதில் குறிப்பாக தொழிலாளர் இயக் கத்திலுள்ள ஊழியர்களை வாழ்வளவிலும் தார்மீக அளவிலும் சேமித்துப் பாதுகாப்பதில் இன்னும் அதிகமாக கவனம் எடுத்து ஆதரவளித்துத் தங்கள் கடமைகளை ஆற்ற வேண்டும். கம்யூனிஸ்டுகளும், புரட்சிகரமான தொழிலாளர்களும் சர்வதேசத் தொழிலாளர் பாதுகாப்பு நிறுவனங்களில் பணியாற்றக் கூடியவர்கள் அந்த சர்வதேசத் தொழிலாளர் பாதுகாப்பு நிறுவனங்களின் பங்கையும் கடமைகளையும் வெற்றிகரமாக நிறைவேற்றுவதற்கு தொழிலாளி வர்க்கத்திற்கும் கம்யூனிஸ்டு அகிலத்திற்கும் முன்பாக ஒவ்வொரு படியிலும் தங்கள் அளப்பரிய பொறுப்பு எவ்வளவு இருக்கிறது என்பதை உணர வேண்டும்.

தோழர்களே! நீங்கள் ஏற்கனவே நன்கு அறிவீர்கள், ஊழியர்கள், தங்கள் சிறந்த பயிற்சியை போராட்டங்களின் செயல் வளர்ச்சிப் போக்கில், தாங்கமுடியாத பல கஷ்டங்கள், தொல்லைகளைத் தாங்குவதில் பல சோதனைகளிலிருந்து மீள்வதில் இன்னும் சாதகமும், பாதகமும் நிறைந்த செயலாட்சி உதாரணங்களிலிருந்தும் தங்கள் மிகச் சிறந்த பயிற்சியைப் பெறுகிறார்கள். வேலை நிறுத்தங்களில், ஆர்ப்பாட்டங்களில், சிறைக் கூடங்களில், நீதி மன்றங்களில் காட்டப்பட்ட வீரமிக்க செயலாட்சிகள் பற்றி நூற்றுக்கணக்கான உதாரணங்கள் இருக்கின்றன. நம்மிடம் ஆயிரக்கணக்கான வீர சாகசத்தின் எடுத்துக் காட்டுகள் உண்டு. ஆனால் துரதிருஷ்டவசமாக, நம்மிடம் நெஞ்சுறுதி யின்மை, கோழைத்தனம், இன்னும் ஓடுகாலித்தனம் ஆகியவற்றிற்கும் பல உதாரணங்கள் உள்ளன. இந்த உதாரணங்களை நல்லவற்றையும் கெட்டவற்றையும் இரண்டையும் அடிக்கடி மறந்து விடுகிறோம். இந்த உதாரணங்களினால் கிடைக்கும் அனுகூலங்களை நாம் மக்களுக்குக் கற்றுக் கொடுப்பதில்லை. நாம் அவர்களுக்கு எந்த உதாரணங்கள் புத்துணர்ச்சி ஊட்டுகின்றன, எவைகளை நிராகரிக்க வேண்டும் என்பதைக் காட்ட வேண்டும். வர்க்க மோதல்களின்போது, போலீஸ் விசாரணை நேரத்தில், சிறைக்கூடங்களில், சித்திரவதைக் கூடங்களில், நீதி மன்றங்கள் முதலியவற்றில் நமது தோழர்கள், மற்றும் போர்க்குண மிக்க தீவிரத் தொழிலாளர்கள் எவ்வாறு நடந்து கொண்டார்கள் என்பது பற்றிய விவரங்கள் சேகரித்து ஆராய்ந்து அறிய வேண்டும். சிறந்த உதாரணங்களை வெளியே அறிவித்துப் பிரபலப்படுத்தவேண்டும். அவைகளை முன்னுதாரணங்களாக எதிர்காலத்தில் அனைவரும் கடைப்பிடிப்பதற்கு வழிகாட்டிகளாக விவரித்துக் கூற வேண்டும். அசிங்கமானவற்றை போல்ஷிவிக் அல்லாதனவற்றை பண்பு கெட்ட செயல்களையெல்லாம் ஒதுக்க வேண்டும். ரீச்ஸ்டாக் தீ வைப்பு வழக்கு விசாரணையிலிருந்து நம்முடைய அரும் தோழர்கள் பலர்

பூர்ஷுவா கோர்ட்டுகளிலும் பாஸிஸ்டு கோர்ட்டுகளிலும் கொடுத்த வாக்குமூல அறிக்கைகள், போல்ஷிவிக்குகள் நீதி மன்றங்களில் எவ்வாறு நடந்து கொள்ள வேண்டும் என்பதற்கு ஒரு தெளிவான ஞானம் எண்ணற்ற நமது ஊழியர்களிடையே வளர்ந்து கொண்டிருப்பதைக் காட்டுகிறது.

ஆனால் உங்களில், இந்தக் காங்கிரஸில் பிரதிநிதிகளாக வந்துள்ள உங்களில் எத்தனை பேருக்கு ருமேனிய ரயில்வேதொழிலாளர் மீதுள்ள வழக்கு விசாரணை பற்றிய விவரங்கள் தெரியும். பியதே ஸுல்ஸே மீதான வழக்கு விவரங்கள் தெரியும். பியதே ஸுல்ஸே ஜெர்மனி பாஸிஸ்டுகளால் கொல்லப்பட்டார். வீரம் மிக்க ஜப்பானிய தோழர் இட்சிகாவா மீது வழக்கு விசாரணை, பல்கேரிய புரட்சிகரமான படைவீரர்கள் மீதான வழக்கு விசாரணை, இம்மாதிரி இன்னும் பல வழக்கு விசாரணைகள், அவைகளில் மிகச் சிறந்த அளவில் பாட்டாளி வர்க்க வீரம் வெளிப்படுத்தப்பட்ட சீரிய உதாரணங்கள் ஏராளம் உள்ளன. அது எத்தனை பேருக்குத் தெரியும்?

பாட்டாளி வர்க்க வீரம் பற்றிய இத்தகைய சிறப்பு தகுதி பெற்ற எடுத்துக்காட்டுகளை விரிவாக பிரபலப்படுத்த வேண்டும். நம்முடைய அணிகளிலும் தொழிலாளி வர்க்க அணிகளிலும் வெளிப்படுகின்ற கோழைத்தனம், பண்புக்கேடு, எல்லா இழுக்கு, அழுக்குகளுக்கு மாற்றாக, நமது தோழர்களின் செயற்கரிய வீர சாகஸங்களை விரிவாக மக்களிடம் எடுத்துக்கூற வேண்டும். இந்த உதாரணங்களை தொழிலாளர் இயக்கத்தின் ஊழியர்களைப் பயிலுவிப்பதற்கு மிக விரிவாகப் பயன்படுத்த வேண்டும்.

தோழர்களே! நமது கட்சித் தலைவர்கள் நமக்குப் போதுமான ஆட்கள் இல்லை, கிளர்ச்சி பிரச்சார வேலைகளுக்கு, பத்திரிகைகளுக்கு, தொழிற்சங்கங்களுக்கு, இளைஞர்கள், மாதர்கள் இடையில் வேலை செய்வதற்குப் போதுமான ஆட்கள் இல்லை என்று அடிக்கடி புகார் சொல்கிறார்கள். போதுமான ஆட்கள் இல்லை, போதுமான ஆட்கள் இல்லை என்பதே கூக்குரலாக உள்ளது. நமக்கு ஆட்கள் இல்லை, அவ்வளவுதான். ஆனால் இதற்கு லெனினுடைய பழைய ஆனால் என்றென்றும் புத்தம் புதிதாய் ஒளிபெற்று பிரகாசிக்கும் கீழ்க்கண்ட வார்த்தைகள் மூலம் பதில் கூற விரும்புகிறேன்:

“போதுமான ஆட்கள் இல்லை - இருப்பினும் ஏராளமான ஆட்களும் இருக்கிறார்கள். ஏராளமான எண்ணிக்கையில் ஆட்கள் இருக்கிறார்கள், ஏன் என்றால் தொழிலாளி வர்க்கமும், சமுதாயத்தின்

பல வேறுபட்ட பிரிவினர்களும் ஆண்டுதோறும் அவர்களுடைய அணிகளிலிருந்து ஏராளமான எண்ணிக்கையில் தங்கள் கண்டனங்களை வெளிப்படுத்த விரும்பும் அதிருப்தி அடைந்த ஆட்கள் வெளியே வந்து கொண்டே இருக்கிறார்கள். அதே சமயத்தில் நமக்கு ஆட்கள் இல்லை, ஏன் என்றால் நமக்கு திறமையான ஸ்தாபன அமைப்பாளர்கள், விரிவான, அதே சமயத்தில் ஒரே மாதிரியான, இசைவான வேலையை எல்லா சக்திகளுக்கும் மிகவும் சர்வ சாதாரண முக்கியமற்ற சாதாரண மானவர்கள் உள்பட அனைவருக்கும் வேலை கொடுக்கும் வகையில் ஏற்பாடு செய்வதற்குத் திறமை படைத்தவர்கள் நம்மிடம் இல்லை.'' (இனி செய்ய வேண்டியது என்ன?)

லெனினுடைய இந்த வார்த்தைகளை நம்முடைய கட்சிகள் முழுமையாகக் கிரகிக்க வேண்டும். தங்களுடைய அன்றாட வேலைக்கு அவைகளை வழிகாட்டியாகப் பயன்படுத்த வேண்டும். ஏராளமான பேர் இருக்கிறார்கள், அவர்களை நாம் கண்டுபிடிக்க வேண்டும். நம்முடைய ஸ்தாபனங்களில் இருப்பவர்களில் வேலை நிறுத்தங்களில் ஆர்ப்பாட்டங்களில் தொழிலாளர்களின் பலவேறு வெகுஜன ஸ்தாபனங்களில், ஐக்கிய முன்னணி நிறுவனங்களில் நாம் அவர்களைக் கண்டுபிடிக்க வேண்டும். அவர்களுடைய வேலையின்போது, போராட்டத்தின்போது, அத்துடன் சேர்ந்து, அவர்கள் வளருவதற்கு அவர்களுக்கு உதவி செய்ய வேண்டும். அவர்கள் தொழிலாளி வர்க்க லட்சியத்திற்கு உண்மையில் பயனுள்ள வகையில் சரியான நிலையில் வைக்கப்பட வேண்டும்.

தோழர்களே, கம்யூனிஸ்டுகளாகிய நாம் செயல் வீரர்கள். நமது பிரச்னை முதலாளித்துவத்தின் தாக்குதல்களை எதிர்த்து, பாஸிஸத்தை எதிர்த்து, ஏகாதிபத்திய யுத்த பயமுறுத்தலை எதிர்த்து நடத்த வேண்டிய நடைமுறைப் போராட்டம் பற்றிய முதலாளித்துவத்தைத் தூக்கி எறிவதற்கான போராட்டம் பற்றிய பிரச்னையாகும். துல்லிய இந்த நடைமுறைக் கடமையின் காரணமாகத்தான் கம்யூனிஸ்டு ஊழியர்கள் புரட்சிகரமான தத்துவத்தில் கட்டாயம் தேர்ச்சி பெற்றவர்களாக இருக்கவேண்டும் என்று கூறுகிறோம். ஏன் என்றால், தத்துவம் நடைமுறை வேலையில் ஈடுபட்டுள்ளவர்களுக்கு சரியான திசை வழியைக் கண்டுபிடிக்கும் சக்தியையும் லட்சிய நோக்கில் தெளிவும், வேலையில் உறுதிப்பாடும், லட்சியத்தின் வெற்றியில் நம்பிக்கையும் அளிக்கிறது.

ஆனால் உண்மையான புரட்சிகரமான தத்துவம், பல வகையான வலுவிழந்த ஆண்மையற்ற தத்துவமுறைகளுக்கு மொட்டையான

மேற்கோள்களைக் கொண்ட வரட்டு விளையாட்டுகளுக்கு முற்றிலும் விரோதமானவை. "நமது தத்துவம் ஒரு வரட்டுத்தனமான கோட்பாடல்ல, ஆனால் அது நமது செயலுக்கு வழிகாட்டியாகும்." லெனின் இவ்வாறு கூறுவது வழக்கம். இத்தகைய ஒரு தத்துவம் தான் நமது ஊழியர்களுக்குத் தேவை. அது அவர்களுக்கு மிகவும் அவசியமான தேவையாகும். 'உணவும் காற்றும் தண்ணீரும்' எவ்வளவு அவசியமாகத் தேவைப்படுகிறதோ அவ்வளவு அவசியமாக இந்தத் தத்துவம் நமது ஊழியர்களுக்குத் தேவைப்படுகிறது.

யாராவது உண்மையில், உயிரற்ற வரட்டுத்தனமான வெட்டிக் காய்ந்து போன திட்டங்களை, தீமை நிறைந்த புத்தகப் பூச்சிகளின் வாசகங்களைத் தவிர்க்க விரும்புகிறார்களோ, அவர்கள் மக்களுடன் நின்று அவர்களுக்குத் தலைமை தாங்கி நடத்தப்படும் நடைமுறை செயலூக்கமிக்க போராட்டங்கள், மார்க்ஸ், எங்கெல்ஸ், லெனின் ஆகியோரின் வல்லமைமிக்க, செழுமையான வளம் நிறைந்த சகலசக்தியும் வாய்ந்த போதனைகளில் முழு தேர்ச்சி பெறுவதற்கு இடைவிடாமல் முயற்சி செய்வது ஆகிய இரு வழிகளிலும் செக்கச் செவேறென்று சூடாக்கப்பட்ட இரும்பு சூட்டுக்கோல் கொண்டு அந்தத் தீய திட்டங்களைப் பொசுக்க வேண்டும்.

இதன் தொடர்பாக நமது கட்சிப் பள்ளிகள் பற்றிய வேலை சம்பந்தமாக உங்கள் கவனத்திற்குக் கொண்டுவருவது மிகவும் குறிப்பாக அவசியம் என்று கருதுகிறேன். வெறும் புத்தகப் பூச்சிகளையும் ஆசாரப் பேச்சாளர்களையும், வெறும் மேற்கோள் கூறுவதில் தேர்ச்சியாளர்களையும் பயிலுவித்துக் கொண்டு வருவதல்ல நமது பள்ளிகளின் நோக்கம். இல்லை, தொழிலாளிவர்க்க லட்சியங்களுக்காக முன்னணியில் நின்று செயல்முறையில் போராடிக் கொண்டிருக்கும் செயல்வீரர்களுக்கு பயிற்சிகொடுத்துப் பட்டமளிப்பதே நமது பள்ளிகளின் நோக்கம். முன்னணி செயல்வீரர்கள் என்று கூறும் போது அவர்களுடைய துணிவு, உறுதி, சகல தியாகமும் செய்வதற்கான தயார் நிலை ஆகியவற்றினால் மட்டும் முன்னணி வீரர்கள் அல்ல, அவர்கள் சாதாரண அணிகளில் உள்ள தொழிலாளர்களைக் காட்டிலும் அதிகமான அளவில் முன் நோக்கியும் நெடிது நோக்கியும் உழைக்கும் மக்களின் முழுவிடுதலைக்கு இட்டுச் செல்லும் வழியை நன்கு அறிந்தவர்களுமாகும். கம்யூனிஸ்டு அகிலத்தின் சகல பிரிவுகளும் ஊசலாட்டமில்லாமல் தட்டிக்கழிக்காமல் கட்சிப் பள்ளிகளை உருவாக்கி நிறுவுவதற்கு சரியான தீர்க்கமான நடவடிக்கைகளை எடுக்க வேண்டும். அந்தப் பள்ளிகள் போராடும் ஊழியர்கள் புடம் போட்டு எடுக்கப்படும் உலைக்களங்களாக அமைய வேண்டும்.

நமது கட்சிப் பள்ளிகளின் பிரதான கடமையாக எனக்குப்படுவது அவைகள் நமது கட்சி உறுப்பினர்களுக்கும் இளம் கம்யூனிஸ்டு லீக் உறுப்பினர்களுக்கும் மார்க்ஸிஸ லெனினிஸ முறையை, குறிப்பிட்ட நாடுகளிலுள்ள ஸ்தூலமான நிலைமைகளுக்கு, குறிப்பிட்ட திட்ட வட்டமான நிலைமைகளுக்கு "பொதுவாக" உள்ள ஒரு எதிரியை எதிர்த்துள்ள போராட்டங்களுக்கு அல்ல. அதற்கு பதில் ஒரு குறிப்பிட்ட திட்டவட்டமான எதிரியை எதிர்த்துள்ள போராட்டங்களுக்கு எவ்வாறு செயல்முறையில் பயன்படுத்துவது என்று கற்றுக்கொடுத்துப் பயிற்சி அளிப்பதாகும். இது லெனினிஸத்தின் வாசகங்களை மட்டும் பயின்றால் போதாது, அதன் உயிர்த்துடிப்புமிக்க புரட்சிகரமான மெய்ப்பொருளைப் பயிலுவதை அவசியமாக்குகிறது.

நமது கட்சிப் பள்ளிகளில் ஊழியர்களுக்குப் பயிற்சி கொடுப்பதற்கு இருவழிகள் இருக்கின்றன:

முதலாவது வழிமுறை: கோட்பாட்டளவிலான தத்துவத்தைக் கற்றுக் கொடுப்பது, நூல்களிலுள்ள கருத்துக்களை அதிகபட்சம் அவர்களுக்குச் சொல்லிக்கொடுப்பது, கருத்துரைகள், தீர்மானங்கள் முதலியவைகளை இலக்கிய வடிவில் எவ்வாறு எழுதுவது என்று சொல்லிக் கொடுப்பது, குறிப்பிட்ட நாட்டின் பிரச்னைகளைப் பற்றி குறிப்பிட்ட தொழிலாளர் இயக்கத்தைப் பற்றி அதன் வரலாறு மரபுகள் பாரம்பரியங்கள், குறிப்பிட்ட நாட்டின் கம்யூனிஸ்டுக் கட்சியின் அனுபவம் ஆகியவற்றைப் பற்றித் தற்செயலாக பாடம் நடத்தும் போக்கில் மட்டும் குறிப்பிடுவது.

இரண்டாவது வழிமுறை: தத்துவார்த்தப் பயிற்சி கொடுப்பது, அதில் மார்க்ஸிஸ-லெனினிஸத்தின் அடிப்படைக் கோட்பாடுகளை மாணவர்கள் தங்கள் சொந்த நாட்டின் பாட்டாளி வர்க்க போராட்டத்தின் மிக முக்கிய பிரச்னைகளை நடைமுறையில் ஆய்ந்தறிவதன் அடிப்படையில் கற்றுத் தேர்ச்சி பெறுவதாகும். அம்மாணவர் தன் நடைமுறை வேலைக்குத் திரும்பிச் செல்லும்போதுதான் படித்த நேரில் கண்டுகொள்ள முடியும். தன் விளைவை தானே அவரே சுயேச்சையாக தானே செயல்படக்கூடிய நடைமுறை அமைப்பாளராகவும், வர்க்க விரோதிக்கெதிராக போராட்டக்களங்களில் மக்களுக்குத் தலைமைதாங்கும் திறமை பெற்ற தலைவராகவும் தயாராகி விடுகிறார்.

நமது கட்சிப் பள்ளிகளில் படித்துத் தேறிய அனைவருமே தகுதி பெற்றவர்களாக நிரூபிக்கப்படவில்லை. பலர் சொல்லடுக்குகளை, சாரமில்லாத கருத்துக் குவியல்களை, நல்ல அளவில் புத்தக அறிவை

படித்துள்ளதாகக் காட்டிக் கொள்ளும் தன்மையைக் கொண்டிருக்கிறார்கள். ஆனால் நமக்கு உண்மையான போல்ஷிவிக் அமைப்பாளர்களும் மக்கள் தலைவர்களும் தேவைப்படுகிறது. அத்தகைய தோழர்கள் நமக்கு இன்றே அவசர அவசியமாகத் தேவைப்படுகிறது. அந்த மாணவர்கள் நல்ல நல்ல கருத்துரைகளை எழுத முடியாவிட்டாலும் பரவாயில்லை (நமக்கு அத்தகைய திறமையுள்ள தோழர்கள் மிகவும் அவசியம்தான் என்றாலும்), ஆனால் அவர்கள் ஸ்தாபன அமைப்புத்திறன், தலைமை தாங்கும்திறன், கஷ்டங்களைக்கண்டு அஞ்சாத அவைகளை சமாளிக்கும் திறன் உள்ளவர்களாக இருக்கவேண்டியது மிகவும் அவசியம்.

புரட்சிகரமான தத்துவம் என்பது புரட்சிகரமான இயக்கத்தைப் பொதுமைப்படுத்தி அதன் அனுபவங்களைத் தொகுத்துச் சுருக்கிக் கூறுவதாகும். கம்யூனிஸ்டுகள் மிகவும் கவனமாக அவர்களுடைய நாடுகளில் சர்வதேசத் தொழிலாளர் இயக்கத்தின் இதர பகுதி அமைப்புகளின் கடந்த காலப் போராட்டங்களின் அனுபவங்களைப் பற்றி மட்டுமல்ல, நிகழ்காலப் போராட்டங்களின் அனுபவங்களையும் பயன்படுத்திக் கொள்ள வேண்டும். எனினும் அனுபவங்களைச் சரியாகப் பயன்படுத்திக் கொள்ள வேண்டும் என்பது போராட்டங்களின் வடிவங்களையும் வழிமுறைகளையும் அப்படியே ஒரு குறிப்பிட்ட நிலைமைகளிலிருந்து மற்றொரு நிலைமைக்கு ஒரு நாட்டிலிருந்து மற்றொரு நாட்டிற்கு யாந்திரீகமாக மாற்றி ஏற்றுமதி செய்வது என்பதல்ல. இந்த நிலைமை நமது கட்சிகளில் அடிக்கடி ஏற்படுகிறது. வேலைகளின் வடிவங்களையும் வழிமுறைகளையும் வெறும் இமிட்டேஷன் செய்வதோ அல்லது சாதாரணமான முறையில் காப்பி அடிப்பதோ சோவியத் யூனியன் கம்யூனிஸ்டுக் கட்சியைக் கூட காப்பியடிப்பதாக இருந்தாலும், முதலாளித்துவம் இன்னும் மேலாட்சி நடத்திக் கொண்டிருக்கும் நாடுகளில் அவை நல்லெண்ணத்துடன் செய்யப்பட்டாலும் அதனால் நன்மையைக் காட்டிலும் தீமையே அதிகம் விளையும். அவ்வாறே உண்மையில் பலமுறை நிகழ்ந்துள்ளன. துல்லியமாக ரஷ்ய போல்ஷிவிக்குகளின் அனுபவத்திலிருந்து அந்த ஒரே சர்வதேசிய கொள்கை வழியிலிருந்து தான் நாம், ஒவ்வொரு நாட்டின் வாழ்விலுள்ள விசேஷ நிலைமைக்கு சிறந்த முறையில் பயன்படுத்த பயிலவேண்டும்; முதலாளித்துவத்தை எதிர்த்துள்ள போராட்டத்தில் இந்தப் பழிப்புகளை எதிர்த்துக் கருணையின்றிப் போராடி ஒதுக்க வேண்டும். எல்லா வகையான வாய்வீச்சுக்களை, பழகிச் சலித்துப்போன சூத்திரங்களைப் பயன்படுத்துவதை, பகட்டுத், தனத்தை, குருட்டுத்தனமான கோட்பாட்டு முறைகளை ஒதுக்க வேண்டும்.

தோழர்களே! நாம் படிக்க வேண்டியது அவசியம். எப்போதும் படிக்க வேண்டியது அவசியம். எல்லா கட்டங்களிலும் படிக்க வேண்டிய தவசியம், போராட்டத்தின் போது, வெளியே இருக்கும்போது, சிறையில் இருக்கும் போது, எல்லா நேரத்திலும் படிக்க வேண்டியது அவசியம். படிக்கவும் போராடவும், போராடவும் படிக்கவும் வேண்டும்.

* * *

தோழர்களே! கம்யூனிஸ்டுகளின் முந்திய எந்த சர்வதேசீயக் காங்கிரஸும் இந்தக் காங்கிரஸ் அளவுக்கு உலக மக்களுக்கிடையில் அதிகமான அக்கறையையும் கருத்துக்களையும் கிளப்பி விடவில்லை என்பதைக் காண்கிறோம், மிகைப்படுத்திக் கூறுகிறோம் என்னும் பயத்துக்கிடமில்லாமல் நாம் கூற முடியும். இன்று நமது காங்கிரஸின் நிகழ்ச்சிகளை மிகவும் கவனத்துடன் பார்க்காத ஒரு பத்திரிகையோ, ஒரு தனி அரசியல் கட்சியோ, ஒரு அக்கறை மிக்க அரசியல் தலைவரோ, சமூகத் தலைவரோ இல்லை என்று கூறலாம்.

கோடிக்கணக்கான தொழிலாளர்கள், விவசாயிகள், நகர ஏழை மக்கள், அலுவலக ஊழியர்கள், படிப்பாளிகள், காலனி நாட்டு மக்கள், ஒடுக்கப்பட்ட தேசீய இன மக்கள் ஆகிய அனைவருடைய கண்களும் மாஸ்கோ நகரத்தை சர்வதேசப்பாட்டாளி வர்க்கத்தின் முதலாவது ஆனால் கடைசியானது அல்ல, அரசின் பெருமை மிக்க தலைநகரத்தை நோக்கித் திரும்பிக் கொண்டிருக்கின்றன. இதிலிருந்து இந்தக் காங்கிரஸில் விவாதிக்கப்படும் பிரச்னைகள், எடுக்கப்படும் முடிவுகள் ஆகியவை எவ்வளவு அதிகமான அளவு முக்கியத்துவம் மிக்கவை, அவசரமானவை என்பதை உறுதிப்படுத்தப்படுவதைக் காணலாம்.

எல்லா நாடுகளிலும் உள்ள பாஸிஸ்டுகள் குறிப்பாக வெறி பிடித்த ஜெர்மன் பாஸிஸம் ஆங்காரத்துடன் ஊளை இடுவதிலிருந்து நமது முடிவுகள் குறிதப்பாமல் அடித்திருக்கிறது என்பதையே உறுதிப்படுத்துகிறது.

பூர்ஷுவா பிற்போக்குத்தனமும் பாஸிஸமும் உள்ள இருண்ட இரவில் வர்க்க விரோதி முதலாளித்துவ நாடுகளில் உள்ள உழைக்கும் மக்களை வைத்திருப்பதற்கு பெரு முயற்சி செய்து கொண்டிருக்கிறது. இந்த நேரத்தில் கம்யூனிஸ்ட் அகிலம் போல்ஷிவிக்குகளின் சர்வதேசக் கட்சி ஒளி விளக்காய் நிமிர்ந்து நின்று மனிதகுலம் முழுவதற்கும் முதலாளித்துவத்தின் நுகத்தடியிலிருந்தும் பாஸிஸ்டு காட்டு மிராண்டித்தனத்திலிருந்தும் ஏகாதிபத்திய யுத்தக்கொடுமைகளிலிருந்தும் முழு விடுதலை பெறுவதற்குரிய ஒரேவழியைக் காட்டிக் கொண்டிருக்கிறது.

தொழிலாளி வர்க்கத்தின் செயல் ஒற்றுமையை ஸ்தாபிப்பது இந்த பாதையில் ஒரு தீர்மானமான கட்டமாகும். ஆம். செயல் ஒற்றுமை பலவேறு போக்குகளைக் கொண்ட தொழிலாளி வர்க்க ஸ்தாபனங்களின் செயலொற்றுமை, தனது செயல்பாட்டின் சகல துறைகளிலும் வர்க்கப் போராட்டத்தின் எல்லாப் பகுதிகளிலும் தனது சக்திகள் அனைத்தையும் ஒன்று திரட்டி உறுதிப்படுத்துவதாகும்.

அரசியல் தொழிலாளி வர்க்கம் தனது தொழிற்சங்கங்களின் ஒற்றுமையைச் சாதிக்க வேண்டும். சில சீர்திருத்தவாத தொழிற்சங்க தலைவர்கள் தொழிற் சங்கங்களில் கம்யூனிஸ்டு பிரிவுகள் இருப்பதால் ஒன்றுபட்ட தொழிற்சங்கங்களின் விவகாரங்களில் கம்யூனிஸ்ட் கட்சி தலையிடுவதால் தொழிற் சங்க ஜனநாயகம் அழிந்துவிடும் என்ற பூதத்தை கிளப்பி விட்டு தொழிலாளர்களை பயமுறுத்துவதற்கு வீணான முயற்சியைச் செய்கிறார்கள். தம்மை கம்யூனிஸ்டுகளை தொழிற்சங்க ஜனநாயகத்தின் எதிரிகள் என்று கூறுவது அடி முட்டாள்தனமாகும். கொழிற்சங்கங்கள் தங்கள் பிரச்னைகளை தாங்களே தீர்மானித்துக் கொள்ளும் உரிமையை உறுதியாக உயர்த்திப் பிடிப்பதும் அதற்காக வாதிடுவதும் நாம்தான். தொழிற்சங்க ஒற்றுமையின் நலன்களுக்கு அவசியமானால் தொழிற்சங்கங்களின் கம்யூனிஸ்டு பகுதிகளை உண்டாக்கும் வகையும் விட்டுக் கொடுப்பதற்காக நாம் தயாராக இருக்கிறேம். எல்லா கட்சிகளிலிருந்தும் ஐக்கிய தொழிற்சங்கங்களை சுதந்திரமாக வைத்திருப்பதற்கு ஒரு ஒப்பந்தத்திற்கு வருவதற்குக்கூட நாம் தயாராக இருக்கிறேம். ஆனால் தொழிற்சங்கங்கள் பூர்ஷுவா வர்க்கத்தை சார்ந்திருப்பதை நாம் தீர்மானமாக எதிர்க்கிறோம். பாட்டாளி வர்க்கத்திற்கும், பூர்ஷுவா வர்க்கத்திற்கும் உள்ள வர்க்கப் போராட்டத்தில் தொழிற்சங்கங்கள் ஒரு நடுநிலைக் கொள்கையை நாம் அனுமதிக்க முடியாது என்னும் அடிப்படையான நமது கண்ணோட்டத்தை விட்டுக்கொடுக்க முடியாது.

தொழிலாளி வர்க்க இளைஞர்களின் எல்லா சக்திகளையும் பாஸிஸ்டு எதிர்ப்பு இளைஞர்களின் எல்லா ஸ்தாபனங்களையும் ஒன்றுசேர்ப்பதற்கு எல்லாவித முயற்சிகளையும் செய்ய வேண்டும். பாஸிஸம் மற்றும் இதர மக்கள் விரோதிகளின் சோர்வடையச் செய்யும் செல்வாக்கின் கீழ் உள்ள உழைக்கும் இளைஞர் பகுதியை தம்பக்கம் வென்றெடுக்க வேண்டும். தொழிலாளிவர்க்கம் தொழிலாளர் இயக்கத்தின் எல்லாதுறைகளிலும் செயலொற்றுமையை சாதிக்க வேண்டும். சாதிக்கமுடியும். இது விரைவில் கைகூடும். தீர்மானமாகவும் உறுதியாகவும் கம்யூனிஸ்டுகளாகிய நாமும் எல்லா முதலாளித்துவ

நாடுகளிலும் உள்ள புரட்சிகர தொழிலாளர்களும் சர்வதேச தொழிலாளர் இயக்கத்தின் ஆக முக்கியமான அவசர பிரச்னைகளைப் பற்றி தமது காங்கிரஸ் வகுத்துள்ள புதிய உபாய வழியை செயல்முறையில் பயன்படுத்த வேண்டும்.

நம் முன்பு பல கஷ்டங்கள் உள்ளன என்பதை நாம் அறிவோம். நமது வழி ஒரு சுலபமான தார்ரோடு அல்ல. நமது பாதையில் மலர்கள் பரப்பிக் கிடக்கவில்லை. தொழிலாளி வர்க்கம் தனக்குள்ளே உள்ள இடையூறுகள் உட்பட பலவேறு தொல்லை மிக்க இடையூறுகளை சமாளிக்க வேண்டியுள்ளது. எல்லாவற்றுக்கும் மேலாக சமூக ஜனநாயகத்தின் பிற்போக்கு நபர்களின் சீர்குலைவு சூழ்ச்சிகளை முறியடிக்கும் கடமையை எதிர்நோக்கி இருக்கிறது. பூர்ஷுவா பிற்போக்கு சக்திகள் பாஸிஸம் ஆகியவற்றின் சம்மட்டி அடியின் கீழ் எண்ணற்ற தியாகங்களை செய்ய வேண்டியிருக்கிறது. பாட்டாளி வர்க்கத்தின் புரட்சிகரமான கப்பல், நீரடியிலுள்ள எண்ணற்ற பாறைகளின் ஊடே சென்று தனது துறையை அடைய வேண்டியிருக்கிறது.

ஆனால் இன்று முதலாளித்துவ நாடுகளில் உள்ள தொழிலாளி வர்க்கம் 1914-ம் ஆண்டில் அதாவது ஏகாதிபத்திய தொடக்கக் காலத்தில் இருந்ததைப் போன்றோ அல்லது 1918-ல் அதாவது யுத்த முடிவு காலத்தில் இருந்ததைப் போன்றோ இல்லை. தொழிலாள வர்க்கத்திற்குப் பின்னால் இருபது ஆண்டுகளாக வளம் மிக்க அனுபவம், புரட்சிகரமான சோதனைகள், பல தோல்விகளின் காரணமாக ஏற்பட்ட கசப்பான படிப்பினைகள் குறிப்பாக ஜெர்மனி, ஆஸ்டிரியா, ஸ்பெயின் ஆகிய நாடுகளின் படிப்பினைகளைக் கொண்டிருக்கிறது.

தொழிலாள வர்க்கத்தின் முன்பாக சோவியத் யூனியனின் வெற்றிகரமான சோஷலிசப் பொன்னாட்டின் எழுச்சியூட்டும் உதாரணம் வர்க்க விரோதியை எவ்வாறு தோற்கடிக்க முடியும். எவ்வாறு தொழிலாளி வர்க்கம் தனது சொந்த அரசை ஸ்தாபிக்க முடியும், ஒரு சோஷலிச சமுதாயத்தை நிர்மாணிப்பது என்னும் உதாரணம் முன்னிருக்கிறது.

பூர்ஷுவா வர்க்கம் பரந்த உலகம் அனைத்தையும் எந்தவித பிரிவும் இல்லாமல் மொத்தமாகத் தனது ஆதிக்கத்தின்கீழ் பிடித்து வைத்துக் கொண்டிருக்கவில்லை. வெற்றிகரமான தொழிலாளி வர்க்கம் இப்போது உலகின் ஆறிலொரு பகுதியில் தனது ஆட்சியை நடத்துகிறது. மிகப் பெரிய சீன நாட்டின் ஒரு பரந்த பகுதியில் சோவியத் ஆட்சி நடைபெறுகிறது.

தொழிலாளி வர்க்கத்தின் கையில் ஓர் உறுதியான மிகவும் நெருக்கமாக பின்னிப் பிணைக்கப்பட்ட புரட்சிகரமான முன்னணிப் படை கம்யூனிஸ்டு அகிலம் இருக்கிறது. தோழர்களே! வரலாற்று வளர்ச்சியின் போக்கு முழுவதும் தொழிலாளி வர்க்கத்தின் இலட்சியத்திற்கு சாதகமாகவே அமைந்துள்ளது. பிற்போக்கு சக்திகளும் எல்லா வகையான பாஸிஸ்டுகளும் உலக பூர்ஷுவா வர்க்கம் முழுவதும் வரலாற்றுச் சக்கரத்தைப் பின்னுக்கு இழுக்க வீணான முயற்சியைச் செய்து கொண்டிருக்கிறார்கள். இல்லை, அந்த சக்கரம் முன்னோக்கிதான் திரும்பிக் கொண்டிருக்கிறது. அதைத் தொடர்ந்து முன்னோக்கிச் செல்லும் உலகம் முழுவதும் சோஷலிஸ்டு குடியரசுகள் அமைவதை நோக்கி உலகம் முழுவதும் சோஷலிசம் இறுதி வெற்றி அடைவதை நோக்கி காலச்சக்கரம் கடந்து செல்லும்.

முதலாளித்துவ நாடுகளில் உள்ள தொழிலாளி வர்க்கத்திடம் இன்னும் ஒரு குறைபாடு இருக்கிறது - அதனுடைய அணிகளிலேயே ஒற்றுமைக் குறை இருக்கிறது.

எனவே கம்யூனிஸ்டு அகிலத்தின் போர்க்குரல் மார்க்ஸ், எங்கெல்ஸ், லெனினின் எழுச்சியூட்டும் அழைப்பு இந்த மேடையிலிருந்து இன்னும் பலமாக உரத்த குரலில் உலகம் முழுவதும் ஒலிக்கிறது.

உலகத் தொழிலாளர்களே ஒன்று சேருங்கள்.

3. பாஸிஸமும் தொழிலாளி வர்க்க ஒற்றுமையும்

ஜார்ஜ் டிமிட்ரோவ் அவர்களின் அறிக்கைமீது,
கம்யூனிஸ்டு அகிலத்தின் ஏழாவது காங்கிரஸ் 1935 ஆகஸ்டு
20- ம் தேதி நிறைவேற்றிய தீர்மானம்.

1. பாஸிஸமும் தொழிலாளி வர்க்கமும்

1. கம்யூனிஸ்டு அகிலத்தின் ஏழாவது காங்கிரஸ், சர்வதேச அரங்கத்தில் வர்க்க சக்திகளின் சேர்க்கை உலகின் தொழிலாளர் இயக்கத்தை எதிர்நோக்கும் கடமைகள் ஆகியவை உலக நிலைமையிலுள்ள கீழ்க்கண்ட அடிப்படை மாற்றங்களினால் நிர்ணயிக்கப்படுகின்றன என்று பிரகடனம் செய்கின்றது:

(அ) சோவியத் நாட்டில் சோஷலிசத்தின் மாற்ற முடியாத இறுதி வெற்றி உலக முக்கியத்துவம் வாய்ந்த ஒரு வெற்றி இது. ஐக்கிய சோவியத் சோஷலிஸ்டு குடியரசுகளின் உலகம் முழுவதன் சுரண்டப்படும் ஒடுக்கப்படும் மக்களின் அரணாக அதன் பங்கும் பலமும் மிகப் பெரும் அளவில் விரிவடைந்திருக்கிறது. முதலாளித்துவ சுரண்டுதலுக் கெதிரான, பூர்ஷுவா பிற்போக்கு மற்றும் பாஸிஸத்திற்கெதிரான போராட்டத்தில் சமாதானத்திற்காகவும் மக்களுடைய சுதந்திரத்திற்கும் விடுதலைக்காகவும் ஆன போராட்டத்தில் உழைக்கும் மக்களுக்கு எழுச்சியை ஊட்டிக் கொண்டிருக்கிறது.

(ஆ) முதலாளித்துவத்தின் வரலாற்றிலேயே இதுவரை கண்டிராத அளவு அகாலமான பொருளாதார நெருக்கடி. அதிலிருந்து பூர்ஷுவா வர்க்கம் தன்னை விடுவித்துக் கொள்ள முயற்சிக்கிறது. அதற்காக வெகுவான மக்களை அழிவிற்குத் தள்ளிவிடுகிறது. வேலையில்லாமல் திண்டாடும் கோடிக்கணக்கானவர்களை பட்டினிக்கும் அழிவிற்கும் தள்ளிவிடுகிறது. உழைக்கும் மக்களுடைய வாழ்க்கைத் தரத்தை இதுவரை என்றுமில்லாத அளவிற்கு தாழ்த்திவிடுகிறது. பல நாடுகளில் தொழில் உற்பத்தியில் வளர்ச்சி ஏற்பட்டுள்ள போதிலும் நிதித் திமிங்கலத்தின் லாபம் அதிகரித்துள்ள போதிலும் உலக பூர்ஷுவா வர்க்கம் மொத்தத்தில் நெருக்கடியிலிருந்தும் வீழ்ச்சியிலிருந்தும் வெளியேறுவதிலும் முதலாளித்துவ முரண்பாடுகள் மேலும் தீவிரம் அடைவதை நிறுத்துவதிலும் வெற்றி பெறவில்லை. சில நாடுகளில்

(பிரான்சு. பெல்ஜியம் முதலியன) நெருக்கடி தொடர்ந்து நீடிக்கிறது, இதர நாடுகளில் அது மந்த நிலைக்குச் சென்றிருக்கிறது. இதர நாடுகளில் (ஜப்பான், கிரேட் பிரிட்டன்) இங்கு உற்பத்தி நெருக்கடி முந்திய காலத்தைவிட அதிகரித்திருக்கிறது. அங்கு ஒரு புதிய பொருளாதாரப் புயல் எதிர் நோக்கிக் கொண்டிருக்கிறது.

(இ) பாஸிஸத்தின் தாக்குதல், ஜெர்மனியில் பாஸிஸ்டுகள் அதிகாரத்திற்கு வந்துள்ளது, ஒரு புதிய ஏகாதிபத்திய உலக யுத்த பயமுறுத்தலும், ஐக்கிய சோவியத் சோஷலிசக் குடியரசுகளின் மீது தாக்குதல் அபாயம் அதிகரித்துள்ளது. இதன்மூலம் முதலாளித்துவ உலகம் தனது முரண்பாடுகளின் முட்டுச்சந்தியிலிருந்து ஒருவழி கண்டுகொள்ளப்பார்க்கிறது.

(ஈ) அரசியல் நெருக்கடி, ஆஸ்திரியாவிலும், ஸ்பெயினிலும் பாஸிஸ்டுகளை எதிர்த்துத் தொழிலாளர்கள் நடத்தியுள்ள ஆயுதம் தாங்கிய போராட்டத்தில் வெளிப்பட்டுள்ளது. இந்தப் போராட்டம் பாஸிஸத்தை எதிர்த்து பாட்டாளி வர்க்கத்தின் வெற்றிக்கு இன்னும் இட்டுச் செல்லவில்லை. ஆனால் அது பூர்ஷுவா வர்க்கத்தை அதனுடைய பாஸிஸ்டு சர்வாதிகாரத்தை உறுதிப்படுத்துவதிலிருந்து தடுத்தது. பிரான்ஸில் சக்தி வாய்ந்த பாலிஸ்டு எதிர்ப்பு இயக்கம் பிப்ரவரி ஆர்ப்பாட்டத்திலும் 1934-ல் பாட்டாளி வர்க்கத்தின் பொது வேலை நிறுத்தம் ஆகியவற்றுடன் தொடங்கியிருக்கிறது.

(உ) உழைக்கும் மக்கள் முதலாளித்துவ உலக முழுவதிலும் புரட்சிகரமாக தீவிரமடைந்து வருகிறார்கள். சோவியத் சோஷலிஸ்டு குடியரசுகளில் சோஷலிஸத்தின் வெற்றியின் செல்வாக்கின் கீழும் உலகப் பொருளாதார நெருக்கடியின் விளைவாகவும் மேலும் ஐரோப்பாவின் மத்திய பகுதியில் - ஜெர்மனியில் இன்னும் ஆஸ்திரியா, ஸ்பெயின் ஆகிய நாடுகளில் பாட்டாளி வர்க்கம் தாற்காலிகமாகத் தோல்வி அடைந்ததிலிருந்து கிடைத்துள்ள படிப்பினைகளின் அடிப்படையிலும் உழைக்கும் மக்கள் இவ்வாறு புரட்சிகரமாக தீவிரமடைந்து வருகிறார்கள். அந்த மத்திய ஐரோப்பிய நாடுகளில் ஸ்தாபன ரீதியில் திரண்டுள்ள தொழிலாளர்களில் பெரும் பகுதியினர் சமூக-ஜனநாயகக் கட்சிகளை ஆதரித்தார்கள், சர்வதேசத் தொழிலாளி வர்க்க அணிகளில் செயலொற்றுமைக்கான சக்திமிக்க அவசர உணர்வு வளர்ந்து கொண்டிருக்கிறது. காலனி நாடுகளில் புரட்சி இயக்கம், சீனாவில் சோவியத் புரட்சி விரிவடைந்து கொண்டு வருகிறது. உலக அளவில் வர்க்க சக்திகளின் உறவு நிலை மேலும் மேலும் அதிகமாக

புரட்சிகர சக்திகளின் வளர்ச்சியின் திசை வழியிலேயே மாறிக் கொண்டிருக்கின்றன.

இந்த நிலைமையில் ஆளும் பூர்ஷுவா வர்க்கம் தான் கடைத் தேறுவதற்கு மேலும் மேலும் அதிகமாக பாஸிஸத்தின் மூலம், ஆக பிற்போக்கான ஆக இனவெறி மிக்க நிதி மூலதனத்தில் படுமோசமான ஏகாதிபத்திய நபர்களின் பகிரங்கமான பயங்கர சர்வாதிகாரத்தை ஸ்தாபிப்பதன் மூலம் முயற்சிக்கப் பார்க்கிறது. இதன்மூலம் அதன் குறிக்கோள், உழைப்பாளர்களை முழுமையாகக் கொள்ளையடிப் பதற்கான அசாதாரணமான நடவடிக்கைகளை அமுலுக்குக் கொண்டு வருவதும் ஒரு படுகொலை மிக்க ஏகாதிபத்திய யுத்தத்தைத் தயார் செய்வதும் ஐக்கிய சோவியத் சோஷலிஸக் குடியரசுகளைத் தாக்குவதும், சீனாவைப் பிளவுபடுத்தி அடிமைப்படுத்துவதுமாகும். இதற்கெல்லாம் அடிப்படைப் புரட்சியைத் தடுக்கும் நோக்கமாகும். முதலாளித்துவத்திற்கு எதிராக குட்டி பூர்ஷுவா மக்களுக்கு ஆத்திரம் கோபம் பொங்கி இருக்கிறது. நிதி மூலதனம் இந்த கோபத்தைத் தடுக்கப் பார்க்கிறது. அதற்கு பாஸிஸ்டு ஏஜண்டுகளை சாதனமாகப் பயன்படுத்துகிறது. அந்த பாஸிஸ்டு ஏஜண்டுகள் வாய்ச்சவடால்மூலம் அந்தப் பகுதி மக்களின் உணர்வு நிலைக்குத் தக்கபடி அவர்களுடைய கோஷங்களை வகுத்து ஏமாற்றுகிறது. இவ்வாறாக பாஸிஸம் தனக்கு ஒரு அடிப்படையை அமைத்துக் கொள்கிறது. இந்தப் பகுதிகளை தொழிலாளி வர்க்கத்திற் கெதிராக போக்கு சக்தியாகத் திசைதிருப்பி அதன்மூலம் எல்லா உழைப்பாளி மக்களும் இன்னும் அதிகமான அளவில் நிதி மூலதனத்தின் அடிமைகளாக ஆக்கப்படுவதை நோக்கி இட்டுச் செல்கிறது. பல நாடுகளில் பாஸிஸம் ஏற்கனவே அதிகாரத்தில் இருக்கிறது. ஆனால் பாஸிஸத்தின் வளர்ச்சியும் அதன் வெற்றியும் ஏற்படுவதற்கு தொழிலாளி வர்க்கத்தின் பலவீனம் மட்டும், சமூக ஜனநாயக வாதிகள் பூர்ஷுவா வர்க்கத்துடன் வர்க்க சமரஸம் செய்யும் சீர்குலைவுக் கொள்கையின் விளைவாக ஸ்தாபன ரீதியில் நிலை குலைந்து ஏற்பட்டுள்ள தொழிலாளி வர்க்கத்தின் பலவீனம் மட்டும் காரணமல்ல. பூர்ஷுவா வர்க்கத்தின் பலவீனமும் தொழிலாளி வர்க்கப் போராட்டத்தில் ஒற்றுமையை ஏற்படுத்தி விட்டபோது அதைக் கண்டு பயமும், புரட்சியைக் கண்டு பயமும், பழைய பூர்ஷுவா ஜனநாயகத்தின் முறைகளினால் தனது சர்வாதிகாரத்தைத் தொடர்ந்து நடத்த முடியாத நிலையும் காரணமாகும்.

2. பாஸிஸத்தின் மிகவும் படுமோசமான பிற்போக்கான வகையானது ஜெர்மன் வகை பாஸிஸமாகும். அது தன்னை வெட்கமின்றி தேசீய சோஷலிசம் என்று அழைத்துக்கொள்கிறது. உண்மையில் அதில்

தேசீயமும் இல்லை, சோஷலிசமும் இல்லை. அதற்கும் சோஷலிஸத்திற்கும் எந்த விதமான சம்பந்தமும் இல்லை. அல்லது அதற்கும் சாதாரண மக்களின் உண்மையான தேசீய நலன்களுக்கும் எந்தவிதமான சம்பந்தமுமில்லை. அது உண்மையில் பெரும் பூர்ஷுவா வர்க்கத்தின் ஏவல் நாயின் பங்கைத்தான் நிறைவேற்றுகிறது. அதன் அமைப்பு பூர்ஷுவா தேசியவாதம் மட்டுமல்ல, கீழ்த்தனமான தேசீய இன வெறியுமாகும்.

பாஸிஸ்டு ஜெர்மனி பாஸிஸம் வெற்றியை அடைந்துள்ள நாட்டில் வெகுவான மக்கள் என்ன எதிர்பார்க்கலாம் என்பதை உலகம் முழுவதற்கும் தெளிவாகக் காட்டிக் கொண்டிருக்கிறது. வெறிகொண்ட பாஸிஸ்ட் அரசு தொழிலாளி வர்க்க மலர்களை அதன் தலைவர்களை அதன் அமைப்பாளர்களை சிறைக்கூடங்களிலும் சித்திரவதை முகாம்களிலும் போட்டு வதைத்து நாசப்படுத்திக் கொண்டிருக்கிறது. அது தொழிற்சங்கங்களையும் கூட்டுறவு சொசைட்டிகளையும் தொழிலாளர்களின் எல்லா சட்ட பூர்வமான ஸ்தாபனங்களையும் அத்துடன் இதர எல்லா பாஸிஸ்ட் அல்லாத அரசியல் கலாச்சார ஸ்தாபனங்களையும் நாசப்படுத்தியிருக்கிறது. தொழிலாளர்கள் தங்களுடைய நல உரிமையைப் பாதுகாத்துக் கொள்வதற்கான சாதாரண தொடக்க நிலை உரிமைகளைக்கூட அவர்களிடமிருந்து பறித்திருக்கிறது. அது கலாச்சாரப் பண்புமிக்க ஒரு நாட்டை மடமையும், காட்டுமிராண்டித் தனமும் போர் வெறியும் நிறைந்த சுடுகலமாக மாற்றியிருக்கிறது. ஜெர்மன் பாஸிஸம் தான் ஒரு புதிய ஏகாதிபத்திய யுத்தத்தின் பிரதான தூண்டு கோலனாக இருக்கிறது. சர்வதேச எதிர்ப் புரட்சியின் மூலப் படையாக முன் வந்திருக்கிறது.

3. எல்லா முதலாளித்துவ நாடுகளிலும் பாஸிஸ ஆபத்தின் வளர்ச்சியை வலியுறுத்தி கம்யூனிஸ்ட் அகிலத்தின் ஏழாவது காங்கிரஸ் பாஸிஸ அபாயத்தைப் பற்றி எந்த வகையிலும் குறைத்து மதிப்பிடுவதை எதிர்த்து எச்சரிக்கை விடுக்கிறது. அதே சமயத்தில் பாஸிஸத்தின் வெற்றி தவிர்க்க முடியாதது என்று கருதும் ஊழ்வினைக் கண்ணோட்டத்தையும் காங்கிரஸ் நிராகரிக்கிறது. இந்தக் கருத்துக்கள் அடிப்படையில் தவறானவைகளாகும். இது செயலற்ற நிலைமைக்கும் பாஸிஸத்தை எதிர்த்து மக்கள் இயக்கத்தை பலஹீனமடைவதற்கும் தான் இடமளிக்கும். தொழிலாளி வர்க்கம் தனது போராட்டத்தில் ஒற்றுமையைக் கொண்டு வருவதில் வெற்றி பெற்றால் தனது சொந்த தீவிரமான போர்க் குணமிக்க செயல் திறத்தை உரிய காலத்தில் வளர்ப்பதன் மூலம் பாஸிஸம் தனது பலத்தை சேகரிக்க அனுமதிக்காமல் பாஸிஸத்தின் வெற்றியைத்

தடுக்கமுடியும். தொழிலாளி வர்க்கம் சரியான புரட்சிகரமான தலைமையின் மூலம் நகரத்திலும் கிராமத்திலுமுள்ள உழைக்கும் மக்களின் விரிவான பகுதியினரை ஒன்று திரட்டுவதில் வெற்றி பெற்றால் பாஸிஸத்தின் வெற்றியைத் தடுக்க முடியும்.

4. பாஸிஸத்தின் வெற்றி ஸ்திரமற்றது. தொழிலாளி வர்க்க இயக்கத்திற்கு பாஸிஸ்டு சர்வாதிகாரம் சமாளிக்க முடியாத பல கஷ்டங்களை உண்டாக்கிய போதிலும், பூர்ஷுவா ஆதிக்கத்தின் அஸ்திவாரங்கள் பாஸிஸ்டுகளின் ஆட்சியின் கீழ் மேலும் அதிகமாக ஆட்டம் காண்கிறது. பூர்ஷுவா வர்க்கத்தின் முகாமில் உள் முரண்பாடுகளும் மோதல்களும் குறிப்பாக கூர்மையடைகின்றன. மக்களின் சட்டவாத பிரமைகள் தகர்க்கப்படுகின்றன. தொழிலாளர்களின் புரட்சிகரமான எதிர்ப்பு ஒன்றுசேர்ந்து குவிக்கிறது. பாஸிஸத்தின் சமுதாய வாய்ச்சவடாலின் அடித்தளமும், மாய்மாலமும் மேலும் மேலும் தெளிவாக வெளிப்பட்டுவிடுகின்றது. பாஸிஸம் தான் கொடுத்த வாக்குறுதியின்படி மக்களுக்கு அவர்களுடைய பொருளாயத நிலைமைகளில் எந்தவிதமான அபிவிருத்தியும் கொண்டு வரவில்லை என்பது மட்டுமல்ல, உழைக்கும் மக்களின், வாழ்க்கைத் தரத்தைக் குறைத்து அதன்மூலம் முதலாளிகளின் இலாபத்தில் மேலும் அதிகரிப்பைக் கொண்டு வந்திருக்கிறது. ஒரு சில விரல்விட்டு எண்ணக் கூடிய நிதி மூலதன திமிங்கலங்களின் சுரண்டுதலை தீவிரப்படுத்தி யிருக்கிறது. முதலாளிகளுக்கு அனுகூலமாக அவர்களுடைய தொடர்ச்சியான கொள்ளையை நிறைவேற்றச் செய்திருக்கிறது. பாஸிஸ்டுகளால் ஏமாற்றப்பட்ட நகர்ப்புற குட்டி பூர்ஷுவா பகுதியினர் உழைக்கும் விவசாயிகள் ஆகியோரின் பிரமை வேகமாக நீங்கிக் கொண்டிருக்கிறது. பாஸிஸத்தின் வெகுஜன அடிப்படை சிதைந்து குறுகிக் கொண்டிருக்கிறது. எனினும் பாஸிஸ்டு சர்வாதிகாரம் தானாகவே சரிந்து விழுந்து விடாது, அவ்வாறு விழுந்து விடும் என்று பிரமை கொள்வதும் ஆபத்தானது. அத்தகைய ஆபத்தை எதிர்த்து காங்கிரஸ் எச்சரிக்கிறது. எல்லா உழைக்கும் மக்களுக்கும் தலைமையாக நின்று தொழிலாளி வர்க்கத்தின் ஒன்றுபட்ட புரட்சிகரமான போராட்டம்தான் பாஸிஸ்ட் சர்வாதிகாரத்தின் தூக்கி எறியப்பட்ட வீழ்ச்சியைக் கொண்டுவரும் என்பதையும் காங்கிரஸ் சுட்டிக்காட்டுகிறது.

5. ஜெர்மனியில் பாஸிஸம் வெற்றி பெற்றதன் தொடர்பாகவும், இதர நாடுகளில் பாஸிஸ அபாயத்தின் வளர்ச்சியின் தொடர்பாகவும், பாட்டாளி வர்க்கத்தின் வர்க்கப் போராட்டம் பாஸிஸ்டு பூர்ஷுவா வர்க்கத்திற்கு உறுதிமிக்க எதிர்ப்பை மேலும் மேலும் அதிகமான

அளவில் மேற்கொள்ளும் பாட்டாளி வர்க்கத்தின் வர்க்கப் போராட்டம் கூர்மை அடைந்துள்ளது; மேலும் தொடர்ந்து கூர்மையடைகிறது. முதலாளித்துவத்தின் மற்றும் பாஸிஸத்தின் தாக்குதலுக்கு எதிராக ஐக்கிய முன்னணி இயக்கம் எல்லா முதலாளித்துவ நாடுகளிலும் வளர்ந்து கொண்டிருக்கிறது. ஜெர்மனியில் வெறியாட்டம் கொண்டிருக்கும் தேசீய சோஷலிஸ்ட் பயங்கர நடவடிக்கை பாட்டாளி வர்க்கத்தின் சர்வதே ஐக்கிய முன்னணிக்கு ஒரு சக்திமிக்க விசை வேகத்தைக் கொடுத்திருக்கிறது. (லீப்சீக் வழக்கு விசாரணைகள், டிமிட்ரோவ் மற்றும் அவரோடு சிறையிலிருந்த தோழர்களின் விடுதலைக்கான இயக்கம், தால்மானின் பாதுகாப்புக்கான இயக்கம் முதலியன.)

ஐக்கிய முன்னணி இயக்கம் அதன் வளர்ச்சியில் ஆரம்ப கட்டத்தில்தான் இன்னும் இருந்தபோதிலும் பிரான்சு நாட்டில் தோளோடு தோள் நின்று போராடிக் கொண்டிருக்கும் கம்யூனிஸ்ட் மற்றும் சமூக ஜனநாயகத் தொழிலாளிகள் அங்கு பாஸிஸத்தின் முதல் தாக்குதல்களை முறியடிப்பதில் வெற்றி பெற்று விட்டார்கள். அதன்மூலம் சர்வதேச அளவில் ஐக்கிய முன்னணி இயக்கத்திற்கு பெருவாரியான மக்களை ஒன்றுதிரட்டும் செல்வாக்கு செலுத்தி யிருக்கிறது. ஆஸ்திரியா, ஸ்பெயின் ஆகிய நாடுகளில் சமூக ஜனநாயகத் தொழிலாளர்களும் கம்யூனிஸ்ட் தொழிலாளர்களும் சேர்ந்து கூட்டாக நடத்தியுள்ள ஆயுதப் போராட்டம் இதர நாடுகளில் உள்ள உழைப்பாளர் களுக்கு வீரமிக்க உதாரணமாகத் திகழ்ந்திருக்கிறது என்பது மட்டுமல்ல, பாஸிஸத்திற்கெதிராக ஒரு வெற்றிகரமான போராட்டம் வலதுசாரி மற்றும் ஊசலாடும் இடதுசாரி சமூக ஜனநாயக தலைவர்களின் நாச வேலை மட்டுமில்லாதிருந்தால் முழுமையாக சாத்தியப்படும் என்பது தெளிவாக பிரகடனப்படுத்தப்பட்டுள்ளது. (ஸ்பெயினில் அராஜக சிண்டிகலிஸ்ட் தலைவர்களின் பெரும்பாலோர் பகிரங்கமாக துரோகம் செய்ததையும் சேர்த்துக் கொள்ளவேண்டும்.) மக்கள் மீது இவர்களுக்குள்ள செல்வாக்கு காரணமாய் பாட்டாளி வர்க்கம் உறுதிமிக்க புரட்சிகரமான தலைமையையும் போராட்ட குறிக்கோள்களின் தெளிவையும் இழந்து நிற்கிறது.

6. இரண்டாவது அகிலத்தின் தலைமையான கட்சியான ஜெர்மன் சமூக ஜனநாயகக் கட்சியின் சூன்ய நிலையின் காரணமாயும் அதன் கொள்கை முழுவதன் காரணமாயும் அது பாஸிஸத்தின் வெற்றிக்கு வசதி செய்து கொடுத்தது. அதேபோல் ஆஸ்திரியாவில் இடதுசாரி சீர்திருத்தவாத சமூக ஜனநாயகத்தின் தவறுகள் அவர்கள் விரிவான மக்களை எதிர்த்துள்ள தவிர்க்க முடியாத ஆயுத மோதல் நல்லதொரு முடிவுக்கு

வந்து கொண்டிருந்த போதும்கூட அம்மக்களை போராட்டத்திற்கப்பால் வெளியே கொண்டு வந்துவிட்டது ஆகியவை சமூக ஜனநாயக கட்சிகளின் கொள்கையின்பால் சமூக ஜனநாயக தொழிலாளர்களுக்குள்ள பிரமைகள் நீங்கி மிகப்பெரும் அளவில் அவர்களுடைய தெளிவு அதிகரித்திருக்கிறது. இரண்டாவது அகிலம் ஒரு தெளிவான நெருக்கடியில் சென்று கொண்டிருக்கிறது. சமூக ஜனநாயக கட்சிகளுக்குள்ளேயும் இரண்டாவது அகிலம் முழுவதிலும் இரு முகாம்களாக பிரிந்து வேறுபடும் வளர்ச்சிப் போக்கு நிகழ்ந்து கொண்டிருக்கிறது. ஒரு பக்கம் பிற்போக்கு நபர்களைக் கொண்ட இன்று ஆ[illegible]ங்கத்திலுள்ள முகாம் அவர்களுடைய பூர்ஷுவா வர்க்கத்தோடு வ[illegible]க்க சமரசம் செய்து கொள்ளும் கொள்கையை நீடிக்க முயற்சித்துக் கொண்டிருக்கிறார்கள். இந்த முகாமுக்குப் பக்கத்தில் இணையாக அடுத்த முகாம் அவர்கள் புரட்சிகரமான வகையில் மாறிக் கொண்டிருக்கிறார்கள். அவர்கள் ஒன்றுபட்ட பாட்டாளி வர்க்க முன்னணியை ஸ்தாபிக்க வேண்டுமென்று பிரகடனம் செய்கிறார்கள். அவர்கள் புரட்சிகரமான வர்க்கப் போராட்ட நிலையை மேலும் மேலும் அதிகமாக ஏற்றுக் கொண்டு வருகிறார்கள்.

கம்யூனிஸ்ட் அகிலத்தின் ஏழாவது காங்கிரஸ் கம்யூனிஸ்டுகளுடன் ஒரு ஐக்கிய முன்னணியை ஸ்தாபிக்க வேண்டும் என்னும் சமூக ஜனநாயக தொழிலாளர்களில் அபிலாட்சையை வரவேற்கிறது. அவர்களுடைய வர்க்க போதம் வளர்ந்து கொண்டிருக்கிறது என்று இதைக் கருதுகிறது. பாஸிஸத்தை எதிர்த்தும் பூர்ஷுவா வர்க்கத்தை எதிர்த்தும் ஒரு வெற்றிகரமான போராட்டத்தை நடத்த வேண்டுமென்ற அக்கறையில் தொழிலாளி வர்க்கத்தின் அணிகளில் உள்ள பிளவை சமாளித்து ஒழுங்குபடுத்துவதை நோக்கி இது ஒரு ஆரம்பம் என்று கருதுகிறது.

2. பாஸிஸத்தை எதிர்த்து தொழிலாளி வர்க்கத்தின் ஐக்கிய முன்னணி

பாஸிஸம், தொழிலாளி வர்க்கத்திற்கும், இதுவரை அது அடைந்துள்ள சாதனைகள் அனைத்திற்கும், உழைப்பாளர்கள் அனைவருக்கும், அவர்களுடைய சாதாரண ஆரம்ப உரிமைகள் அனைத்திற்கும், சமாதானத்திற்கும், மக்களுடைய சுதந்திரத்திற்கும், மிகப்பெரும் அளவிலான பேராபத்துமிக்க அச்சுறுத்தலாக உள்ள இந்த நேரத்தை எதிர்நோக்கி கம்யூனிஸ்ட் அகிலத்தின் ஏழாவது காங்கிரஸ், இன்றைய வரலாற்றுக் கட்டத்தில் சர்வதேசத் தொழிலாளர் இயக்கத்தின் பிரதானமான உடனடியான கடமைப்பாடு தொழிலாளி

வர்க்கத்தின் ஒன்றுபட்ட போராட்ட முன்னணியை ஸ்தாபிப்பதாகும் என்பதைப் பிரகடனம் செய்கிறது. முதலாளித்துவத்தின் தாக்குதலை எதிர்த்து, பூர்ஷுவா வர்க்கத்தின் பிற்போக்கு நடவடிக்கைகளை எதிர்த்து, சகல உழைக்கும் மக்களுடைய படு கசப்புமிக்க விரோதியான பாஸிஸத்தை எதிர்த்து, எந்த விதமான அரசியல் பாகுபாடும் இன்றி சகல உழைப்பாளர்களுடைய எல்லா உரிமைகளையும் சுதந்திரங்களையும் பறித்துக் கொண்ட பாட்டாளி வர்க்கத்தின் ஜன்ம விரோதி பாஸிஸத்தை எதிர்த்து ஒரு வெற்றிகரமான போராட்டத்தை நடத்துவதற்கு தொழிலாளி வர்க்கத்தின் எல்லாப் பகுதிகளுக்கிடையிலும் அவர்கள் எந்த ஸ்தாபனத்தில் இருந்த போதிலும் செயலொற்றுமையைக் கொண்டு வர வேண்டியது தவிர்க்கமுடியாத அவசர அவசியமாகும். முதலாளித்துவத்தைத் தூக்கி எறிவதற்காகவும் பாட்டாளி வர்க்கப் புரட்சியின் வெற்றிக்காகவும் பொதுவான போராட்ட அணியில் பெரும்பாலான தொழிலாளி வர்க்கம் ஒன்றுபடுவதற்கு முன்பாகவே இந்த செயலொற்றுமையைக் கொண்டு வர வேண்டியது அவசியமாகும். ஆனால் இன்னும் துல்லியமாக இந்தக் காரணத்திற்காகத்தான் இந்தக் கடமைப்பாடு கம்யூனிஸ்டுக் கட்சிகள் மாறியுள்ள சூழ்நிலைமைகளைக் கணக்கில் எடுத்துக் கொண்டு புதிய முறையில் ஐக்கிய முன்னணி உபாயத்தைப் பிரயோகித்து, தொழிற்சாலை அளவிலும், ஸ்தல அளவிலும், மாவட்ட அளவிலும், தேசீய அளவிலும், சர்வதேச அளவிலும் பலவிதமான அரசியல் கருத்துக்கள் கொண்டுள்ளவர்கள் அனைவரையும் அனைத்து ஸ்தாபனங்களையும் கொண்ட கூட்டு செயலுக்கான உடன்பாடுகளைக் கொண்டுவர முயற்சிப்பது கம்யூனிஸ்டுக் கட்சிகளுடைய கடமையாகும்.

இதைப் புறப்படு நிலையாகக் கொண்டு, கம்யூனிஸ்டு அகிலத்தின் ஏழாவது காங்கிரஸ் கம்யூனிஸ்டுக் கட்சிகளுக்கு ஐக்கிய முன்னணி உபாயத்தை நிறைவேற்றும்போது கீழ்க்கண்ட குறிப்புரைகளை வழிகாட்டியாகக் கொள்ள வேண்டுமென்று பணிக்கிறது.

1. தொழிலாளி வர்க்கத்தின் உடனடியான பொருளாதார, அரசியல் நலவுரிமைகளைப் பாதுகாத்தல், பாஸிஸத்திலிருந்து தொழிலாளி வர்க்கத்தைப் பாதுகாத்தல் என்பது முதலில் தொடங்குமிடமாக இருக்க வேண்டும். முதலாளித்துவ நாடுகளில் தொழிலாளர்களின் ஐக்கிய முன்னணியின் பிரதான உள்ளடக்கமாக அது அமைய வேண்டும். விரிவான மக்கள் பகுதிகளை இயக்க வேகத்தில் தட்டி விடுவதற்காக மக்களுடைய மிக முக்கிய அத்தியாவசியத் தேவைகளையும் குறிப்பிட்ட கட்டத்தில் மக்களின் போராடும் சக்தியின் வளர்ச்சி மட்டத்தையும்

கொண்டு அதிலிருந்து எழும் கோஷங்களையும் போராட்ட வடிவங்களையும் முன்வைக்க வேண்டும். கம்யூனிஸ்டுகள் பாட்டாளி வர்க்க சர்வாதிகாரத்திற்கான போராட்டத்திற்காக வெறும் வேண்டுகோள்கள் விடுவதோடு தங்கள் வேலைகளை வரையறுத்துக் கொள்ளக்கூடாது. ஆனால் முதலாளித்துவக் கொள்ளையையும் பாஸிஸ்டு காட்டுமிராண்டித் தனத்தையும் எதிர்த்து மக்கள் தங்களைப் பாதுகாத்துக் கொள்வது இன்று உடனடியாக என்ன செய்ய வேண்டும் என்று அவர்களுக்கு வழிகாட்ட வேண்டும். தொழிலாளர் ஸ்தாபனங்களின் கூட்டு நடவடிக்கைமூலம் அவர்கள் மக்களின் கோரிக்கைகள் அடங்கிய வேலைத் திட்டத்தைச் சுற்றி வெகுஜனங்களை ஒன்று திரட்டப் பாடுபட வேண்டும். இந்த வேலைத் திட்டத்தின் நோக்கம் உண்மையில் இன்று ஏற்பட்டுள்ள நெருக்கடியின் விளைவு களுடைய பளுவையெல்லாம் ஆளும் வர்க்கங்களின் தோள்களிலே சுமத்துவதாகும். இந்தக் கோரிக்கைகளை அடைவதற்கான போராட்டம் பாஸிஸத்தை நிலை குலைய வைக்கும். ஏகாதிபத்திய யுத்தத் தயாரிப்புகளைத் தடுக்கும். பூர்ஷுவா வர்க்கத்தை பலவீனப்படுத்தும். பாட்டாளி வர்க்கத்தின் நிலையை பலப்படுத்தும்.

சூழ்நிலைமைகளில் ஏற்படும் மாற்றங்களுக்குத் தக்கபடி போராட்டத்தின் வடிவங்களிலும் வழிமுறைகளிலும் வேகமான மாற்றங்களுக்கும் திருப்பங்களுக்கும் தொழிலாளி வர்க்கத்தைத் தயார் செய்யவேண்டும். அதே சமயத்தில் இயக்கம் எந்த அளவுக்கு அதிகமாக வளருகிறதோ அந்த விகிதாசாரத்தில் முதலாளித்துவத்தை எதிர்த்து தற்காப்பு போராட்டத்திலிருந்து தாக்குதல் போராட்டமாக மாற்றுவதற்கு உருவாக்கி ஏற்பாடு செய்வது அவசியமாகும். ஒரு வெகுஜன அரசியல் வேலை நிறுத்தத்தை நோக்கிச் செல்வதற்குத் தயார் செய்ய வேண்டியது அவசியமாகும். அதில் நாட்டிலுள்ள பிரதான தொழிற்சங்கங்கள் அனைத்தும் பங்குகொள்ள ஒன்று சேர்ப்பது இன்றியமையாததாகும்.

2. கம்யூனிஸ்ட் கல்வி போதனை ஸ்தாபன வேலைகளைச் செய்தல், மக்களைத் திரட்டுதல் ஆகிய துறைகளில் சுயேச்சை யாகத்தான் செய்து கொண்டிருக்கும் வேலையை ஒரு நொடிப் பொழுது கூட விட்டுக் கொடுக்காமல், தொழிலாளர்களுக்கு செயலொற்றுமைக்கான பாதையை சுலபப்படுத்துவதற்காக கம்யூனிஸ்டுகள், சமூக-ஜனநாயகக் கட்சிகளுடனும் சீர்திருத்தவாதத் தொழிற்சங்கங்களுடனும் இதர உழைப்பாளர் ஸ்தாபனங்களுடனும் பாட்டாளி வர்க்கத்தின் வர்க்க விரோதிகளுக்கெதிராக குறுகியகால- அல்லது நீண்ட கால

ஒப்பந்தங்களின் அடிப்படையில் கூட்டு நடவடிக்கைகளுக்கு வருவதற்கு அதை அடைவதற்கு கடும் முயற்சி எடுக்கவேண்டும். அதே சமயத்தில் ஸ்தல உடன்பாடுகள் மூலமாக கீழ்மட்ட ஸ்தாபனங்களால் பலவேறு ஸ்தலப்பகுதிகளில் வெகுஜன நடவடிக்கைகளை நடத்துவதற்கு ஸ்தல மட்டங்களில் கூட்டு நடவடிக்கைகளை வளர்ப்பதற்கு அதிகமாகப் பிரதான கவனம் செலுத்த வேண்டும்.

உடன்பாடுகளின் நிபந்தனைகளை மிகவும் விசுவாசமாக நிறைவேற்றிக் கொண்டு கம்யூனிஸ்டுகள் ஐக்கிய முன்னணியில் பங்கு கொள்ளும் எந்த நபர்களோ அல்லது ஸ்தாபனங்களோ கூட்டு நடவடிக்கைகளை நாசவேலை செய்தால் அதை உடனுக்குடன் அம்பலப் படுத்த வேண்டும். ஒப்பந்தம் உடைக்கப்பட்டால் அதை உடனடியாக மக்களுக்கு அறிவித்து வேண்டுகோள் விடுத்து ஒன்றுபட்ட செயல்பாட்டில் ஏற்பட்ட சீர்குலைவைத் தடுத்து மீண்டும் ஒற்றுமையை ஏற்படுத்துவதற்கு இடைவிடாமல் உறுதியாகப் போராட வேண்டும்.

3. ஐக்கிய பாட்டாளி வர்க்க முன்னணி எவ்வாறு வெற்றிகரமாக உருவாக்கிக் கொண்டு வரப்பட்டது என்னும் அதன் வடிவங்கள், அது பெரும்பாலும் தொழிலாளர் ஸ்தாபனங்களின் நிலைமைகள், குண விசேஷங்களைப் பொறுத்தும், ஸ்தூலமான நிலைமைகளைப் பொறுத்தும் பலதரப்பட்ட குண வேறுபாடுகளைக் கொண்டதாக இருக்க வேண்டும். அத்தகைய வடிவங்கள் உதாரணமாக குறிப்பிட்ட வேளைகளில் பிரச்னைக்குப் பிரச்னை உடன்பாடு ஏற்படுத்திக் கொண்டும், தனிப்பட்ட கோரிக்கைகளை அடைவதற்காகவும் அல்லது பொது கோரிக்கைகளின் அடிப்படையில் தனிப்பட்ட தொழிற் சாலைகளிலோ அல்லது ஒரு குறிப்பிட்ட தொழில் பிரிவிலோ, அனைவராலும் ஒப்புக் கொள்ளப்பட்ட நடவடிக்கை மூலம், ஸ்தல அளவிலோ, மாவட்ட அளவிலோ, தேசீய அளவிலோ, சர்வதேசீய அளவிலோ அனைவராலும் ஒப்புக் கொள்ளப்பட்ட நடவடிக்கை மூலம், இன்னும் தொழிலாளர்களின் பொருளாதாரப் போராட்டத்தை உருவாக்குவதற்கு ஒப்புக் கொள்ளப்பட்ட நடவடிக்கை, வேலை யில்லாமல் திண்டாடும் தொழிலாளர்களின் நல உரிமைகளைப் பாதுகாப்பதற்காக, வெகுஜன அரசியல் நடவடிக்கைகளை நிறை வேற்றுவதற்காக, பாஸிஸ்டு தாக்குதல்களை எதிர்த்து கூட்டான சுய தற்காப்பு நடவடிக்கைகளை உருவாக்கிக் கொள்ள, அரசியல் கைதிகள் மற்றும் அவர்களுடைய குடும்பங்களுக்கு உதவி செய்வதற்கான ஏற்பாடுகளுக்கு ஒப்புக் கொள்ளப்பட்ட நடவடிக்கைகளுக்காக,

சமுதாயப் பிற்போக்கை எதிர்த்து போராட்டத்திற்கான துறைகளில், இளைஞர்கள், மாதர்கள் ஆகியோரின் நலவுரிமைகளைப் பாது காப்பதற்கான போராட்டத்திற்கான கூட்டு நடவடிக்கைக்காக, கூட்டுறவு இயக்கங்கள் துறையில், கலாச்சாரம் மற்றும் விளையாட்டுத் துறையில், உழைக்கும் விவசாயிகளின் கோரிக்கைகளுக்கு ஆதரவளிப் பதற்காக கூட்டு நடவடிக்கை, இன்னும் இது போன்றவைகளுக்காக, தொழிலாளி விவசாயி கூட்டணி அமைப்பதற்காக (ஸ்பெயின்), நீண்ட காலம் இருக்கக் கூடிய "தொழிலாளர் கட்சிகள்" வடிவத்தில் அல்லது தொழிலாளர், விவசாயிகள் கட்சிகள்' (அமெரிக்கா) வடிவத்தில் கூட்டுகளுக்கும் பாடுபடுவதாகும். கூட்டு நடவடிக்கைகளுக்கு மேலே கண்ட பலவித வடிவங்களையும் எடுத்துக் கொள்ளலாம்.

ஐக்கிய முன்னணி இயக்கத்தை மக்கள் தங்களுடைய சொந்த லட்சியக் காரியமாக வளர்ப்பதற்கு கம்யூனிஸ்டுகள் தொழிற் சாலைகளிலும், வேலையில்லாதோரிடையிலும், தொழிலாளி வர்க்க மாவட்டங்களிலும், நகரப்புற சாதாரண மக்களுக்கிடையிலும் கிராமங்களிலும் கட்சி சார்பற்ற ஐக்கிய முன்னணியின் தேர்ந்தெடுக்கப் பட்ட வர்க்க நிறுவனங்களை(அல்லது பாஸிஸ்டு சர்வாதிகாரத்தின் கீழுள்ள நாடுகளில் இயக்கத்தில் பங்கு கொள்பவர்களில் மிகவும் செல்வாக்கு மிக்கவர்களைத் தேர்ந்தெடுத்து அவர்களைக் கொண்ட நிறுவனங்களை) ஸ்தாபிக்கப் பாடுபட வேண்டும். இத்தகைய ஸ்தாபனங்கள் தான் ஆனால் அவைசளை ஐக்கிய முன்னனணியில் பங்கு கொள்ளும் ஸ்தாபனங்களை பதிலாக்காமல், மிகப் பரந்த அளவில் உள்ள இன்னும் ஸ்தாபன ரீதியில் வராத வெகுஜனப் பகுதிகளாக உள்ள உழைப்பாளர்களை ஐக்கிய முன்னணி இயக்கத்தின் கீழ் கொண்டு வரமுடியும்; முதலாளித்துவத்தின் தாக்குதலை எதிர்த்தும் பாஸிஸத்தை எதிர்த்துமான போராட்டத்தில் 5 வெகுஜனப் பகுதி மக்களுடைய முன் கையெடுத்து பணியாற்றுதலை வளர்ப்பதற்கு உதவி செய்ய முடியும், அதனடிப்படையில் தொழிலாளி வர்க்க ஐக்கிய முன்னணி நடவடிக்கைகளின் பெரிய அளவிலான அங்கங்களை உருவாக்க உதவமுடியும்.

4. எங்கெல்லாம் சமூக-ஜனநாயகத் தலைவர்கள் தொழிலாளர்களை அவர்களுடைய அன்றாட நலவுரிமைகளை பாதுகாப்பதற்கான போராட்டத்திலிருந்து வேறு பக்கம் கீழ்நோக்கித் திருப்பும் முயற்சியில் ஐக்கிய முன்னணியை செயல்படவிடாமல் குலைப்பதற்காக மிக விரிவாக விளம்பரப்படுத்தப்பட்ட "சோஷலிஸ்ட்" திட்டத்தை (டி மான் திட்டம் முதலியன) முன்வைக்கிறார்கள். இத்தகைய திட்டங்களின்

போலித்தனத்தை, டம்பத்தனத்தை அம்பலப்படுத்த வேண்டும். அத்துடன் பூர்ஷுவா வர்க்கத்தின் கையில் அதிகாரம் இருக்கும் வரையிலும் சோஷலிசத்தைக் கொண்டுவருவது சாத்தியமில்லை என்பதை உழைக்கும் மக்களுக்கு எடுத்துக்காட்ட வேண்டும். அதே சமயத்தில் ஆயினும் இந்தத் திட்டங்களில் முன்வைக்கப்பட்டுள்ள சில நடவடிக்கைகளில் உழைக்கும் மக்களுடைய முக்கிய கோரிக்கைகளோடு இணைக்கப்படக் கூடியவைகளை சமூகஜனநாயக தொழிலாளர்களுடன் கூட்டாக ஒரு வெகுஜன ஐக்கிய முக்கிய முன்னணி போராட்டமாக அமைப்பதற்கு அவைகளை ஒரு ஆரம்பப் புள்ளியாக பயன்படுத்திக் கொள்ள வேண்டும்.

சமூக ஜனநாயக சர்க்கார்கள் அதிகாரம் உள்ள நாடுகளில் (அல்லது சோஷலிஸ்டுகள் பங்கு கொள்ளும் கூட்டு சர்க்கார் உள்ள இடங்களில்) கம்யூனிஸ்டுகள் அத்தகைய சர்க்கார்களின் கொள்கைகளை அம்பலப் படுத்துவதற்கான பிரச்சாரத்தோடு நின்று விடக்கூடாது. ஆனால் அவர்களுடைய நடைமுறைக்குத் தேவையான மிக முக்கிய வர்க்க கோரிக்கைகளை அடைவதற்கான போராட்டத்திற்கு விரிவான மக்கள் பகுதிகளை ஒன்றுதிரட்ட வேண்டும். சமூக ஜனநாயக வாதிகள் அவர்களுடைய மேடையிலே அறிவித்ததை குறிப்பாக அவர்கள் அதிகாரத்திற்கு வராத முன்பு அல்லது அவர்கள் அரசாங்கத்தில் பங்கு வைக்காத முன்பு எத்தகைய வாக்குறுதிகளைப் பற்றி அறிவித்தார்களோ அவைகளை நிறைவேற்றும்படி இயக்கம் நடத்த வேண்டும்.

5. சமூக ஜனநாயக கட்சிகளுடனும் ஸ்தாபனங்களுடனும் கூட்டு நடவடிக்கை விலக்கப்படவில்லை என்பது மட்டுமல்ல. அதற்கு நேர்மாறாக அது இன்னும் அதிக அவசியமாகிறது. சீர்திருத்தவாதத்தைப் பற்றித் தெளிவான ஆதாரம்மிக்க வேகமான விமர்சனங்களைச் செய்ய வேண்டும். பூர்ஷுவா வர்க்கத்தோடு வர்க்க சமரசத்தை சித்தாந்தமாகவும் நடைமுறையாகவும் சமூக ஜனநாயகம் கொண்டிருக்கிறது என்பதை விமர்சனம் செய்ய வேண்டும். சமூக ஜனநாயகத் தொழிலாளர்களுக்கு கம்யூனிசத்தின் கோட்பாடுகளையும் வேலைத் திட்டத்தையும் பொறுமையோடு விளக்கிக் கூற வேண்டும்.

ஐக்கிய முன்னணிக்கு எதிராக வலதுசாரி சமூக-ஜனநாயகத் தலைவர்கள் முன்வைக்கும் வாய்ச்சவடால் மிக்க வாதங்களின் உண்மையான அர்த்தத்தை மக்களுக்குத் தெளிவுபடுத்திக் கொண்டு சமூக ஜனநாயகத்தின் பிற்போக்குப் பகுதியினரை எதிர்த்துள்ள போராட்டத்தை தீவிரப்படுத்திக் கொண்டும் அதே சமயத்தில் கம்யூனிஸ்டுகள் சீர்திருத்தவாத கொள்கைகளை எதிர்த்துப் போராடிக்

கொண்டும் கம்யூனிஸ்ட் கட்சியோடு ஒரு ஐக்கிய முன்னணிக்கு வர வேண்டும் என்று வாதிடக் கூடிய இடதுசாரி சமூக-ஜனநாயக தொழிலாளர்கள், ஊழியர்கள் மற்றும் ஸ்தாபனங்களோடு மிக நெருக்கமான ஒத்துழைப்பை ஸ்தாபிக்க வேண்டும். பூர்ஷுவா வர்க்கத்தோடு ஒரே கூட்டாக நின்று அந்த அணியில் பங்கெடுத்துக் கொண்டிருக்கும் சமூக ஜனநாயகத்தின் பிற்போக்கு முகாமை எதிர்த்து நமது போராட்டத்தை எந்த அளவுக்கு தீவிரப்படுத்துகிறோமோ அந்த அளவுக்கு புரட்சிகரமான சக்திகளாக ஆகிக் கொண்டிக்கும் சமூக ஜனநாயக பகுதிகளுக்கு வலுவாக நாம் உதவி செய்வதாகும். அந்த இடதுசாரி முகாமிற்குள் பலவேறு நபர்கள் சுயமாக நிர்ணயித்துக் கொள்ளும் நிலை ஏற்படும். எனவே வேகமாகவும் உறுதியாகவும் சமூக ஜனநாயக கட்சிகளோடு ஒரு ஐக்கிய முன்னணிக்கு கம்யூனிஸ்டுகள் போராடுகிறார்கள்.

ஐக்கிய முன்னணியை நடைமுறையில் சாதிப்பது பற்றி அணுகும் முறைதான் சமூக-ஜனநாயக வாதிகளுக்கிடையில் உள்ள பலவேறு குழுக்களில் உண்மையான நிலையைப் பற்றி பிரதான அறிகுறியாகும். ஐக்கிய முன்னணியை நடைமுறையில் சாதிப்பதற்காக நடைபெறும் போராட்டத்தில் வார்த்தையளவில் இடதுசாரிகள் என்று முன் வரக்கூடிய சமூக-ஜனநாயகத் தலைவர்கள் உண்மையிலேயே பூர்ஷுவா வர்க்கத்தையும் வலதுசாரி சமூக - ஜனநாயகவாதிகளையும் எதிர்த்துப் போராடுவதற்குத் தயாராக இருக்கிறார்கள் என்பதை செயலில் காட்ட வேண்டும் அல்லது பூர்ஷுவா வர்க்கத்தின் பக்கம் அதாவது தொழிலாளி வர்க்கத்தின் இலட்சியத்திற்கு எதிராக இருக்கிறார்களா என்பது தெளிவாகத் தெரிய வேண்டும்.

6. தேர்தல் பிரசார இயக்கங்கள் பாட்டாளி வர்க்கத்தின் போராட்ட ஐக்கிய முன்னணியை மேலும் வளர்ப்பதற்கும் வளப்படுத்துவதற்கும் பயன்படுத்த வேண்டும். கம்யூனிஸ்டுகள் தேர்தல்களில் ஈடுபட சுயேச்சையாக முன் வர வேண்டும். கம்யூனிஸ்ட் கட்சியின் வேலைத் திட்டத்தை மக்களுக்கு முன்பாக வெளிப்படுத்த வேண்டும். சமூக-ஜனநாயகக் கட்சிகளுடனும் தொழிற் சங்கங்களுடனும் (உழைக்கும் விவசாயிகள் கைத்தொழிலாளர்கள் முதலியவர்களுடைய ஸ்தாபனங் களோடும் சேர்ந்து) ஒரு ஐக்கிய முன்னணியை ஸ்தாபிக்க முயற்சி செய்ய வேண்டும். பிற்போக்கு பாஸிஸ்டு வேட்பாளர்கள் தேர்ந்தெடுக்கப் படாமல் தடுப்பதற்கு எல்லாவித முயற்சிகளையும் செய்யவேண்டும். பாஸிஸ்ட் ஆபத்தை எதிர்நோக்கும்போது கம்யூனிஸ்டுகள் தங்களுடைய அரசியல் கிளர்ச்சிக்கும் விமர்சனத்திற்கும் உள்ள தனிஉரிமையைப்

பாதுகாத்துக் கொண்டே பாஸிஸ்ட் எதிர்ப்பு முன்னணியில் ஒரு பொதுத்திட்டத்தின் கீழ் ஒரு பொதுவான சின்னத்தில் தேர்தல் இயக்கத்தில் பங்கு கொள்ளக்கூடும். இது பெரும்பாலும் ஐக்கிய முன்னணி இயக்கத்தின் வளர்ச்சியையும் வெற்றியையும் பொறுத்தும் செயலில் உள்ள தேர்தல் முறைகளைப் பொறுத்தும் இருக்கிறது.

7. பாட்டாளி வர்க்கத்தின் தலைமையின்கீழ் உழைக்கும் விவசாயிகள் நகரப்புறத்து குட்டி பூர்ஷுவாக்கள் ஒடுக்கப்பட்ட தேசீய இனங்களின் உழைக்கும் வெகுஜனங்கள் ஆகியோருடைய போராட்டத்தை ஒன்றுபடுத்த முயற்சித்துக் கொண்டே, அதில் கம்யூனிஸ்டுகள் பாட்டாளி வர்க்க ஐக்கிய முன்னணியின் அடிப்படையில் ஒரு பரந்த பாஸிஸ்டு எதிர்ப்பு மக்கள் முன்னணியை ஸ்தாபிப்பதைக் கொண்டு வர முயற்சிக்க வேண்டும். இதில் பாட்டாளி வர்க்கத்தின் அடிப்படை நல உரிமைகளோடு இசைவாக உள்ள பலவேறு பகுதி பாட்டாளிகளின் எல்லாவித குறிப்பிட்ட கோரிக்கைகளையும் ஆதரிக்கும், அடிப்படை விவசாயப் பெருமக்களை கொள்ளையடிக்கும் பாஸிஸ்ட் கொள்கையை எதிர்த்து ஏகபோக முதலாளிகள் பூர்ஷுவா சர்க்கார்கள் ஆகியோரின் படுகொள்ளையான விலைவாசிக் கொள்கையை எதிர்த்து, தாங்கமுடியாத வரி, குத்தகை, கடன் பளுக்களை எதிர்த்து, நிர்ப்பந்தமாக விவசாயிகளின் சொத்துக்களை விற்பனை செய்யப்படுவதை எதிர்த்து, அழிந்து போயுள்ள விவசாயிகளுக்காக சர்க்கார் உதவி செய்வதற்குச் சாதகமாக உழைக்கும் விவசாயிகளை ஒன்று திரட்டுவது குறிப்பாக மிக முக்கியமானதாகும். நகரப்புறக் குட்டி பூர்ஷுவாக்கள், படிப்பாளிகள் அத்துடன் அலுவலக ஊழியர்கள் ஆகியோர் எல்லா இடங்களிலும் வேலை செய்யும் காலத்தில் கம்யூனிஸ்டுகள் இந்தப் பகுதியினரை வரி உயர்வுகளை எதிர்த்தும் வாழ்க்கைச் செலவுகள் அதிகரிப்பை எதிர்த்தும், ஏகபோக முதலாளிகள், டிரஸ்டுகள் ஆகியவற்றின், சுரண்டல் கொள்ளையை எதிர்த்து வட்டி செலுத்தும் அடிமைத்தனத்தை எதிர்த்தும், சர்க்கார் மற்றும் நகரசபை ஊழியர்களை வேலையை விட்டு நிறுத்துதல், சம்பளங்களைக் குறைத்தல் ஆகியவற்றை எதிர்த்து தட்டிக் கிளப்பவேண்டும். முற்போக்கான படிப்பாளிகளின் நலன்களையும், உரிமைகளையும் பாதுகாக்கும் அதே சமயத்தில், கலாச்சாரப் பிற்போக்குக்கு எதிராக அவர்கள் நடத்தும் இயக்கத்திற்கு எல்லா வகையான ஆதரவும் கொடுக்க வேண்டியது அவசியமாகும். பாஸிஸத்திற்கு எதிரான போராட்டத்தில் தொழிலாளி வர்க்கத்தின் பக்கம் அவர்கள் வருவதற்கு வசதி செய்து கொடுக்க வேண்டும்.

8. ஒரு அரசியல் நெருக்கடி ஏற்பட்டுள்ள சூழ்நிலையில் வெகுஜன இயக்கத்தின் வலுவான வீச்சை இனிமேல் ஆளும் வர்க்கம் சமாளிக்க முடியாத நிலை ஏற்படும்போது கம்யூனிஸ்டுகள் அடிப்படையான புரட்சிக் கோஷங்களை (உதாரணமாக உற்பத்தி, பாங்குகள் ஆகியவற்றைக் கட்டுப்பாட்டின் கீழ் கொண்டு வருவது, போலீஸ் படையைக் கலைப்பது, அதற்குப் பதிலாக ஆயுதமேந்திய தொழிலாளர் படையை நிறுவுவது முதலியன) முன் வைக்க வேண்டும். அவை பூர்ஷுவா வர்க்கத்தினுடைய அரசியல் பொருளாதார அதிகாரத்தை இன்னும் மேலும் அதிகமாக அசைத்துக் குலுக்குவதை நோக்கியும் தொழிலாளி வர்க்கத்தின் பலத்தை அதிகரிப்பதை நோக்கியும், சமரஸம் செய்து கொள்ளும் கட்சிகளைத் தனிமைப்படுத்துவதை நோக்கித் திசை திருப்பிச் செலுத்தப் படுகின்றன. இது தொழிலாளி வர்க்கத்தை அதிகாரத்தைப் புரட்சிகரமான முறையில் கைப்பற்றும் நிலை வரையிலும் இட்டுச் செல்லும், வெகுஜன இயக்கத்தின் இத்தகைய ஒரு பேரெழுச்சியின் மூலம், பாட்டாளி வர்க்கத்தின் தலவுரிமைக்காக, ஒரு பாட்டாளி வர்க்க ஐக்கிய முன்னணி சர்க்காரையோ அலலது இன்னும் ஒரு பாட்டாளி வர்க்க சர்வாதிகார சர்க்கார் அளவுக்குச் செல்லாமல் பாஸிஸத்தையும் பிற்போக்கு சக்தியையும் எதிர்த்து தீர்மானமான சில நடவடிக்கைகளை எடுப்பதற்கு செயல்படுத்துவதற்குப் பொறுப்பு எடுத்துக் கொள்ளும் ஒரு பாஸிஸ்டு எதிர்ப்பு மக்கள் முன்னணி சர்க்காரை உண்டாக்குவதற்குள்ள சாத்தியப் பாட்டையோ அல்லது அவசியத்தையோ உண்டாக்கும் நிலைமையை நிரூபிக்குமானால் கம்யூனிஸ்டுக் கட்சி அத்தகையதொரு சர்க்கார் அமைவதற்குப் பாடுபடவேண்டும். ஒரு ஐக்கிய முன்னணி சர்க்கார் அமைவதற்குக் கீழ்க்கண்ட நிலைமை ஒரு அவசியமான தேவையாகும்: (அ) பூர்ஷுவா வர்க்கத்தின் அரசாங்க எந்திரம் படுமோசமான முறையில் சீரழிந்து செயலிழந்து நிற்கும் ஒரு புதிய சர்க்கார் அமைவதை தடுப்பதற்கான நிலைமையில் பூர்ஷுவா வர்க்கம் நிற்காது; (ஆ) உழைப்பாளர்களின் மிகப் பெரும்பாலான வெகுஜனப் பகுதியினர் பாஸிஸத்திற்கும் பிற்போக்குக்கும் எதிராக மிகவும் வேகமான செயல்பாட்டில் இருக்கிறார்கள். ஆனால் சோவியத் அதிகாரத்திற்காக திரண்டெழுந்து நின்று போராடுவதற்கு இன்னும் தயாராக இல்லை; (இ) ஐக்கிய முன்னணியில் பங்கு கொள்ளும் சமூக-ஜனநாயகம் மற்றும் இதர கட்சிகளின் ஸ்தாபனங்கள் கணிசமான அளவில் ஏற்கனவே பங்கு கொண்டு பாஸிஸ்டுகளுக்கெதிராகவும் இதர பிற்போக்கு சக்திகளுக் கெதிராகவும் கருணையற்ற நடவடிக்கைகளை எடுக்கக்கோரும் இந்த

நடவடிக்கைகளை நிறைவேற்றுவதற்கு கம்யூனிஸ்டுகளோடு சேர்ந்து போராடுவதற்குத் தயாராக இருக்கும்.

எதிர்ப் புரட்சி நிதி மூலதன திமிங்கலங்களுக்கெதிராகவும் அவர்களுடைய பாஸிஸ்ட் ஏஜண்டுகளுக்கெதிராகவும் தீர்மானமான நடவடிக்கைகளை எடுப்பதற்கு ஐக்கிய முன்னணி சர்க்கார் எந்த அளவிற்கு உண்மையாகவே பொறுப்பேற்றிருக்கிறதோ கம்யூனிஸ்ட் கட்சியினுடைய நடவடிக்கைகளும், தொழிலாள வர்க்கத்தின் போராட்டங்களும், எந்த அளவிற்கு ஒரு வகையிலும் கட்டுப்படுத்தாமல் இருக்கிறதோ அத்தகைய ஒரு சர்க்காருக்கு கம்யூனிஸ்ட் கட்சி எல்லா விதமான ஆதரவையும் கொடுக்கும். ஒரு ஐக்கிய முன்னணி சர்க்காரில் கம்யூனிஸ்டுகள் பங்கெடுத்துக் கொள்வதென்பது, எதார்த்த நிலைமை எவ்வாறிருக்கிறதோ அதற்குத் தக்கபடி ஒவ்வொரு நிகழ்ச்சியையும் தனித்தனியாக பரிசீலித்துத் தீர்மானிக்கப்படும்.

3. தொழிற்சங்க இயக்கத்தின் ஒற்றுமை

தொழிலாளர்களின் பொருளாதாரப் போராட்டத் துறையில் ஒரு ஐக்கிய முன்னணி அமைப்பதற்குள்ள விசேஷ முக்கியத்துவத்தை வலியுறுத்திக் கொண்டு தொழிற்சங்க இயக்கத்தின் ஒற்றுமையை ஸ்தாபிப்பது பாட்டாளி வர்க்கத்தின் ஐக்கிய முன்னணியை உறுதிப் படுத்துவதில் ஆக முக்கியமான நடவடிக்கை என்ற வகையில் இந்தக் காங்கிரஸ் ஆனது தொழில் வாரியாகவும் தேசிய அளவிலும் தொழிற் சங்கங்களின் ஒற்றுமையை நடைமுறையில் சாதிப்பதற்கான எல்லா நடைமுறை நடவடிக்கைகளையும் எடுப்பது கம்யூனிஸ்டுகளின் கடமை என்று குறிக்கிறது.

ஒவ்வொரு நாட்டிலும் மற்றும் சர்வதேச அளவிலும் தொழிற்சங்க ஒற்றுமையை திரும்பவும் ஸ்தாபிப்பதற்கு கம்யூனிஸ்டுகள் தீர்மானமாக நிற்கிறார்கள், ஒன்றுபட்ட வர்க்கத் தொழிற்சங்கங்கள் முதலாளித்துவம் மற்றும் பாஸிஸத்தின் தாக்குதலுக்கெதிராக தொழிலாளி வர்க்கத்தின் மிகப்பெரிய கொத்தளங்களில் ஒன்றாகும். ஒரு தொழிலுக்கு ஒரு சங்கம், ஒரு தேசத்திற்கு ஒரு தொழிற்சங்க சம்மேளனம் தொழிற் சங்கங்களின் ஒரு சர்வதேசச் சம்மேளனம் தொழில்களின் அடிப்படையில் உருவாக்கப்பட்டது. ஒரு சர்வதேச தொழிற்சங்க சம்மேளனம் வர்க்கப் போராட்டத்தின் அடிப்படையில் அமைய வேண்டும்.

சிறிய அளவில் சிவப்புத் தொழிற்சங்கங்கள் இருக்கக் கூடிய நாடுகளில் அங்குள்ள பெரிய சீர்திருத்தவாத தொழிற்சங்கங்களில் சேர்ந்து கொள்வதற்கு முயற்சி எடுக்க வேண்டும். அதில் தங்களுடைய

கருத்துக்களை பாதுகாத்துக் கொள்ளும் உரிமைக்கான கோரிக்கைகளையும் நீக்கப்பட்ட உறுப்பினர்களை திரும்ப எடுத்துக்கொள்ள வேண்டுமென்ற கோரிக்கையையும் முன்வைக்க வேண்டும். பெரிய அளவில் பலம் பெற்ற சிவப்பு தொழிற்சங்கங்களும் சீர்திருத்தவாத தொழிற் சங்கங்களும் இரண்டும் இருக்கக்கூடிய நாடுகளில் சமத்துவமான அந்தஸ்து அடிப்படையிலும் முதலாளித்துவத்தின் தாக்குதல்களை எதிர்த்து போராட்டத்திற்கான ஒரு கோரிக்கை சாசனத்தின் அடிப்படையிலும் தொழிற்சங்க ஜனநாயகத்தை உத்தரவாதப் படுத்துவதன் மூலமும் ஒன்றிணைவதற்கான முயற்சிகளைக் கட்டாயம் செய்யவேண்டும். சீர்திருத்தவாத தொழிற்சங்க சங்கங்களிலும் ஒன்றுபட்ட தொழிற் சங்கங்களிலிருந்தும் அவைகளை உறுதிப் படுத்துவதற்கும் இன்னும் ஸ்தாபனத்திற்குள் வராத தொழிலாளர்களை உறுப்பினர்களாக சேர்ப்பதற்கும் செயலூக்கத்தோடு வேலை செய்ய வேண்டியது கம்யூனிஸ்டுகளுடைய கடமையாகும். அதே சமயத்தில் இந்த ஸ்தாபனங்கள் உண்மையிலேயே தொழிலாளர்களின் நல உரிமையைப் பாதுகாப்பதாகவும் உண்மையான வர்க்க ஸ்தாபனங்களாக செயலில் வருவதற்கான வகையிலும் நாம் எல்லாவகையான முயற்சியும் செய்யவேண்டும். இதற்காக கம்யூனிஸ்டுகள் தொழிற் சங்கங்களின் உறுப்பினர்கள் அனைவருடைய ஆதரவையும் தொழிற் சங்க ஊழியர், தலைமை ஊழியர்களுடைய ஆதரவையும் ஸ்தாபனங்கள் முழுவதினுடைய ஆதரவையும் பெறுவதற்கு முயற்சிக்க வேண்டும்.

பூர்ஷுவா வர்க்கத்தின் மற்றும் பாஸிஸ்டுகளின் பக்கத்திலிருந்து தொழிற் சங்கங்களின் உரிமைகளைக் குறுக்குவதற்கும் அல்லது அவைகளை அழிப்பதற்கும் எடுக்கக்கூடிய எல்லா முயற்சிகளையும் எதிர்த்துத் தொழிற்சங்கங்களைப் பாதுகாக்க வேண்டியது கம்யூனிஸ்டு களுடைய கடமையாகும்.

சீர்திருத்தவாதத் தொழிற்சங்கத் தலைவர்கள், புரட்சிகரமான தொழிலாளர்களையும் அல்லது கிளைகள் முழுவதையும் தொழிற் சங்கங்களிலிருந்து வெளியேற்றுவதற்கான கொள்கையைக் கடைப் பிடித்தார்களானால் அல்லது இதர வகை ஒடுக்கு முறைகளைக் கையாண்டார்களானால், அந்தத் தலைமையின் பிளவு நடவடிக்கையை எதிர்த்து தொழிற்சங்க உறுப்பினர் அனைவரையும் கம்யூனிஸ்டுகள் ஒன்று திரட்ட வேண்டும்.. அதே சமயத்தில் விலக்கப்பட்ட உறுப்பினர்களுக்கும், தொழிற்சங்கங்களின் இதர மொத்த உறுப்பினர்களுக்கும் இடையில் தொடர்பை ஸ்தாபிப்பதற்கும், விலக்கப்பட்டவர்கள் திரும்பவும் சேர்த்துக் கொள்ளப்படுவதற்கான கூட்டுப் போராட்டத்தில் ஈடுபடுவதற்கும்

சீர்குலைக்கப்பட்ட தொழிற்சங்க ஒற்றுமையை மீண்டும் ஸ்தாபிப்பதற்கும் நாம் பாடுபட வேண்டும்.

சிவப்பு தொழிற்சங்கங்களும் சிவப்பு சர்வதேச தொழிற்சங்க சம்மேளனமும் எல்லாவிதமான வேறுபட்ட கருத்துப் போக்குகளைக் கொண்ட தொழிற்சங்கங்களையும் ஒரு கூட்டுப் போராட்டத்தில் கொண்டு வருவதற்குச் செய்யும் முயற்சியிலும் வர்க்கப் போராட்டத்தின் அடிப்படையிலும் தொழிற்சங்க ஜனநாயகத்தின் அடிப்படையிலும் தேசிய அளவிலும் சர்வதேச அளவிலும் தொழிற்சங்க இயக்கத்தின் ஒற்றுமையைக் கொண்டு வருவதற்கான முயற்சியிலும் அவர்களுக்கு கம்யூனிஸ்டுக் கட்சிகளுடைய முழு ஆதரவும் கிடைக்கும்.

4. பாஸிஸ்ட் எதிர்ப்பு இயக்கத்தின் ஒவ்வொரு தனித்தனியான பிரிவிலும் கம்யூனிஸ்டுகளுடைய கடமைப்பாடுகள்

1. பாஸிஸத்தை எதிர்த்து ஒரு முறையான சித்தாந்தப் போராட்டத்தை நடத்த வேண்டிய அவசியத்தைப் பற்றி காங்கிரஸ் குறிப்பான கவனத்தைப் பாஸிஸ்டு சித்தாந்தத்தில் பிரதானமானது மிகவும் ஆபத்துமிக்கது இனமொழி, தேசீய வெறியின் வடிவமாகும். மக்களுக்கு இதைத் தெளிவுபடுத்த வேண்டும். பாஸிஸ்டு பூர்ஷுவா வர்க்கம் தங்கள் நாட்டு மக்களை ஒடுக்கவும் சுரண்டவும் இதர நாட்டு மக்களைக் கொள்ளையடிக்கவும் அடிமைப்படுத்தவுமான அதனுடைய கீழ்த்தரமான வர்க்கக் - கொள்கையை நிறைவேற்றுவதற்காக தேசீய நலன்களை பாதுகாப்பதாகச் சொல்லி அந்தப் போர்வையைப் பயன் படுத்துகிறது. எல்லா வகையான அடிமைத்தனத்தையும் தேசீய ஒடுக்கு முறையையும் எதிர்த்துப் போராடும் தொழிலாளி வர்க்கம்தான் தேசீய விடுதலைக்கும் மக்களுடைய சுதந்திரத்திற்கும் உணமையான கதாநாயகன் என்பது மக்களுக்கு எடுத்துக் காட்டப்பட வேண்டும். மக்களுடைய வரலாற்றைப் பாஸிஸ்டுகள் தவறாகத் திருத்திக் கூறுவதை எதிர்த்து கம்யூனிஸ்டுகள் எல்லா வழிகளிலும் நின்று போராட வேண்டும். சொந்த மக்கள் தங்களின் கடந்த காலத்தை வரலாறு பூர்வமாகச் சரியான வகையில் உழைக்கும் மக்களுக்குத் தெளிவு ஏற்பட அனைத்தும் செய்ய வேண்டும். லெனின், ஸ்டாலினின் உண்மையான உணர்வோடு நிகழ்காலப் போராட்டத்தை கடந்த காலத்திய புரட்சிகரமான பாரம்பரியத்துடன் இணைக்க வேண்டும், தேசீய சுதந்திரத்தின் பிரச்னை பற்றியும் விரிவான மக்கள் பகுதியின் தேசீய உணர்வுகளைப் பற்றியும் எந்த வகையிலும் ஒரு மதிப்புக் குறைவான அணுகுமுறை கூடாது என்று இந்தக் காங்கிரஸ் எச்சரிக்கை செய்கிறது. இந்த அணுகும்முறை நம்மிடம்

சரியானபடி இல்லாவிட்டால், பாஸிஸத்திற்கு தனது தேசீய வெறி இயக்கப் பிரச்சாரத்தை வளர்ப்பதற்கு வசதியாகிவிடும் (சார், செக்கோஸ்லோவேகியாவிலுள்ள ஜெர்மன் பகுதிகள் முதலியன). இந்தப் பிரச்னையில் லெனினிஸ்டு ஸ்டாலினிஸ்டு கொள்கையை சரியானபடியும் ஸ்தூலமாகவும் செயல்படுத்த வேண்டும்.

எல்லா வகையான பூர்ஷுவா தேசீயத்திற்கும் கோட்பாட்டில் கம்யூனிஸ்டுகள் விட்டுக் கொடுக்காத எதிரிகள். அதே சமயத்தில் நாம் தேசீய சூன்யவாதத்தின் ஆதரவாளர்கள் அல்ல. அது தனது சொந்த மக்களின் தலைவிதியைப் பற்றிய அக்கறையில்லாத போக்காகும்.

2. எல்லா பாஸிஸ்டு வெகுஜன ஸ்தாபனங்களிலும் கம்யூனிஸ்டுகள் நுழைய வேண்டும். குறிப்பிட்ட நாட்டில் பாஸிஸ்டுகளுக்கு ஏகபோகமாக சட்டபூர்வமாக செயல்படுவதற்கு உரிமையுள்ள அந்த நாட்டில் அந்தப் பாஸிஸ்டு வெகுஜன ஸ்தாபனங்களில் கம்யூனிஸ்டுகள் நுழைய வேண்டும். அதிலுள்ள சட்டபூர்வமான, அரைகுறைச் சட்டபூர்வமான நிலைகளையும் மிகச் சிறிய அளவில் இருந்தாலும் கூட அதையும் பயன்படுத்திக் கொள்ள வேண்டும். அந்த ஸ்தாபனங்களுக்குள் வேலை செய்ய வேண்டும். அதிலிருந்துகொண்டே அதில் பாஸிஸ்டுகளின் கொள்கைகளுக்கு எதிரிடையாக மக்களுடைய நலவுரிமைகளை முன்வைக்க வேண்டும். அதன்மூலம் பாஸிஸ்டுகளின் வெகுஜன அடிப்படையை கீழறுக்க வேண்டும். உழைக்கும் மக்களுடைய மிக அவசரமான அன்றாடத் தேவைகளுக்காக சாதாரண ஆக ஆரம்ப நிலையிலான ஆட்சேபணை இயக்கங்களிலிருந்து தொடங்கி கம்யூனிஸ்டுகள் மேலும் மேலும் அதிகமான விரிவான மக்கள் பகுதிகளை இயக்கத்திற்குக் கொண்டு வருவதற்கு நெளிவு சுழிவான உபாயங்களைப் பயன்படுத்த வேண்டும். குறிப்பாக வர்க்க உணர்வு போதுமான அளவு இல்லாமல் இன்னும் பாஸிஸ்டுகளின் தலைமையின் கீழ் உள்ள தொழிலாளிகள்பால் மிகவும் நெளிவு சுழிவான உபாயங்களைக் கையாள வேண்டும். விரிவாகவும் தீவிரமாகவும் இயக்கம் வளரும் போது போராட்டத்திற்கான கோஷங்களை மாற்ற வேண்டும். பாஸிஸ்டு ஸ்தாபனங்களில் உள்ள மக்களின் உதவியோடு பாஸிஸ்டு பூர்ஷுவா சர்வாதிகாரத்தை நொறுக்குவதற்குத் தயாரிக்கும்போது படிப்படியாக கோஷங்களை மாற்றி போராட்டத்தை வளர்த்துக்கொண்டு செல்ல வேண்டும்.

3. வேலையின்றி வாடுவோரின் நலவுரிமைகளையும் கோரிக்கைகளையும் வேகமாகவும் உறுதியாகவும் பாதுகாத்துக் கொண்டும், வேலை

கொடு என்னும் கோரிக்கையில் அவர்களுக்குப் போதுமான நிவாரணம், காப்பீடு முதலியவற்றிற்கான போராட்டத்தில் அவர்களை ஒன்று திரட்டிக் கொண்டும் தலைமை தாங்கிக் கொண்டு செல்லும் அதே நேரத்தில் கம்யூனிஸ்டுகளை, வேலையில்லாதோரை ஐக்கிய முன்னணி இயக்கத்திலும் கொண்டு வரவேண்டும். அவர்களுக்கிடையில் பாஸிஸ்டுகளுக்குள்ள செல்வாக்கை அறவே நீக்குவதற்குப் பாடுபட வேண்டும். அதே சமயத்தில் வேலையின்றி வாடுவோரில் பலவேறு பிரிவுகளுக்கும் (திறமை, திறமையற்ற தொழிலாளர்கள், ஸ்தாபன ரீதியில் உள்ளவர்கள், அல்லாதவர்கள், ஆண்கள், பெண்கள், இளைஞர்கள் முதலானோருக்கு) உள்ள குறிப்பிட்ட நலன்களைக் கணக்கில் எடுத்து அதற்குத்தக்க முறையில் அவர்களுடைய இயக்கத்தை நடத்த வேண்டியது அவசியமாகும்.

4. பாஸிஸத்திற்கு எதிரான போராட்டத்தில் இளைஞர்களின் தனிச் சிறப்புமிக்க பங்கைப்பற்றி முதலாளித்துவ நாடுகளிலுள்ள எல்லா கம்யூனிஸ்டுக் கட்சிகளின் கவனத்திற்கும் இந்தக் காங்கிரஸ் வலியுறுத்திக் கொண்டு வருகிறது. இளைஞர்களிடமிருந்துதான் பாஸிஸம் தனது அதிர்ச்சிப்படைகளைத் திரட்டுகிறது. உழைக்கும் இளைஞர்களுக்கிடையில் வெகுஜன வேலை செய்வது பற்றிய முக்கியத்துவத்தை குறைத்து மதிப்பிடுவதை எதிர்த்துப் போராடியாக வேண்டும். இளங் கம்யூனிஸ்டு லீக் ஸ்தாபனங்களின் ஒதுங்கி நிற்கும் போக்கைத் திருத்துவதற்குத் தீர்க்கமான நடவடிக்கை எடுத்தாக வேண்டும். அதற்காக, கம்யூனிஸ்ட் கட்சிகள் எல்லா பாசிஸ்டு அல்லாத வெகுஜன இளைஞர் ஸ்தாபனங்களில் உள்ள சக்திகள் அனைத்தையும், தொழிற்சங்கங்களில், கூட்டுறவு சொஸைட்டி முதலியவற்றில் உள்ள இளைஞர் ஸ்தாபனங்கள் உள்பட அனைத்து சக்திகளையும் ஒன்று படுத்துவதற்கு கம்யூனிஸ்ட் கட்சிகள் உதவி செய்ய வேண்டும். மிகப் பரந்த ஐக்கிய முன்னணியின் அடிப்படையில் பாஸிஸத்திற்கெதிரான போராட்டத்தில் பலவேறு வகையான பொது ஸ்தாபனங்களை உருவாக்குவது உள்ளிட்ட ஐக்கிய முன்னணியின் அடிப்படையில், இளைஞர்களுக்குள்ள எல்லா உரிமைகளையும் பறிப்பதை எதிர்த்தும், இளைஞர்களை ராணுவத்தில் இழுத்து பீரங்கித் தீனியாக்குவதை எதிர்த்தும், இளம் தலைமுறையினர் பொருளாதார, கலாச்சார நலவுரிமைகளுக்காகவும் அனைத்து இளம் சக்திகளையும் ஒன்று திரட்டுவதற்கு கம்யூனிஸ்டுக் கட்சிகள் உதவி செய்ய வேண்டும். கம்யூனிஸ்டு மற்றும் சோஷலிஸ்டு இளைஞர் லீகுகளைக் கொண்ட பாஸிஸ்டு எதிர்ப்புக் கூட்டமைப்புகளை வர்க்கப் போராட்ட வேலைத்

திட்டத்தை அடிப்படையாகக்கொண்டு உருவாக்கும் கடமைப்பாட்டை முன்னுக்குக் கொண்டுவர வேண்டும்.

இளம் கம்யூனிஸ்ட் லீகின் வளர்ச்சிக்கும் உறுதிப்பாட்டிற்கும் கம்யூனிஸ்ட் கட்சிகள் எல்லாவிதமான உதவிகளையும் செய்ய வேண்டும்.

5. கோடிக்கணக்கான உழைக்கும் மாதர்களை ஐக்கிய மக்கள் முன்னணியில் கொண்டு வரவேண்டியது மிகவும் முக்கியமான தேவையாகும். அதிலும் குறிப்பாக பிரதானமாக பெண் தொழிலாளர்கள், உழைக்கும் விவசாயப் பெண்கள், அவர்கள் எந்த அரசியல் கருத்தோ மதக் கருத்தோ கொண்டிருந்தாலும் சரி, அவர்களை ஐக்கிய முன்னணியில் கொண்டு வர வேண்டியது அவசியம். எனவே கம்யூனிஸ்டுகள் மாதர்களின் வெகுஜன இயக்கத்தை உருவாக்கப்பாடுபட வேண்டும். அவ்வேலையை தீவிரப்படுத்த வேண்டும். மாதர்களின் அவசர அவசிய கோரிக்கைகளுக்காக நலவுரிமைகளுக்காக குறிப்பாக விலைவாசி உயர்வை எதிர்த்து, பெண்களுக்கு சம அந்தஸ்து இல்லாததை எதிர்த்து, பாஸிஸ்டு அடிமைப்படுத்தலை எதிர்த்து, வேலையை விட்டு நீக்குதல்களை எதிர்த்து "சம வேலைக்கு சம ஊதியம்" என்னுமடிப் படையில் சம்பள உயர்வு வேண்டும் என்று, யுத்த அபாயத்தை எதிர்த்து வெகுஜன மாதர் இயக்கத்தை உருவாக்கும் வேலையை தீவிரப்படுத்த வேண்டும். ஒவ்வொரு நாட்டிலும் மற்றும் சர்வதேச அளவிலும், புரட்சிகரமான, மாதர் ஸ்தாபனங்கள், சமூக-ஜனநாயக மாதர் ஸ்தாபனங்கள் மற்றும் முற்போக்கு மாதர் ஸ்தாபனங்கள் ஆகியவை களுக்கிடையில் தொடர்புகளை ஸ்தாபித்து, கூட்டு நடவடிக்கைகளுக்குக் கொண்டு வருவதற்கு எல்லாவிதமான முயற்சியும் செய்ய வேண்டும். அதே சமயத்தில் பல வேறுபட்ட மாதர் ஸ்தாபனங்களுக்கிடையில் கருத்து சுதந்திரம், விமர்ஸனம் செய்யும் உரிமை, தேவைப்பட்டால் சிலர் தனியாக அவர்களுடைய தனியான மாதர் ஸ்தாபனங்களை வைத்துக் கொள்வதற்கான உரிமையும் உத்திரவாதப்படுத்த வேண்டும்.

6. பாட்டாளி வர்க்க ஐக்கிய முன்னணியின் அணிகளில், பாஸிஸ எதிர்ப்பு மக்கள் முன்னணியின் அணிகளில் கூட்டுறவு ஸ்தாபனங்களையும் கொண்டு வருவதற்கான போராட்டத்தை கம்யூனிஸ்டுகள் தொடர்ந்து நடத்த வேண்டும்.

கூட்டுறவு சொஸைட்டிகள் தங்களுடைய உறுப்பினர்களின் அவசர அவசிய நலன்களுக்காக குறிப்பாக விலைவாசி உயர்வை எதிர்த்து, கொள்ளைக்கார வரிகளை எதிர்த்து கடன் வசதிகளுக்காக, மேலும்

கூட்டுறவு சங்கங்களின் நடவடிக்கைகளைக் கட்டுப்படுத்தக் கூடிய தடை விதிகளை எதிர்த்தும் அவைகளை அழிப்பதற்காகப் பாஸிஸ்டுகள் எடுக்கும் நடவடிக்கைகளை எதிர்த்தும் நடத்தும் போராட்டத்திற்குக் கம்யூனிஸ்டுகள் மிகவும் ஊக்கத்துடன் உதவி செய்ய வேண்டும்.

7. பாஸிஸ்டு எதிர்ப்பு மக்கள் தொண்டர் படையை நிறுவுவதற்கு கம்யூனிஸ்டுகள் முன்கையெடுக்க வேண்டும். பாஸிஸ்டு கூட்டத்தின் தாக்குதல்களை எதிர்த்து முறியடிக்க இப்படை அவசியமாகிறது. ஐக்கிய முன்னணி இயக்கத்திலிருந்து பல சோதனைகளிலும் வெற்றித் தேர்ந்த மணிகளை இந்தப் படைக்கு ஆள் சேர்க்க வேண்டும்.

5. காலனி நாடுகளில் ஏகாதிபத்திய எதிர்ப்பு மக்கள் முன்னணி

காலனி, அரைக் காலனி நாடுகளில் கம்யூனிஸ்டுகளுக்கு முன்புள்ள ஆக முக்கியமான கடமைப்பாடு, ஒரு ஏகாதிபத்திய எதிர்ப்பு மக்கள் முன்னணியை ஸ்தாபிப்பதற்கு வேலை செய்வதில் அடங்கியிருக்கிறது. இதற்காக தேசீயவிடுதலை இயக்கத்தில் அதிகரித்துக் கொண்டிருக்கும் ஏகாதிபத்திய சுரண்டுதலை எதிர்த்தும், கொடூரமான அடிமைப்படுத்து தலை எதிர்த்தும், ஏகாதிபத்திய வாதிகளை விரட்டி அடிப்பதற்கும், நாட்டின் சுதந்திரத்திற்காகவும், மிக விரிவான மக்கள் பகுதிகளை ஈர்க்க வேண்டியது அவசியமாகும். தேசீய சீர்திருத்தவாதிகளின் தலைமையில் உள்ள வெகுஜன ஏகாதிபத்திய இயக்கங்களில் ஊக்கமுடன் பங்கு கொள்வதும், ஒரு திட்ட வட்டமான ஏகாதிபத்திய எதிர்ப்பு வேலைத் திட்டத்தின் அடிப்படையில் தேசீய புரட்சி ஸ்தாபனங்களும் தேசீய சீர்திருத்தவாத ஸ்தாபனங்களும் கொண்ட ஒரு கூட்டு செயல்பாட்டைக் கொண்டு வருவதற்கு முயற்சித்து பாடுபடுவதும் அவசியமாகும்.

சீனாவில் சோவியத் இயக்கத்தை விஸ்தரிப்பது, செஞ்சேனையின் போராட்ட சக்தியை பலப்படுத்துவது ஆகியவற்றை நாடு முழுவதிலு முள்ள மக்களின் ஏகாதிபத்திய எதிர்ப்பு இயக்கத்தின் வளர்ச்சியுடன் இணைக்க வேண்டியது அவசியமாகும். இந்த இயக்கத்தை ஏகாதிபத்திய அடிமைப் படுத்துபவர்களுக்கு எதிராக முதல்படியாக ஜப்பானிய ஏகாதிபத்தியத்திற்கும் அதனுடைய சீன அடியாட்களுக்கும் எதிராக ஆயுதம் தாங்கிய மக்களுடைய தேசீயப் புரட்சிப் போராட்டம் என்னும் கோஷத்தின்கீழ் நிறைவேற்றப்பட வேண்டும். சோவியத்துக்கள் அனைத்து சீன மக்களுக்கும் அவர்களுடைய விடுதலைப் போராட்டத்திற்கு ஒன்று திரளும் மையமாக ஆக வேண்டும்.

ஏகாதிபத்திய நாடுகளில் உள்ள பாட்டாளி வர்க்கம் தன்னுடைய சொந்த விடுதலைக்கான போராட்டத்தின் வெற்றியைக்கருதி அதன்

மீதுள்ள அக்கறைக்காக வேண்டி, ஏகாதிபத்திய கொள்ளைக் கூட்டத்தின்ரை எதிர்த்து காலனி அரைகாலனி மக்களுடைய விடுதலை போராட்டத்திற்கு தாராளமான ஆதரவை கொடுக்கவேண்டியது அவசியமாகும்.

6. கம்யூனிஸ்டுக் கட்சிகளை பலப்படுத்துவதும், தொழிலாளி வர்க்கத்தின் அரசியல் ஒற்றுமைக்கான போராட்டமும்

காங்கிரஸானது குறிப்பிடத்தக்க அழுத்தத்துடன் வலியுறுத்திக் கூறுவது என்னவென்றால் கம்யூனிஸ்டுக் கட்சிகளை மேலும் அதிகமாக சகல துறைகளிலும் உறுதிப்படுத்துவதன் மூலம்தான், அவைகளின் முன்கையெடுத்து வேலை செய்யும் திறனை வளர்ப்பதன் மூலம், மார்க்ஸிஸ்டு-லெனினிஸ்டு கோட்பாடுகளின் அடிப்படையில் ஒரு கொள்கையை வகுத்து அதை நிறைவேற்றுவதன் மூலம் ஸ்தூலமான நிலைமைகளையும் வர்க்க சக்திகளின் சேர்க்கையையும் கணக்கில் எடுத்துக் கொண்டுள்ள சரியான நெளிவு சுழிவான உபாயத்தைச் செயல்படுத்துவதன் மூலம்தான் பாஸிஸத்தை எதிர்த்தும் முதலாளித் துவத்தை எதிர்த்தும் ஒன்றுபட்ட போராட்டத்திற்கு உழைக்கும் மக்களின் விரிவான பகுதியை ஒன்று திரட்டுவதை உத்திரவாதப்படுத்த முடியும்.

ஐக்கிய முன்னணியை உண்மையிலேயே கொண்டு வருவதற்கு கம்யூனிஸ்டுகள் தங்கள் சொந்த அணியிலுள்ள சுய திருப்தி கொண்ட தனித்த போக்கை (செக்டேரியனிஸம்) சமாளித்து வெற்றிகொள்ள வேண்டும். இந்தத் தனித்தப் போக்கு நம் அணிகளில் இன்றைய காலத்தில் பல இடங்களில் கம்யூனிஸ்டு இயக்கத்திலுள்ள வெறும் “சிறு பிள்ளைத் தனமாக” மட்டுமில்லை. அது ஒரு வேரோடிப் போயுள்ள தீமையாக உள்ளது. மக்களுடைய புரட்சிகரப் பக்குவநிலை பற்றி அதிகப்படியாக மதிப்பிடுவது, பாஸிஸ்டு இயக்கம் தொடர்ந்து வளர்ந்து கொண்டிருந்த நேரத்தில் பாஸிஸம் ஏற்கனவே தடுக்கப்பட்டு விட்டதாக பிரமைகளை உண்டாக்குவது, இதன்மூலம் செக்டேரியனிசம் உண்மையில் பாஸிஸத்தின்பால் செயலற்ற நிலைமையைத்தான் உண்டாக்கிவிட்டது. நடைமுறையில் அது ஒரு குறுகிய கட்சிக் குழுவுக்குத் தலைமை தாங்கும் முறைகளை மக்களுக்குத் தலைமை தாங்குவதற்கான முறைகளாக செயல்படுத்தியது. வெகுஜனக் கொள்கைக்குப் பதிலாக வெறும் வரட்டுத் தனமான பிரச்சாரத்தையும் இடதுசாரி கோட்பாட்டு வாதத்தையும் முன்வைத்தது. சீர்திருத்தவாத தொழிற்சங்கங்களிலும், பாஸிஸ்டு வெகுஜன ஸ்தாபனங்களிலும் வேலை செய்ய மறுத்தது.

ஒவ்வொரு குறிப்பிட்ட நாட்டிலும் அந்தந்த நாட்டிலுள்ள ஸ்தூலமான நிலைமைகளைக் கணக்கில் எடுத்துக் கொள்ளாமல் எல்லா நாடுகளுக்கும் ஒரேமாதிரியான உபாயங்களையும் கோஷங்களையும் மேற்கொள்கிறது. செக்டேரியனிசம் கம்யூனிஸ்டுக் கட்சிகளின் வளர்ச்சியைப் பெரும் அளவில் பின்னுக்குத் தள்ளி இருக்கிறது. உண்மையான வெகுஜனக் கொள்கைய நிறைவேற்றுவதைக் கடினமாக்குகிறது. வர்க்க விரோதியின் கஷ்டங்களைப் பயன்படுத்தி புரட்சி இயக்கத்தைப் பலப்படுத்துவதற்கு இடையூறு விளைவிக்கிறது. கம்யூனிஸ்டுக் கட்சிகளின் பக்கம் பாட்டாளி மக்களின் விரிவான ஜனப்பகுதியைக் கொண்டு வருவதற்கு இடையூறு விளைவிக்கிறது.

செக்டேரியனிஸத்தின் அடையாளங்கள் அனைத்தையும் வேரோடு களைவதற்கு மிக சக்திமிக்கதொரு போராட்டத்தை நடத்த வேண்டும். செக்டேரியனிசம்தான் இப்போது கம்யூனிஸ்ட் கட்சிகள் ஒரு உண்மையான வெகுஜன போல்ஷிவிக் கொள்கையைக் கடைப்பிடிப்பதற்கு மிகப் பெரிய இடையூறாக இருக்கிறது, எனவே அதை எதிர்த்து வலுவாகப் போராடியாக வேண்டும். ஆனால் அதே சமயத்தில் கம்யூனிஸ்டுகள் வலதுசாரி சந்தர்ப்பவாத அபாயத்திற்கு எதிராக மிக உஷாரான காவலை அதிகப்படுத்த வேண்டும். அதன் ஸ்தூலமான வெளிப்பாடுகள் அனைத்தையும் எதிர்த்து உறுதிமிக்க போராட்டத்தை நடத்த வேண்டும். ஐக்கிய முன்னணி உபாயங்களை மிகப்பரவலாகப் பயன்படுத்தும்போது வலதுசாரி அபாயம் வளரும் என்பதை நாம் மனதில் வைத்துக்கொள்ள வேண்டும். ஐக்கிய முன்னணியை ஸ்தாபிப்பதற்கான போராட்டம், தொழிலாளி வர்க்கத்தின் ஒன்றுபட்ட நடவடிக்கை ஒரு அவசியத்தை உண்டாக்குகிறது. அதாவது கம்யூனிஸ்டுக் கொள்கையின் சரியான தன்மை, சீர்திருத்தவாதக் கொள்கையின் சரியில்லாத தன்மை ஆகியவற்றின் புறநிலையான படிப்பினைகளை சமூக-ஜனநாயகத் தொழிலாளர்கள் புரிந்து கொள்கிறார்கள். இதற்காக ஒவ்வொரு கம்யூனிஸ்ட் கட்சியும் சீர்திருத்தவாதத்திற்கும் கம்யூனிசத்திற்கும் இடையிலுள்ள கோட்பாடுகளிலுள்ள வேறுபாடுகளைப் பூசி மெழுகுவதற்குள்ள எந்த ஒரு போக்கையும் எதிர்த்து விட்டுக் கொடுக்காத போராட்டத்தை நடத்த வேண்டும். பூர்ஷுவா வர்க்கத்துடன் வர்க்க சமரஸம் செய்து கொள்ளும் தத்துவமும் நடைமுறையும் என்ற முறையில் சமூக - ஜனநாயகத் தத்துவத்தையும் நடைமுறையையும் விமர்ஸனம் செய்வது பலவீனமடைவதை எதிர்த்து விட்டுக் கொடுக்காத போராட்டத்தை நடத்த வேண்டும். சமாதானமான முறையில் சட்ட பூர்வமான வழிகளில் சோஷலிசத்தைக் கொண்டுவர முடியும் என்னும் பிரமைகளை எதிர்த்துப் போராட வேண்டும்.

எல்லாம் தன்னியக்கமாகவும், தன் விருப்பமாகவும் தானாகவே நடந்து விடும் என்று நம்பியிருப்பது அது பாஸிஸத்தை ஒழிப்பது பற்றியோ அல்லது ஐக்கிய முன்னணியை அமைத்து விடுவது பற்றியோ அவ்வாறு நம்புவதை எதிர்த்து விட்டுக் கொடுக்காத போராட்டத்தை நடத்த வேண்டும். கட்சியின் பங்கைப்பற்றி குறைத்துப் பார்ப்பதை எதிர்த்தும் தீர்மானமான முடிவுகளை எடுக்கும்போது சின்னஞ்சிறு அளவிலான ஊசலாட்டம் ஏற்படுவதை எதிர்த்தும் விட்டுக் கொடுக்காத போராட்டத்தை நடத்த வேண்டும்.

பாட்டாளி வர்க்கத்தின் வர்க்கப் போராட்ட நலன்கள், பாட்டாளி வர்க்க புரட்சியின் வெற்றி ஆகியவற்றிற்கு தொழிலாளி வர்க்கத்தின் ஒரே ஒரு வெகுஜன அரசியல் கட்சி ஒவ்வொரு நாட்டிலும் ஏற்பட வேண்டியது அவசியம் தவிர்க்க முடியாதது என்பதைப்பற்றி உறுதியான கருத்தைக் கொண்டு இந்தக் காங்கிரஸ், கம்யூனிஸ்ட் கட்சிகளுக்கு இந்த ஒற்றுமையைக் கொண்டு வருவதற்கு முன் கையெடுப்பதற்கான கடமையை கம்யூனிஸ்டுக் கட்சிகளுடன் சமூகஜனநாயகக் கட்சிகளும் அல்லது தனித்தனி ஸ்தாபனங்களும் ஒன்றுபடுவதற்குத் தொழிலாளர் களிடம் வளர்ந்து வரும் விருப்பத்தைச் சார்ந்து இந்த ஒற்றுமையைக் கொண்டு வருவதற்கு முன் கையெடுப்பதற்கான கடமையை முன் வைத்திருக்கிறது. ஆனால் அதே சமயத்தில் அத்தகைய ஒற்றுமை சில குறிப்பிட்ட சூழ்நிலைமைகளில்தான் ஏற்பட முடியும் என்பதைத் தவறாமல் தொழிலாளர்களுக்கு விளக்கிக் கூறவேண்டும். அந்த சூழ் நிலைமைகள் என்ன? பூர்ஷுவா வர்க்கத்திடமிருந்து முழுமையான சுதந்திரம் பெற்ற சூழ்நிலைமை. சமூக ஜனநாயகத்திற்கும் பூர்ஷுவா வர்க்கத்திற்குமிடையில் எந்தவிதமான கூட்டும் இல்லாமல் முழுமையாக தொடர்பு அறுத்துக் கொண்ட நிலைமை. பாட்டாளி வர்க்கத்திடம் செயலொற்றுமை முதலில் கொண்டு வந்துள்ள சூழ்நிலைமையில் பூர்ஷுவா வர்க்கத்தின் ஆட்சியை புரட்சிகரமான முறையில் தூக்கி எறிய வேண்டிய அவசியமும், சோவியத்துக்களின் வடிவத்தில் பாட்டாளி வர்க்க சர்வாதிகாரத்தை ஸ்தாபிக்க வேண்டிய அவசியமும் ஏற்பட்டு அதை அங்கீகரிக்கும் சூழ்நிலை, ஏகாதிபத்திய யுத்தத்தில் தனது சொந்த நாட்டு பூர்ஷுவா வர்க்கத்திற்கு ஆதரவு கொடுப்பதை நிராகரிக்கும் நிலை ஏற்பட வேண்டும், கட்சியும் ஜனநாயக மத்தியத்துவத்தின் அடிப்படையில் அமைக்கப்பட்டிருக்க வேண்டும். அதுதான் கருத் தொற்றுமையையும் செயலொற்றுமையையும் உத்திரவாதப் படுத்தும். ரஷ்ய போல்ஷிவிக்கு அனுபவங்களின்மூலம் சோதித்து எடுக்கப்பட்ட நிலையும் அதுதான்.

அதே சமயத்தில் "இடது" சாரி சமூக ஜனநாயக வாய்ச்சவடால் வீரர்கள் சமூக - ஜனநாயகத் தொழிலாளர்களிடம் பிரமைகள் நீங்கியுள்ளதை சாதகமாகப் பயன்படுத்திக் கொண்டு தனியான சோஷலிஸ்டுக் கட்சிகள் அமைத்துக் கொள்ளவும் ஒரு புதிய "அகிலத்தை" அமைக்கவும் அதன்மூலம் கம்யூனிஸ்டு இயக்கத்திற்கு எதிராக திசை திருப்பி விடவும் அதன்மூலம் தொழிலாளி வர்க்கத்திடமுள்ள பிளவை மேலும் அகலப்படுத்தவும் செய்யப்படும் முயற்சிகளை எதிர்த்து உறுதியாக நின்று செயல்பட வேண்டியது அவசியமாகும்.

செயலொற்றுமை மிகவும் அவசர அவசியமான ஒரு தேவை யென்பதையும் அதுதான் பாட்டாளி வர்க்கத்தின் அரசியல் ஒற்றுமையைக் கொண்டு வருவதற்கு நிச்சயமான வழி என்பதையும் கருத்தில் கொண்டு கம்யூனிஸ்ட் அகிலத்தின் ஏழாவது காங்கிரஸ், கம்யூனிஸ்ட் அகிலத்தின் எல்லாப் பிரிவுகளின் பேராலும் பிரகடனம் செய்வது என்னவென்றால் முதலாளித்துவத்தின் தாக்குதலை எதிர்த்தும், பாஸிஸத்தை எதிர்த்தும் ஏகாதிபத்திய யுத்த பயமுறுத்தலை எதிர்த்தும் தொழிலாளி வர்க்கத்தின் செயலொற்றுமையை ஸ்தாபிப்பதற்காக இரண்டாவது அகிலத்தைச் சேர்ந்த இணையான கட்சிகளுடன் உடனடியாகப் பேச்சு வார்த்தை துவங்குவதற்குத் தயாராகும். அதே போல் கம்யூனிஸ்ட் அகிலம் இதே நோக்கத்திற்காக இரண்டாவது அகிலத்துடன் பேச்சு வார்த்தையில் ஈடுபடுவதற்கும் தயாராக இருக்கிறது என்பதையும் பிரகடனம் செய்கிறது.

7. சோவியத் ஆட்சி அதிகாரத்திற்காக

பாஸிஸத்திற்கெதிராக பூர்ஷுவா ஜனநாயக உரிமைகளைப் பாதுகாக்கவும், உழைக்கும் மக்கள் சாதித்துப்பெற்றுள்ள உரிமைகளைப் பாதுகாக்கவும் நடத்தும் போராட்டத்தில் பாஸிஸ்டு சர்வாதிகாரத்தைத் தூக்கி எறிவதற்கான போராட்டத்தில் புரட்சிகரமான பாட்டாளி வர்க்கம் தனது சக்திகளையெல்லாம் தயார் செய்கிறது. தனது நேச சக்திகளுடனுள்ள போராட்ட ரீதியான தொடர்புகளைப் பலப்படுத்திக் கொள்கிறது. உழைப்பாளர்களின் உண்மையான ஜனநாயக லட்சியத்தை-சோவியத் ஆட்சி அதிகாரத்தை அடைவதற்கான போராட்டத்திற்கு வழி காட்டுகிறது.

சோவியத் பூமியை மேலும் பலப்படுத்தி உறுதிப்பட்டிருப்பதும் அதைச் சுற்றி உலகப் பாட்டாளி வர்க்கம் முழுவதையும் ஒன்று திரண்டு கொண்டிருப்பதும், சோவியத் யூனியன் கம்யூனிஸ்ட் கட்சியின்

சர்வதேச சான்று வலிமை செல்வாக்கு வீச்சு வலுவாக வளர்ந்திருப்பதும், சமூக-ஜனநாயக தொழிலாளர்களுக்கிடையிலும், சீர்திருத்தவாதத் தொழிற்சங்கங்களில் சேர்ந்திருப்பவர்களுக்கிடையிலும் புரட்சிகரமான வர்க்கப் போராட்டத்தின் பக்கமாய் ஏற்பட்டுவரும் திருப்பமும், பாஸிஸத்தின் மீது நாளுக்கு நாள் அதிகரித்துவரும் எதிர்ப்பும், காலனி நாடுகளில் புரட்சிகரமான இயக்கத்தின் வளர்ச்சியும், இரண்டாவது அகிலத்தின் வீழ்ச்சியும், கம்யூனிஸ்டு அகிலத்தின் வளர்ச்சியும், உலக சோஷலிஸ்டு புரட்சியின் வளர்ச்சியை துரிதப்படுத்திக் கொண்டிருக்கிறது, மேலும் தொடர்ந்து துரிதப்படுத்திக் கொண்டேயிருக்கும்.

முதலாளித்துவ உலகம், முதலாளித்துவத்தின் உள் முரண்பாடுகளும் வெளி முரண்பாடுகளும் வெகு வேகமாக தீவிரமடைந்து வருவதன் காரணமாக கூர்மையான மோதல்கள் ஏற்படும் ஒரு காலகட்டத்தில் சென்று கொண்டிருக்கிறது.

புரட்சிகரமான வளர்ச்சியின் இந்தத் தொலைக்காட்சியின் திசை வழியில் இயக்க நடவடிக்கைகளைத் திருப்பி நிறுத்தி கம்யூனிஸ்டு அகிலத்தின் ஏழாவது காங்கிரஸ், மிகப்பெரும் அளவில் அரசியல் நடவடிக்கைகளை வெளிப்படுத்துமாறும் துணிச்சலுடன் செயலாற்று மாறும் தொழிலாளி வர்க்கத்தின் செயலொற்றுமையைக் கொண்டு வருவதற்கு ஓய்வு ஒழிச்சலின்றிப் போராடுமாறும் கம்யூனிஸ்ட் கட்சிகளை அறைகூவி அழைக்கிறது. தொழிலாளி வர்க்கத்தின் ஐக்கிய முன்னணியை ஸ்தாபிப்பது பாட்டாளி வர்க்கப் புரட்சியின் இரண்டாவது சுற்றாக வந்து கொண்டிருக்கும் மகத்தான போராட்டங்களுக்கு உழைக்கும் மக்களைத் தயார் படுத்துவதற்கு ஒரு தீர்மானமான இணைப்புக் கண்ணியாகும். பாட்டாளி வர்க்கம் முழுவதையும் ஒரே வெகுஜன அரசியல் படையில் இணைத்து கெட்டிப்படுத்துவது என்பது பாஸிஸத்தை எதிர்த்துள்ள போராட்டத்திலும், முதலாளித்துவ அதிகாரத்தை எதிர்த்துள்ள போராட்டத்திலும் பாட்டாளி வர்க்க சர்வாதிகாரத்திற்கும் சோவியத்துக்களின் ஆட்சி அதிகாரத்திற்குமான போராட்டத்தின் வெற்றிக்கு உத்திரவாதப்படுத்தும்.

"புரட்சியின் வெற்றி தானாக வருவதில்லை. அது தயாரிக்கப் பட்டு வெல்லப்பட வேண்டும். ஒரு பலம்மிக்க பாட்டாளி வர்க்கப் புரட்சிக் கட்சிதான் அத்தகைய தயாரிப்பைச் செய்து வெற்றியைத் தேட முடியும்."

– (ஸ்டாலின்)